ராஜேஷ்குமார்
கேள்வி - பதில்கள்

ராஜேஷ்குமார்
கேள்வி - பதில்கள்

ராஜேஷ்குமார்

RAJESHKUMAR
Publishing

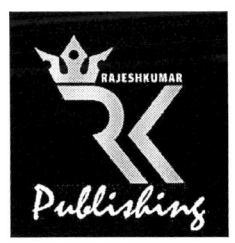

Print Partner

BALAJI BOOKS
Digital & Offset

New No.97, Old No. 65
Dr. Ranga Road Abhiramapuram,
Chennai -600018
www.balajibooks.in

ராஜேஷ்குமார் கேள்வி - பதில்கள்

ராஜேஷ்குமார்

RK பப்ளிஷிங்,
23, யமுனா தெரு, க்யூரியோ கார்டன் அவென்யூ,
வடவள்ளி, கோயம்புத்தூர் - 641 046.

விலை : ₹**295**

ISBN 978-1-68563-361-5

Rajeshkumar Kelvi - Bathilgal
Rajeshkumar

@ Copyright Rajeshkumar

Rk019

Published by : RK Publishing,
23, Yamuna Street, Curio Garden Avenue,
Vadavalli, Coimbatore 641 046.
Phone : 89251 16783
email : rkpublishing41@gmail.com
www.rajeshkumarnovels.com

Price : ₹**295**

உள்ளே...

கேள்விகளின்
ஜன்னல்கள்
ஒவ்வொன்றாய்
திறக்கின்றன...
படித்து ரசியுங்கள்.

■ **ஆண்கள் புத்திசாலிகளாக இருப்பது திருமணத்துக்கு முன்பா... பின்பா?**

● புத்தருக்கு ஞானம் பிறந்ததும், பாரதியார் கவிதை எழுத ஆரம்பித்ததும், கவாஸ்கருக்கு பேரும் புகழும் வந்ததும் எல்லாம் கல்யாணத்துக்குப் பின்னாடிதாங்க! ஆண்கள் பூஜ்ஜியம் மாதிரி! பெண்கள் எண் ஒன்று மாதிரி! ரெண்டும் இணைந்தால்தான் வேல்யூ. சிவனுக்கே சக்தி கொடுத்தவள் பெண். ஆண்கள் கல்யாணத்துக்கு முன்னாடி 'ஜீரோ'! கல்யாணத்துக்குப் பின்னாடி 'ஹீரோ'!!

() () ()

■ **பெரும்பாலான கணவன் – மனைவிகள் வாழ்க்கையில் சந்தோஷமாக இருப்பதில்லையே... ஏன்?**

● 'கணவன் தன்னைப் புரிந்து கொள்ளவில்லையே?' என்று மனைவியும், 'மனைவி தன்னைப் புரிந்து கொள்ளவில்லையே?' என கணவனும் ஒருத்தரை ஒருத்தர் பரஸ்பரம் குற்றம் சாட்டிக்கொண்டு... ஒருத்தரை ஒருத்தர் புரிந்துகொண்டு வாழ்வதுதான் வாழ்க்கை என்று புரிந்துகொள்ளாமல்... புரியாமலே வாழ்க்கையை வாழ்ந்துகொண்டிருந்தால் அதில் சந்தோஷம் இல்லை என்று எப்போது அவர்கள் புரிந்து கொள்கிறார்களோ... அப்போதுதான்!

(என்னாச்சு... ஏன் எந்திரிச்சு ஓடுறீங்க?)

() () ()

■ **'சீரியஸ்' கலந்த ஒரு 'ஜோக்'?**

● ஒரு கிராமத்தில் நடந்த உண்மை உரையாடல்:

அதிகாரி: "உங்க பேர் என்ன?"

கிராமவாசி: "ஆறுமுக ஆசாரிங்க!"

அதிகாரி: "சாதிங்கறதே கூடாது. வெறுமனே ஆறுமுகம்னு எழுதிருக்கேன். சரி... உங்களுக்கு பக்கத்துல நிக்கறது யாரு?"

கிராமவாசி: "அது என் பொண்ணுங்க."

அதிகாரி: "என்னது... உங்களுக்கு இவ்வளவு பெரிய பொண் இருக்கா?"

கிராமவாசி: "உண்மையிலேயே அது என்னோட பொண்'சாதி'ங்க. நீங்க சாதிங்கறதே கூடாதுன்னு சொன்னதால அதை விட்டுப்புட்டுப் பொண்ணுன்னு சொன்னேனுங்க!"

() () ()

நீங்கள் எந்த வாசகர் அல்லது வாசகியின் கடிதத்தை பெருமைக்குரியதாக நினைக்கிறீர்கள்?

- என் 'இன்பாக்ஸ்'க்கு வந்த ஒரு அன்புக்குரிய இலங்கை வாசகியின் இந்த கடிதத்தை உங்களோடு பகிர்ந்துகொள்வதில் பெருமைப்படுகிறேன்.

வணக்கம் ஐயா!

நீண்ட நாட்களாக உங்களுக்கு மடல் வரைய வேண்டும் என்ற எனது பேராசை இன்று நிறைவேறுகிறது.

நான் சத்யா. இலங்கைத் தீவில் யாழ்ப்பாணத்தைச் சேர்ந்தவள். அங்கே ஒரு சிறு கிராமத்தில் என் வீடு.

சிறு வயது அம்புலி மாமா, 'கோகுலத்தில்' ஆரம்பித்த என் வாசிப்பு பிரியம், பின்பு சில காலங்கள் 'மாயாவி' பைத்தியமாக 'ராணி காமிக்ஸ்'களோடு அலைய வைத்தது.

அப்புறம் ஒரு நாள் நான்... அப்போது எட்டாம் வகுப்போ, ஒன்பதாம் வகுப்போ படித்துக்கொண்டிருந்தேன் என்று நினைக்கிறேன். தற்செயலாக உங்கள் துப்பறியும்

நாவல் ஒன்று கைக்குக் கிடைத்தது. பொய் சொல்ல விரும்பவில்லை. இப்போது அது எந்தப் புத்தகம் என்ற பெயர் ஞாபகம் இல்லை.

அன்றிலிருந்து உங்கள் அனைத்து நாவல்களுக்கும் அப்படியொரு ரசிகை. முடிந்த வரைக்கும் கிடைக்கும் நாவல்கள் எல்லாம் எங்கள் ஊர் அனைத்து வாசகசாலைகளிலும் தேடி வாசித்துவிடுவேன்.

நீங்கள் அறிந்தே இருப்பது போல் நாட்டுப் பிரச்சினைகள் எங்களை நிம்மதியாக தூங்கவிடாமல் செய்த நேரம். மின்சார வசதிகள் இல்லை. திரைப்படங்கள் எல்லாம் வருடத்தில் இரண்டு, மூன்று தரம்தான் பார்ப்போம். அப்போதெல்லாம் எங்களுக்கு பொழுதுபோக்கு அம்சமாக விளங்கியது இந்த கதைப் புத்தகங்கள் மட்டுமே! வீட்டுக்குள்ளேயே முடங்கிக் கிடந்து செய்ய முடிந்தது எல்லாம் அதொன்றுதானே!!

எங்கள் ஊரில் இருந்து யாழ் நகரத்துக்குச் செல்ல பேருந்தில் ஒன்றரை மணி பிடிக்கும். அந்தக் காலத்தில் அங்கு செல்வது என்றால் ஏதாவது நோய் வந்து வைத்தியசாலைக்கு அல்லது வருஷம் தீபாவளிக்கு புத்தாடைகள் எடுப்பதற்கு மட்டுமே!

யாழ் நகர் போகப் போகிறோம் என்றாலே எனக்கு முதல் நாளில் இருந்தே கையும் ஓடாது... காலும் ஓடாது. இரண்டு காரணங்கள்... ஒன்று ஐஸ்கிரீம் கிடைக்கும். மற்றது... உங்கள் 'பாக்கெட்' நாவல் வாங்கலாம். வீட்டில் இருந்து கிளம்பும்போதே அம்மாவோடு பேரம் பேசத் தொடங்கிவிடுவேன்.

ஒரு நாவல் வாங்கித் தர வேண்டும் என்பதில் ஆரம்பித்து அந்த ஒன்றறை மணி நேர பிரயாணத்தில் ஐந்து புத்தகங்கள் வாங்குவதற்காக எப்படியாவது சம்மதம் பெற்றுவிடுவேன்.

என்னதான் வாசகசாலையில் வாங்கி வாசித்தாலும் புதுப் புத்தக மை வாசத்தோடு வாசிக்கும் சுகமே அலாதிதானே! யாழ் நகரத்தில் பூபாலசிங்கம் புத்தகசாலை என்றொரு கடையில்தான் கதைப் புத்தகங்கள் கிடைக்கும். நடுத்தர வர்க்கத்தைச் சேர்ந்த எங்களுக்கெல்லாம் ‘பாக்கெட்’ நாவல் ஒரு வரப்பிரசாதம்.

நான் வாசிக்காத அதிக புத்தகங்கள் புதிதாக வந்திருந்து... எங்களுடைய ‘பட்ஜெட்’ விலை தாண்டிப் போகிறது என்றால் புத்தாடையை விடுத்து... உங்கள் புத்தகங்கள் வாங்கிய நாட்கள் ஏராளம்.

புத்தகம் வாங்கியதும் ஓடிச் சென்று அடித்து பிடித்து ஜன்னல் ஓர இருக்கை தேடி அமர்ந்து, பேருந்தில் நிற்பவர்களுக்கு வயிறு எரிய வைத்துக்கொண்டு வீடு செல்லும் முன்னரே வாசிக்க ஆரம்பித்துவிடும் அந்த சுகம் தனியே தனிதான்.

நல்லூர் கந்தனைப் பற்றி அறிந்திருப்பீர்கள். நாட்டு நிலை சுமூகமாக உள்ள காலங்களில் அங்கே திருவிழா காலங்களில் புத்தகக் கண்காட்சி நடக்கும். திருவிழா கூட்டத்தில் சாமி எங்கே தெரியப் போகிறது. கோயில் போவதெல்லாம் ‘ஐஸ்கிரீமை’த் தாண்டி இந்த புத்தக கண்காட்சிக்காகத்தான். ‘பாக்கெட் மணி’யை எல்லாம் நாவல்களுக்காகவே செலவிட்ட அற்புத தருணங்கள் அவை!

நாவலை வாங்கிவிட்டால் போதுமா? யார் முதலில் வாசிப்பது என்று வீட்டிலே பெரிய பிரளயமே நடக்கும். எனது அத்தான் டாக்டர். இன்று எங்களோடு இல்லை. உங்களின் மிகப் பெரிய வாசகர், ரசிகர். அவர்தான் எப்போதும் முதலில் வாசிப்பது. அவர் பாதிக் கதை வாசித்துவிட்டு... எங்கள் எல்லோரையும் முடிவு கேட்பார். சரியாக சொல்பவர்களுக்கு சின்னச்

சின்ன பரிசுகள் வேறு!

என்னால் யூகித்துவிடக் கூடிய முடிவுகளை எழுதி இருந்தால் ராஜேஷ்குமார் எப்படி எழுத்துலக ஜாம்பவான் ஆகியிருக்க முடியும்? அதனால் எப்போதும் தோற்பதே என் வாடிக்கை. தோற்பதால்... தன்மானப் பிரச்சினையால் சில நேரங்களில் கடைசிப் பக்கங்களை யாருக்குமே தெரியாமல் புரட்டிப் பார்த்து பதில் சொல்லிவிடுவதும் உண்டு.

படிக்கிறேன் பேர்வழி என்று அம்மாவுக்கு போக்குக் காட்டிக்கொண்டு பாடப்புத்தகத்தில் ஒளித்து வைத்து எத்தனையோ நாள் வாசித்த அனுபவம் உண்டு. சில நேரம் அம்மாவிடம் பிடிபட்டு, அவர் காரசாரமாக உங்களைத் திட்டி இருக்கிறார்... எழுதியது நீங்கள் என்றால், அதை வாங்கித் தந்தது தான் என்பதை மறந்து!

அந்த காலங்களில் எல்லாம் மாலை ஐந்து மணிக்கே கதவை அடைத்துவிட்டு வீட்டுக்குள் அடைந்து கிடந்த எங்கள் நேரங்களை மிகுந்த சுவாரசியமாக்கி, மூளைகள் மக்கிப் போகாமல் சுறுசுறுப்பாக வைத்திருந்த பெரும் புண்ணியம் உங்களுக்கும் உண்டு.

உங்களுக்கு மடல் எழுத ஆசை வருவது உண்டு. 'அவ்ளோ பெரிய எழுத்தாளருக்கு நாங்கள் எப்படி எழுதுவது?' எனும் தயக்கம். ஆனால், தகவல் தொழில்நுட்ப வளர்ச்சி காரணமாக சுருங்கிவிட்ட இந்த உலகத்தில் எங்கோ சிறு மூலையில் இருக்கும் நான் இந்த முகப்புத்தகத்தினூடாக என் ஆசையைத் தீர்த்துக்கொள்கிறேன்.

உங்கள் 'குற்றம் 23' படம் பார்த்தேன். சொல்ல வார்த்தைகள் இல்லை. மேலும் பல நாவல்களும், திரைக் கதைகளும் உங்கள் அதிரடி தலைப்புகளோடு

வெளி வர வேண்டும். அதற்கு நீங்கள் இன்னும் பல்லாண்டு காலம் நல்ல ஆரோக்கியத்தோடு சுகமாக வாழ வேண்டும் என வாழ்த்த வயதில்லை. அதனால் பிரார்த்தித்து விடைபெறுகிறேன். நன்றி.

பணிவன்புடன்,

யாழ் சத்யா

யாழ் சத்யாவின் இந்தக் கடிதம் என்னுடைய மனதைக் கசிய வைத்துவிட்டது! இலங்கையில் விடுதலைப் புலிகளுக்கும், சிங்கள ராணுவத்துக்கும் இடையே போர் நடந்துகொண்டிருந்த காலகட்டத்தில் என்னுடைய நாவல்களை அவர் விரும்பிப் படித்திருக்கிறார். கோவை வரும்போது என்னைச் சந்தித்து பேச விரும்புவதாக சொல்லி இருக்கிறார். நானும் காத்திருக்கிறேன்!

() () ()

■ **பரபரப்பான வாழ்க்கையில் மனிதன் 100 வயது வரை வாழ்வது... அதாவது, சதம் அடிப்பது சாத்தியம்தானா?**

● சாத்தியம்தான்!

'பாரத ரத்னா' பட்டம் வாங்கிய விஸ்வேஸ்வரய்யா 100 ஆண்டு வரை வாழ்ந்தவர். நோய் நொடி அவரை அணுகியதில்லை. 'உங்களுடைய நீண்ட ஆயுளின் ரகசியம் என்ன?' என்று அவரிடம் பத்திரிக்கையாளர்கள் கேட்டபோது தன்னுடைய பத்து விரல்களை காட்டிவிட்டு ஒவ்வொன்றாய் மடக்கிக்கொண்டே சொன்னாராம்...

1. பாதி வயிறு உணவு சாப்பிட்டு, கால்வயிறு தண்ணீர் குடித்து, மீதி கால் வயிறு காலியாக இருக்க வேண்டும்.

2. உதட்டில் எப்போதும் புன்னகை இருக்க வேண்டும்.

3. எட்டு மணி நேர தூக்கம் கட்டாயம் வேண்டும்.

4. மனசாட்சியின் குரலுக்கு மதிப்புத் தர வேண்டும்.

5. பிறரை சந்தோசப்படுத்தி, நீயும் சந்தோசப்பட வேண்டும்.

6. சம்பாதிக்கும் பணத்தில் வாழ்க்கையை நடத்தப் பழகிக்கொள்ள வேண்டும்.

7. முதுமைப் பருவம் சந்தோசமாகவும், நிம்மதியாகவும் இருக்க வேண்டும் என்றால்... தங்களின் பெயரில் சிறிது சேமிப்பு இருக்க வேண்டும்.

8. மனைவியிடம் பிணக்கு இல்லாமல் இணக்கமாய் இருப்பது ரொம்ப முக்கியம்!

9. பேரன், பேத்திகள் இருந்தால் அவர்களின் மனநிலைக்கு ஏற்ற மாதிரி விளையாட வேண்டும்.

10. எல்லாவற்றுக்கும் மேலாக வாழ்க்கையில் ஒரு லட்சியத்தை குறிக்கோளாக வைத்துக்கொண்டு முழு மனதாய் உழைக்க வேண்டும்.

இந்த பத்தையும் பொன் மொழிகளாய் பாவித்து அவற்றின்படி நடந்தால் 100 வயது நிச்சயம். இதில் ஒன்று குறைந்தாலும் நம் ஆயுளில் பத்து ஆண்டுகள் குறைந்துவிடும்!

() () ()

■ சில 'டிவி சேனல்'கள் பற்றி...?

● டி.வியை 'முட்டாள்கள் பெட்டி' (IDIOT BOX) என்று சொன்ன மகானுபாவனுக்கு நூறடி உயர சிலை எழுப்பி, பாராட்ட வைத்துவிடும் போல சில சேனல்கள்.

தமிழ்நாட்டில் குடிநீர்ப் பிரச்சினை உட்பட ஏகப்பட்ட தேவைகள். ஆனால், அதைப் பற்றி போதிய அக்கறையே இல்லாமல்... 'பிரிந்து போன கட்சிகள் மறுபடியும் இணையுமா? வரும் சட்டசபைத் தேர்தலில்

யாரோடு யார் இணைவார்கள்?' என்று பேட்டிகளும் ஒளிபரப்பாகி தொலைக்காட்சிப் பெட்டிகளைச் சூடாக்கி, நம் மூளைகளையும் 'அல்வா' பதத்துக்கு மாற்றிக்கொண்டிருக்கின்றன. இணைய வேண்டியவை பிரிந்து போன கட்சிகள் அல்ல... நாட்டில் உள்ள ஆறுகள்!

() () ()

மனித குணங்களில் மோசமானது எது?

- கோபம் என்பது மனிதர்களின் மனங்களில் வாழ்ந்து கொண்டிருக்கும் மோசமான 'வைரஸ்'. அமெரிக்காவின் ஒஹையோ பல்கலைக் கழக ஆய்வு, இந்த உண்மையை வெளிப்படுத்தி இருக்கிறது.

அதாவது, மனிதனுக்கு ஏற்படும் மாரடைப்பு, இருதய கோளாறு, தலைவலி, எலும்பு தேய்மானம், வயிற்றுவலி, ரத்த அழுத்தம், சர்க்கரை நோய் மற்றும் உடலில் ஏற்படும் காயங்கள் போன்றவை குணம் அடையாமல் இருப்பதற்கு காரணம் அவன் வெளிப்படுத்தும் கோபம்தான்!

பின்குறிப்பு:

'நான் செய்வதும், சொல்வதும்தான் சரியானவை; மற்றவர்கள் செய்வது தவறு' என்னும் புள்ளியில் இருந்தே பெரும்பாலான கோபங்கள் பிறக்கின்றன. 'எல்லாமே நம்முடைய விருப்பப்படியும், திட்டத்தின்படியும் நடக்கப் போவதில்லை!' என்கிற எதார்த்தத்தை யார் புரிந்துகொள்கிறார்களோ அவர்கள் பக்கம்கூட கோபம் எட்டிப் பார்க்காது!

() () ()

அன்றைய... இன்றைய அரசியல் தலைவர்களை ஒப்பிடுங்களேன்?

- ஒரு சம்பவம் சொல்கிறேன்... நீங்களே ஒப்பிட்டுக் கொள்ளுங்கள். அப்போதைய பிரதமர் நேருவும், முதலமைச்சர் காமராஜரும் கூட்டத்தில் பங்கேற்க மதுரை அருகே காரில் சென்று கொண்டிருந்தார்கள். உரையாடலின் நடுவே... நினைவு வந்தவரான நேரு, "மிஸ்டர் காமராஜ்... உங்க சொந்த ஊர் இந்தப் பக்கம்தானே?" என்று கேட்கிறார்.

"ஆமாம்... இன்னும் கொஞ்ச தூரத்தில்தான் இருக்கிறது" என்கிறார் காமராஜர்.

"அப்படியானால் உங்கள் தாயாரைப் பார்த்து நலம் விசாரித்துவிட்டுச் செல்ல வேண்டும் அல்லவா?" என்று நேரு அவர்கள் கேட்க...

"இப்பவே கூட்டத்துக்கு நேரம் ஆகிவிட்டதே?" என்று காமராஜர் மறுக்கிறார்.

அதற்கு நேரு அவர்கள்...

"இவ்வளவு தூரம் வந்துவிட்டு, உங்கள் தாயாரை பார்க்காமல் சென்றால் நன்றாக இருக்காது. நான் பார்த்தே ஆக வேண்டும். என்னை அவர்களிடம் கூட்டிச் செல்லுங்கள்" என்று அன்புக் கட்டளை இடுகிறார்.

ஆமோதித்த காமராஜர்...

வண்டி சற்று தூரம் சென்றதும்.. ஓட்டுநரிடம்... "தம்பி வண்டியை இப்படி ஓரங்கட்டு" என்று நிறுத்தச் சொல்கிறார். அது வீடுகளே இல்லாத பகுதி. இரு புறங்களிலும் விவசாய நிலங்கள். அந்த நிலங்களில் பெண்கள் களை பறித்துக்கொண்டிருந்தனர்!

'தாயாரைப் பார்க்க வீட்டுக்கு அழைத்துச் செல்ல சொன்னால், இப்படி அத்துவான வெயிலில்...

வண்டியை நிறுத்தி இருக்கிறாரே?' என்ற வினாவுடன் வண்டியைவிட்டு இறங்குகிறார் நேரு. களை பறித்துக்கொண்டிருந்த கூட்டத்தில் இருந்து வயதான பெண்மணி ஒருவரை அழைக்கிறார் காமராஜர்.

"ஆத்தா... நான் காமராசு வந்திருக்கேன்" என்று கூவுகிறார்!

வயலில் உழைத்து வியர்வை முகத்துடன்... "காமராசு வந்திட்டியாப்பா... நல்லா இருக்கியா?" என்று தன் மகனைக் கண்ட மகிழ்ச்சியில் உள்ளம் நெகிழ... அருகில் வருகிறார் காமராஜரின் தாயார்!

தாயும், மகனும் அளவளாவிக்கொள்கிறார்கள். பிறகு, நேரு அவர்களைக் காட்டி அறிமுகப்படுத்துகிறார் காமராஜர். தன் முன்னால் நடப்பதைப் பார்த்து... நம்ப முடியாமல் சிலையாக நிற்கிறார் நேரு!

() () ()

தோல்விகளை எப்படி எடுத்துக்கொள்ள வேண்டும்?

● தோல்விகள் தற்காலிகமானவையே! ஒன்று நடக்கவில்லை என்றால் உடனே சோர்ந்து போய்விடக்கூடாது. அடிப்படை நியாயத்தில் இருந்து ஒதுங்கிவிடக்கூடாது. உலகமே அநியாயத்தில் ஓடிக்கொண்டிருக்கிறது என்று எண்ணிவிடக் கூடாது.

உங்கள் தோல்விகள் எல்லாம் தற்காலிகமானவைதான் என்பதை அறிந்துகொண்டு, உரிய காலத்தில் தோல்வியை முறியடிக்க வேண்டும். அது உங்களால் முடியும்.

ஒரு எறும்பைப் பாருங்கள். அதற்கு என்ன பெரிய எதிர்காலம் இருந்துவிட முடியும்? இருந்தாலும் அது சும்மா இருக்கிறதா? அது போகும் வழியைத் தடைபடுத்தினால் அது அடுத்த வழியை அமைத்துக்கொள்கிறது. புதிய

வழியில் தன்னுடைய பயணத்தைத் தொடர்கிறது.

நமக்கு மட்டும் வழியா இல்லை? ஆயிரம் வழிகள் உண்டு. எறும்பைப் பார்த்து கற்றுக்கொள்ளுங்கள்!

() () ()

■ **நீங்கள் யாரைப் பார்த்தாவது பொறாமைப்பட்டது உண்டா?**

● எதற்காக பொறாமைப் படவேண்டும்? கடவுள் எனக்குக் கொடுப்பதை யாராலும் தடுக்க முடியாது. அதே போல் கடவுள் பிறருக்குக் கொடுப்பதை என்னால் தடுக்கவும் இயலாது.

இந்த உண்மையை எழுத்துலகில் 'எல்.கே.ஜி.' நிலைமையில் இருக்கும்போதே உணர்ந்துகொண்டதால் பொறாமை என்கிற வார்த்தையை என்னுடைய அகராதியில் இருந்து எடுத்துவிட்டேன்.

சுவிஸ் வங்கியில் 500 கோடி வைத்திருப்பவர்களைவிட சட்டைப் பையில் 50 ரூபாய் வைத்திருப்பவர் சந்தோஷமாக இருப்பதை நான் பார்த்திருக்கிறேன்.

() () ()

■ **பெற்றவர்களின் இறப்பைக்கூட சாதாரணமாக எடுத்துக்கொள்கிறார்களே?**

● என்றைக்கு 'ஃப்ரீஸர் பாக்ஸ்' வந்ததோ... அன்றைக்கே மனிதமும் உறைந்து போய்விட்டது!

() () ()

■ **வெற்றிகரமான ஆண், பெண்ணை எப்படி கண்டு பிடிப்பது?**

● இப்படிப்பட்ட சுலபமான கேள்வியெல்லாம் கேட்கக்கூடாது. மனைவி செலவழிப்பதைவிட அதிகம்

சம்பாதிப்பவன் வெற்றிகரமான ஆண்!

அப்படிப்பட்ட ஆண் யார் என்பதைக் கண்டுபிடித்து அவனையே திருமணம் செய்துகொள்பவள் வெற்றிகரமான பெண்!!

() () ()

▰ உங்களுக்கு எழுத்துலகில் சிறப்பான இடம் கிடைக்க யார் காரணம்?

● விருதுகள் என்னைத் தேடி வருவதற்கும், இனிமேல் வரப் போகிற சிறப்புகளுக்கும் காரணம் என்னுடைய அம்மாவின் ஆசிகள்தான் என்று உறுதியாக நம்புவதற்கு... என் தாய் என்னோடவே இருக்கிறார் என்பதற்கு ஓர் உதாரணம்.

அண்மையில் ஒரு முதியோர் இல்லத்துக்கு சிறப்பு அழைப்பாளராகப் போயிருந்தேன். அங்கிருந்த தாய்மார்கள் எல்லோரும் எண்பது வயதைக் கடந்தவர்கள். நான் என்னுடைய அம்மாவின் சாயலில் இருந்த வயதான பெண்ணிடம் பேச்சுக் கொடுத்தேன்.

"அம்மா... நான் யாருன்னு உங்களுக்குத் தெரியுமா?"

அந்த அம்மாள் நடுங்கும் குரலில், "தெரியாம என்ன... நீ கதை எழுதற ராஜேஷ்குமாரு! நான் உன்னோட விசிறி..." சொன்னவர் தலையணையை எடுத்தார். அதற்குக் கீழே பத்துக்கும் மேற்பட்ட என்னுடைய நாவல்கள்!

() () ()

▰ உங்களைக் கவர்ந்த ஒரு குட்டிக்கதை.....?

● நிறைய உண்டு. ஆனால், அண்மையில் படித்த ஒரு குட்டிக்கதை என்னுடைய மனதுக்குள் விஸ்வரூபம் எடுத்து மகா காவியமாகவே மாறிவிட்டது.

ஒரு பெரிய ஹாலில் ஆன்மிக சொற்பொழிவு நடந்தது. பேசிக்கொண்டிருந்த பெரியவர், எல்லோர் கைகளிலும் ஒரு பலூனைக் கொடுத்து தங்கள் பெயர்களை எழுதச் சொன்னார். எல்லோரும் எழுதி முடித்தவுடன் அதை இன்னொரு அறையில் நிரப்பச் சொன்னார்.

பிறகு அந்தப் பெரியவர், "இப்போது நீங்கள் எல்லோரும் அதே அறைக்குள் சென்று உங்கள் பெயர் எழுதப்பட்ட பலூனை எடுத்து வாருங்கள்" என்றார்.

உடனடியாக அனைவரும் விழுந்தடித்துக்கொண்டு அந்த அறைக்குள் ஓடிச் சென்று ஒவ்வொரு பலூனாக தேடினர். ஒருவருக்கொருவர் நெருக்கித் தள்ளி கீழே விழுந்து தங்கள் பெயருக்குரிய பலூன் கிடைக்கிறதா என்று பரபரப்பாகத் தேடினர்.

நேரம் போய்கொண்டிருந்ததே தவிர ஒருவராலும் தங்களுக்குரிய பலூனைக் கண்டுபிடிக்க முடியவில்லை.

இப்போது பெரியவர் சொன்னார்: "ஒவ்வொருவரும் ஒரு பலூன் மட்டும் எடுங்கள். அந்த பலூனில் யார் பெயர் இருக்கிறதோ அதை அந்தப் பெயருடைய நபரைக் கூப்பிட்டுக் கொடுங்கள்" என்றார்.

அடுத்த ஒரே நிமிடத்தில் தங்கள் பெயர் எழுதப்பட்ட பலூன் எல்லோருக்கும் கிடைத்துவிட்டது. உடனே பெரியவர் சொன்னார்: "இதுதான் வாழ்க்கை. எல்லோரும் மகிழ்ச்சியைத் தேடுகிறோம். ஆனால், அது எங்கே... எப்படி... கிடைக்கும் என்று யாரும் நினைப்பதில்லை.

நம்முடைய சந்தோஷம் அடுத்தவர்களுக்கு உதவுவதில் தான் இருக்கிறது. மற்றவர்களுக்கு மகிழ்ச்சியைக் கொடுங்கள். உங்கள் மகிழ்ச்சி உங்களைத் தேடி வரும்!"

() () ()

■ **'டாஸ்மாக்' பிடியில் இருந்து 'குடிமகன்'களை விடுவிக்க முடியாது போலிருக்கிறதே?**

● இந்தக் கவலையோடு இப்போது புதுக் கவலை ஒன்றும் சேர்ந்துவிட்டது. ' ஆன்லைன்ல ரம்மி விளையாடுங்க. பணத்தை அள்ளுங்க...' என்கிற ஆசை வார்த்தைகளோடு விளம்பரம் வருகிறது.

நம்முடைய குடிமகன்கள் போதையில் இல்லாதபோது அவர்களிடம் இருக்கும் மீதிப் பணத்தைப் பறிக்க ரம்மி தயாராகிறது. அரசாங்கமும் இதைப் பற்றி கவலைப்படுவது இல்லை. நம் மக்களும் கவலைப்படுவது இல்லை. ஏதோ பூமி உருண்டை சுழன்றுகொண்டிருக்கிறது. நாமும் வாழ்ந்து கொண்டிருக்கிறோம்.

() () ()

■ **ரெயில், பஸ் பயணத்தின்போது... எழுதப் போகும் கதையைப் பற்றி யோசனை செய்வீர்களா... அல்லது வேடிக்கை பார்த்தபடி பயணம் செய்வீர்களா?**

● இரண்டும் இல்லை! என்னோடு பயணிக்கும் சக பயணிகள் எது மாதிரியான விஷயங்களைப் பேசிக்கொண்டு வருகிறார்கள் என்பதை உன்னிப்பாகக் கவனிப்பேன். அண்மையில் ரெயில் பயணத்தின்போது எனக்கு எதிரே உட்கார்ந்திருந்த பெண் தன் கணவரிடம் கேட்டுக்கொண்டிருந்தார்.

"என்னங்க! இந்த ஆளில்லா லெவல் கிராஸிங் ரெயில்வே கேட்டில ரெயில் பக்கத்தில வர்ற நேரத்தில எந்த வண்டியும், அது நல்ல நிலையில இருந்தாலும் தண்டவாளத்தைக் கடக்கும்போது, அதன் இயக்கம் உடனடியா செயல் இழந்துடுதே... அதுக்கு என்ன காரணம்? டிரைவரோட டென்ஷனா இல்லை.... வேற ஏதாவது காரணம் இருக்கா?"

நான் நிமிர்ந்து உட்கார்ந்தேன்.

'அட... இது ஒரு நல்ல கேள்வியா இருக்கே?'

கணவர் சொல்லப் போகும் பதிலுக்காக நான் காதைக் தீட்டிக்கொண்டு காத்திருக்க... அவர் சர்வ சாதாரணமாய் சொன்னார்.

"அது எந்த வண்டியாய் இருந்தாலும் சரி... புதுசா வாங்கினதா இருந்தாலும் சரி... தூரத்தில ரெயில் வர்றப்ப தண்டவாளத்தைக் கடக்க முயற்சி பண்ணினா வண்டியில உள்ள என்ஜின் பகுதி தண்டவாளத்தில் இருக்கிற காந்த விசையால ஈர்க்கப்பட்டு செயல் இழந்து போய் வண்டியை நிறுத்திடும். காந்த விசை இழுத்துப் பிடிச்சு வச்சிக்கிறதால வாகனத்தை மறுபடியும் ஸ்டார்ட் செஞ்சாலும் என்ஜின் இயங்காது."

இந்த விபரம் நிறைய டிரைவர்களுக்குத் தெரியாத காரணத்தினாலதான் ஆள் இல்லாத லெவல் கிராஸிங் கேட்டில் அதிக விபத்துக்கள் ஏற்படுது!" என்றார்.

அடுத்த முறை நீங்கள் ரெயிலிலோ...பஸ்சிலோ பயணம் செய்யும்போது சக பயணிகள் என்ன பேசிக்கொள்கிறார்கள் என்பதைக் கவனியுங்கள். இப்படி பயனுள்ள பல தகவல்கள் கிடைக்கும்.

() () ()

நல்ல நட்பை தக்க வைத்துக்கொள்வது எப்படி?

- உங்கள் மனதுக்கு சரி என்று தோன்றுகிற நண்பர்களிடம் மட்டுமே பழகுங்கள். புதிய நட்புகளுடன் அளவுக்கு மீறிய பழக்கம் வேண்டாம். அதிக நெருக்கம் அலட்சியத்தை உண்டாக்கி, உணர்ச்சிகளை உருக்குலைத்து மன அமைதியைக் கெடுத்துவிடும். பேச வேண்டிய விஷயங்களை மட்டும் பேசுங்கள்.

தேவையற்ற பேச்சைத் தவிர்ப்பது நல்லது. வரப்போகும் பின்விளைவுகளைப் புரிந்துகொண்டு பேசுங்கள்.

நல்ல நோக்கம் கொண்ட வார்த்தைகளே சில வேளைகளில் தவறாகப் புரிந்துகொள்ளப்பட்டு, பிரிவை உண்டாக்கிவிடுகின்றன. எதிலும் எவருக்கும் புத்திமதி சொல்லப் போகாதீர்கள். உங்கள் வேலையைப் பாருங்கள். எது குறித்தும் விவாதம் செய்யாதீர்கள். மீறினால் அது உங்களுக்கு எதிர்மறையான விளைவுகளைத்தான் உண்டாக்கும்.

யாரிடமும் எதையும் எதிர்பார்க்காதீர்கள். ஏனென்றால்... எதிர்பார்ப்பு... பரபரப்பையும், பரபரப்பு... ஏமாற்றத்தையும் தரும்.

() () ()

■ **தற்போதைய சினிமா அனுபவங்கள் உங்களுக்கு இனிப்பாக இருக்கிறதா? இல்லை... பழைய நாட்களைப் போல் கசப்பாய் தெரிகிறதா?**

● என்னை நன்றாக புரிந்து கொண்டவர்கள் மட்டுமே கோவைக்கு வந்து என்னிடம் பேசுகிறார்கள். கதை விவாதம் என்ற பெயரில் வீண் அரட்டை கிடையாது. நான் எழுதிய நாவல்களிலேயே ஏதாவது ஒன்றைப் படித்து, அது பிடித்திருப்பதாக சொல்லி அதையே திரைக்கதையாக மாற்றம் செய்துவிடுவதால் எல்லாமே நல்லபடியாய் போய்க்கொண்டிருக்கிறது. சினிமாவை உண்மையாகவே நேசிப்பவர்கள் எழுத்தாளர்களை மதிக்கிறார்கள்... சொன்னபடி நடந்துகொள்கிறார்கள். எனவே, சினிமா இப்போது இனிக்க ஆரம்பித்திருக்கிறது!

() () ()

■ **மிகச் சிறந்த நண்பன் யார்?**

● மிகச் சிறந்த நண்பன் என்று யாரும் கிடையாது. நண்பன் என்றாலே 'மிகச் சிறந்தவன்' என்றுதான் அர்த்தம்!

() () ()

■ **எங்கள் பகுதியில் ரவுடியின் தொல்லை தாங்க முடியவில்லை. போலீஸ் கண்டுகொள்ளவில்லை. அந்த அடாவடித்தனத்தில் இருந்து தப்பிக்க 'க்ரைம்' நாவலாசிரியரான நீங்கள்தான் வழி சொல்ல வேண்டும்?**

● வரப்போகும் தேர்தலில் அந்த ரவுடியை வேட்பாளராக நிற்க வைத்து, எம்.எல்.ஏவாக தேர்ந்தெடுத்து சட்டசபைக்கு அனுப்பி வைத்துவிடுங்கள். அதற்குப் பிறகு உங்கள் தொகுதிப் பக்கம் அந்த ரவுடி தலை காட்டமாட்டான்!

() () ()

■ **மனிதர்கள் வாக்குவாதம் செய்து, சண்டை போடும்போது மட்டும் சத்தம் போட்டுப் பேசுவது ஏன்?**

● எப்போதும் இரு மனிதர்கள்... ஒருவர் மீது ஒருவர் கோபம் கொள்கிறார்களோ அப்பொழுதே அவர்களின் மனங்கள் இரண்டும் வெகு தொலைவுக்கு சென்றுவிடுகிறது. எனவே, தூரத்தில் இருக்கும் மனதுக்கு கேட்க வேண்டும் என்பதற்காகவே சத்தம் போட்டு தொண்டையில் உள்ள குரல் நாண்கள் தெறிக்கப் பேசுகிறார்கள்.

மனம் எவ்வளவு தூரம் விலகி இருக்கிறதோ... அவ்வளவு தூரம் தங்கள் ஆற்றலை உபயோகித்து சத்தம் போட வேண்டியது இருக்கும். அப்பொழுதுதானே அவர்கள் பேசுவது வெகு தொலைவில் இருக்கும் மனதைச் சென்றடையும்.

ஆனால், இதுவே இரு மனிதர்கள் ஒருவர் மீது ஒருவர் அன்பாக இருக்கும்போது அவர்கள் ஒருவரைப் பார்த்து ஒருவர் சத்தம் போடுவது இல்லை. அமைதியாகவும், அன்பான முறையிலும் மென்மையான வார்த்தைகளால் தங்கள் கருத்துகளைப் பரிமாறிக்கொள்வார்கள். காரணம்... அவர்களுடைய மனங்கள் இரண்டும் மிக மிக பக்கத்தில் இருக்கும்.

() () ()

▰ மறைந்த தலைவர்களிடம் பிடித்த அம்சங்கள்?

● காமராஜரின் எளிமை.

இந்திரா காந்தியின் துணிச்சல்.

ராஜீவ்காந்தியின் மென்மை.

வாஜ்பாயின் வாய்மை.

கலைஞரின் திறமை.

எம்.ஜி.ஆரின் மனிதம்.

ஜெயலலிதாவின் மகா துணிச்சல்!

() () ()

▰ அட்சயத் திரிதியை... உங்களுடைய பார்வையில்?

● 25 ஆண்டுகளுக்கு முன்பு 365 நாட்களில் இந்த அட்சயத் திரிதியையும் சாதாரண நாள்தான்! நகைக்கடைக்காரர்கள் அதற்கு தனி அந்தஸ்தைக் கொடுத்து, அன்றைக்கு ஒரு கிராம் தங்கத்தையாவது வாங்கினால்தான் மேலும் மேலும் பொன் சேரும் என்று சதுரங்க ஆசை காட்ட.... நம் மக்களுக்கு சொல்லவா வேண்டும்?

கொஞ்சம் யோசித்துப் பாருங்கள். முன்பு, இவ்வளவு பிரமாண்ட நகைக்கடைகள் இருந்தனவா? அட்சயத் திரிதியையில் நாம் நகை வாங்கினால் அது நகைக் கடைக்கார்களுக்கு மட்டுமே நல்லது.

இந்த ஆண்டு அட்சய திருதியை' நாளில் தமிழகத்தில் மட்டும் சுமார் 10 ஆயிரம் கிலோ தங்க நகைகள் விற்பனை ஆனதாம்! அடுத்த வருடம்... பக்கத்து தெருவில் கடையின் கிளையை நடிகையைக் கொண்டு திறக்க வைப்பார்கள். இனி... 'அட்சயத்திரிதியைக்கு ஏதாவது வாங்க வேண்டும் என்று நினைத்தால் ஒரு கிலோ உப்பும், பத்து கிலோ அரிசியும் வாங்குங்கள். அதுவே அமோகம்!

() () ()

▪ போதி மரங்கள் இருக்கிறதா?

● உண்மையில் போதி மரங்கள் இல்லை. ஒரு மரத்துக்கு அடியில் போய் புத்தர் உட்கார்ந்திருந்தபோது, 'ஆசைதான் எல்லா துன்பங்களுக்கும் காரணம்' என்கிற ஞானம் அவருக்கு தோன்றியது. அந்த மரம் ஒரு உண்மையைப் போதித்ததால் அதற்கு 'போதி மரம்' என்று பெயர். அது அரசமரம்தான்!

இப்போது ஒவ்வொரு 'ஆட்டோ ஸ்டாண்ட்'டும் ஒவ்வொரு போதி மரம். பத்து நிமிஷம் அங்கே நின்று ஆட்டோவுக்குப் பின்னால் எழுதப்பட்டிருக்கும் வாசகங்களைப் படித்தால் போதும்... நாம் பாதி புத்தனாக மாறிவிடலாம்.

இதோ இரண்டு சாம்பிள்கள்...

வரவு என்பது கண்ணீர் மாதிரி...

அது ஒரு இடத்திலிருந்து

மட்டுமே வரும்!

ஆனால்,
செலவு என்பது வியர்வை மாதிரி...
எங்கிருந்து வேண்டுமானாலும்
வரும்!!

அஸ்திவாரங்கள்
ஒருபோதும்
கண்களுக்கு தெரிவதில்லை...
அம்மா
அப்பா
ஆசிரியர்!

() () ()

■ **உங்களுக்குப் பிடித்த சினிமா பாடல் வரிகள்?**

● திருந்தாத உள்ளங்கள் இருந்தென்ன லாபம்?
வருந்தாத உருவங்கள் பிறந்தென்ன லாபம்?
இருந்தாலும் மறைந்தாலும் பேர் சொல்ல வேண்டும்-...
இவர் போல யார் என்று ஊர் சொல்ல வேண்டும்!
(படம்: 'பணம் படைத்தவன்')

() () ()

■ **உங்களுக்கு எதெல்லாம் கேட்கப் பிடிக்கும்?**

● விடியற்காலையில் 'சுப்ரபாதம்'. எனது வீட்டு மாமரத்தில் மாலை நேரத்தில் பெயர் தெரியாத பறவைகளின் 'கீச் கீச்'. தூரத்தில் கேட்கும் இடி முழக்கம். பி.சுசீலாவின் எந்த ஒரு பாட்டும்!

அதோடு... ஒரு முக்கியமான விஷயத்தைப் பேசுவதற்கு

முன்பாக 'என்னங்க...' என்கிற என் மனைவியின் தயக்கமான குரல்!

() () ()

பிற நாவலாசிரியர்களின் படைப்புகளில் உங்களுக்குப் பிடித்த கதாபாத்திரம் எது?

● ஜெயகாந்தனின் 'யாருக்காக அழுதான்' - ஜோசப்.

நா.பா.வின் 'குறிஞ்சி மலர்' - பூரணி.

சாண்டில்யனின் 'யவனராணி' -இளஞ்செழியன்.

சாவியின் 'வாஷிங்டனில் திருமணம்' - பஞ்சு சாஸ்திரிகள்.

தமிழ்வாணனின் 'சங்கர்லால்' - இந்திரா, மாது.

கல்கியின் 'பொன்னியின் செல்வன்' - எல்லா கதாபாத்திரங்களுமே!

() () ()

பகவத் கீதையைப் படித்தால் புரியவில்லையே?

● அர்ஜுனனைப் பார்த்து கண்ணன் சொல்கிறான்:

"ஒரு சமயத்தில் நான் இல்லாமல் இருந்து பிறகு உண்டானேன் என்பது இல்லை. அம்மாதிரியே நீயும், இந்த மக்களும் ஒரு சமயம் இல்லாமல் இருந்து பிறகு உண்டானீர்கள் என்பது இல்லை. நாம் எல்லோரும் இனி வருங்காலத்தில் இருக்க மாட்டோம் என்பது இல்லை. எல்லோரும் இருந்தோம். எல்லோரும் இனியும் இருக்கப் போகிறோம்!"

'பகவத் கீதை' இவ்வளவு தெளிவாக இருக்கும்போது புரியவில்லை என்று சொல்கிறீர்களே... இது சரியா?

() () ()

◼ **கிரிக்கெட் வீரர் யுவராஜ் சிங் ஓய்வு பெற்றது குறித்து...?**

● அவர் எங்கே ஓய்வு பெற்றார்?

"இனி உங்களுக்கு விளையாட வாய்ப்பு தரமாட்டோம். நீங்களாகவே ஓய்வு பெறுவதாக அறிவித்துவிடுவது நல்லது" என்று கிரிக்கெட் வாரியம் சொன்ன பிறகு அல்லவா ஓய்வு முடிவை அறிவித்தார்.

பெரும்பாலான சீனியர் வீரர்கள் 40 வயதைத் தொட்ட பிறகும், இளம் வீரர்ளுக்கு வழிவிட்டு தாமாக முன்வந்து ஓய்வு பெறுவதில்லை. வாய்ப்புக்காக பிடிவாதமாக காத்திருப்பார்கள். கிரிக்கெட் போர்டு சிவப்பு அட்டையைக் காட்டிய பிறகே மீடியாக்களை அழைத்து ஓய்வு பெறப் போவதாக அறிவிப்பார்கள்.

இதெல்லாம் கிரிக்கெட்ல சகஜமப்பா!

() () ()

◼ **'வாய்மையே வெல்லும்' என்பதில் உங்களுக்கு நம்பிக்கை இருக்கிறதா?**

● என்ன இப்படியொரு கேள்வி கேட்டுவிட்டீர்கள்?.... உண்மையைப் பேசினால் நாம் யாருக்கும் பயப்பட வேண்டியதில்லை. அந்த வார்த்தைகளை ஞாபகம் வைத்துக்கொள்ள வேண்டிய அவசியமும் இல்லை. ஆனால், பொய் பேசியவர்கள் அதை கடைசி வரைக்கும் நினைவில் வைத்துக்கொள்ள வேண்டும். அது மட்டுமா...? சொன்ன பொய்யை உண்மை என்று நிரூபிக்க மேலும் சில சின்னச் சின்ன பொய்களையும் பேச நேரிடும். அவைகளையும் மறக்காமல் ஞாபகம் வைக்க வேண்டிய கட்டாயம் ஏற்படும். உண்மையைப் பேசுகிறவர்களுக்கு இந்த அவஸ்தையெல்லாம் இல்லை என்பதால் அவர்களால் வாழ்க்கையில் சுலபமாய் ஜெயிக்க முடிகிறது!

() () ()

■ **நல்லவர்களை எப்படி அடையாளம் கண்டுகொள்வது?**

● உண்மையாக நேசிப்பவர்கள் உங்களுடைய தவறுகளை உங்களிடம் சொல்லிவிடுவார்கள். ஆனால், அவர்கள் நல்லவர்களாக தெரியமாட்டார்கள். உங்களிடம் ஏதாவது எதிர்பார்ப்பவர்கள் நீங்கள் செய்யும் தவறுகளைக்கூட நியாயப்படுத்திப் பேசுவார்கள்.

அப்போது அவர்கள்தான் உங்களுக்கு நல்லவர்களாகத் தெரிவார்கள். இந்த இரண்டு வகையான நல்லவர்களில் நீங்கள் யாரை நட்பாக தேர்ந்தெடுக்க வேண்டும் என்பதை உங்கள் முடிவுக்கே விட்டுவிடுகிறேன்!

() () ()

■ **சிங்கப்பூர், மலேசியா, லண்டன் என்று ஒவ்வொரு நாட்டுக்கும் போய் சினிமா நட்சத்திரங்கள் கலை நிகழ்ச்சிகள் நடத்துகிறார்களே... இதைப் பற்றி?**

● விலை உயர்ந்த வியர்வை!

() () ()

■ **டாஸ்மாக் கடைகளை மூடினால் குடிப்பழக்கத்துக்கு ஆளானவர்கள் நரம்புத் தளர்ச்சி நோயால் பாதிக்கப்பட்டு, வேலைக்குச் செல்ல முடியாத நிலை ஏற்பட்டுவிடும். அதனால் மதுக் கடைகளை மூடமாட்டோம் என்று அமைச்சரே பேசியது சரியா?**

● 'மந்திரிக்கு அழகு... வரும்முன் உரைத்தல்' என்று சொல்வார்கள். ஆனால், நம் மந்திரிகளோ... வந்தபின் உரைக்கிறார்கள்.

எந்த நீளமான வாக்கியமாக இருந்தாலும் சரி... அதற்கு ஒரு முற்றுப்புள்ளி இருக்கும். இந்த 'டாஸ்மாக்' கடைகளுக்கும் முற்றுப்புள்ளி இல்லாமல் போகுமா என்ன?

() () ()

சின்ன வயதில் அம்மாவிடம் அடி வாங்கியது உண்டா?

அதுகூட இல்லாமல் எப்படி?

உங்கள் கேள்வியைப் படித்தபோது கவிஞர் நெல்லை ஜெயந்தாவின் கவிதை வரிகள் எனக்கு நினைவுக்கு வருகின்றன.

குழந்தைப் பருவத்தில்
நான்
தவறு செய்தால் தண்டிப்பாள்
இரண்டடிகள் கொடுத்து!
இப்போதுதான் புரிகிறது...
அந்த இரண்டடி
நான் திருந்துவதற்காக
எனக்கு கிடைத்த
திருக்குறள் என்று!!

() () ()

ஆண்களில் 60 சதவிகிதம் பேர் பெண்டாட்டி தாசர்களாக... மனைவிக்குப் பயந்தவர்களாக இருக்கிறார்கள். எல்லா வற்றுக்கும் மேலாக... நேற்று வந்தவளின் பேச்சை வேதவாக்காக எடுத்துக்கொண்டு பெற்றவர்களை முதியோர் இல்லத்தில் கொண்டு போய் சேர்ப்பவர்களும் இருக்கிறார்கள். நிலைமை இப்படி இருக்கும்போது பெண்ணடிமை, ஆணாதிக்கம் என்பதெல்லாம் எந்த வகையில் நியாயம்?

'நோட் திஸ் பாய்ண்ட் யுவர் ஆனர்'... பெண்களின் உரிமைக்காக போராடும் மகளிர் சங்கங்கள் இந்தப் புகாரை தள்ளுபடி செய்துவிடாமல் ஓர் அவசர வழக்காக விசாரிக்க வேண்டுகிறேன்!

() () ()

■ **அன்றைய ராஜேஷ்குமார் – இன்றைய ராஜேஷ்குமார்... என்ன வித்தியாசம்?**

● தோற்றத்தில் மட்டுமே மாற்றம். எழுத்துலகம் இன்னமும் என்னை அதே இடத்தில்தான் நிற்க வைத்திருக்கிறது!

() () ()

■ **80 வயதான மூத்த குடிமக்களுக்கு 'பான் கார்டு'க்கு விண்ணப்பிக்க 'ஆதார்' எண் தேவையில்லையாமே?**

● 100 வயதானவர்களுக்கு பான் கார்டு தேவையில்லை என்று அறிவித்தால், ஆயுள்காலம் வரை அவர்கள் நிம்மதியாக இருப்பார்களே!

() () ()

■ **அப்பா , அம்மா... இதில் எந்த உறவு ஒரு படி தூக்கல் ?**

● எப்போதோ... எங்கேயோ படித்தது!
நீங்களும் படியுங்கள்...
அப்பா கட்டிய
வீடாயிருந்தாலும்
அது நமக்கு
அம்மா வீடுதான்!
அடுப்படியே
அம்மாவின்
அலுவலகம்!
அன்பு மட்டுமே
எதிர்பார்க்கும் சம்பளம்!

காய்ச்சல் வந்தால்
மருந்து தேவையில்லை!
அடிக்கடி வந்து

தொட்டுப் பார்க்கும்
அம்மாவின் கையே
போதுமானது!
இவ்வளவு
வயதாகியும்
புதுச் சட்டைக்கு
மஞ்சள் வைத்து
வருபவனைக்
கேலி செய்யும்
நண்பர்களே...
அது,
அவன் வைத்த
மஞ்சள் அல்ல...
அவன்
அம்மா வைத்த
மஞ்சள்!

'டைபாய்டு' வந்து
படுத்த அம்மாவுக்கு
'சமைக்க முடியலையே?'
என்கிற கவலை!

'அம்மா... தாயே' என்று
முதன் முதலில்
பிச்சை கேட்டவன்
உளவியல் மேதைகளுக்கெல்லாம்
ஆசான்!
எந்தப் பொய்
சொல்லியும்
அம்மாக்களை

ஏமாற்றிவிட முடியும்...
'சாப்பிட்டுவிட்டேன்'
என்கிற
அந்த ஒரு பொய்யைத் தவிர!

அத்தி பூத்தாற் போல
அப்பனும்
மகனும்
பேசிச் சிரித்தால்
விழாத தூசிக்கு
கண்களை தேய்த்துக்கொண்டே
நகர்ந்துவிடுகிறார்கள்
அம்மாக்கள்!

வெளியூர் செல்லும்
பிள்ளைகளின்
பயணப் பைக்குள்
பிரியங்களைத்
திணித்து வைப்பவர்கள்
இந்த அம்மாக்கள்!

'ஃபீஸ்' கட்ட
பணமென்றால்
பிள்ளைகள்
அம்மாவைத்தான்
நாடுகின்றன...
காரணம்,
எப்படியும்
வாங்கிக் கொடுத்துவிடுவாள்...
அல்லது

எடுத்துக் கொடுத்துவிட்டு
திட்டு வாங்கிக்கொள்வாள்!

வீட்டுக்குள்
அப்பாவும்
இருந்தாலும்
'அம்மா...' என்றுதான்
கதவு தட்டுகிறோம்!
அம்மாக்களைப்
பற்றி
எழுதப்பட்ட
எல்லா
கவிதைகளிலும்
குறைந்தபட்சம்
இரண்டு சொட்டுக் கண்ணீர்
ஈரம் உலராமல்!

அகில உலக
அம்மாக்களின்
தேசிய முழக்கம்
இதுதான்...
'எம் புள்ள
பசி தாங்காது!'

() () ()

அதிர்ஷ்டம் இருந்தால்தான் வாழ்க்கையில் உயர முடியுமா?

- சாரி... ஒரு தம்ளர் பால் என்பது கடினமான உழைப்பு என்று வைத்துக்கொண்டால், அந்தப் பாலில் சேர்க்கப்படும் ஒரு ஸ்பூன் சர்க்கரைதான் அதிர்ஷ்டம்! கடவுள் எல்லோருக்கும் சர்க்கரையைக்

கொடுத்துவிடுவதில்லை. யார் யாரிடம் ஒரு தம்ளர் பால் இருக்கிறதோ... அவர்களுக்குத்தான் சர்க்கரையைக் கொடுப்பார்.

உங்களுக்கு இன்னமும் புரியவில்லை என்றால் இன்னொரு உதாரணமும் சொல்லிவிடுகிறேன். கடின உழைப்பு என்பது மாடிப் படிகளைப் போன்றது. அதிர்ஷ்டம் என்பதோ லிஃப்ட் மாதிரி. சில நேரங்களில் லிஃப்ட் பழுது அடைந்துவிடும். அது மாதிரியான நேரங்களில் படிகள்தான் உயரே செல்ல உதவும். உழைப்பை நம்புங்கள்... உழையுங்கள். அதிர்ஷ்டம் தானாக வந்து உங்களிடம் ஒட்டிக்கொள்ளும்!

() () ()

முகநூலில் (ஃபேஸ்புக்) மிகவும் விரும்பி ஷேர் செய்த பதிவு எது?

● நிறையவே 'ஷேர்' செய்திருக்கிறேன். இருந்தாலும் அதில் மிக முக்கியமான பதிவின் தமிழாக்கம் இதோ...

'உங்களின் உற்ற வாழ்க்கை துணை யார்?'

இந்தக் கேள்விக்கு பலரின் பதில்...

அம்மா... தந்தை... மனைவி... கணவன்...மகன்... மகள்... நண்பர்கள்... உறவினர்கள்...என ஒருவருக்கொருவர் மாறும். ஆனால்... உண்மை அதுவல்ல!

உங்களின் சுக, துக்கங்களோடு ஒட்டி உறவாடி... உங்களோடு இறுதி வரை பயணிப்பது யார்? உங்களுக்கு முகவரியாய் இருப்பது யார்?

சரியான பதில்...

உங்கள் உடல்! அதுதான் உங்களுக்கு உற்ற வாழ்க்கை துணை!! அதுதான் உங்கள் சொத்து.

உடலை திடமாக, ஆரோக்கியமாக, 'ரிலாக்ஸ்' ஆக வைத்திருப்பது, உங்கள் பொறுப்பு.

பணம், நண்பர்கள், உறவினர்கள் எதுவும் நிரந்தரமல்ல!

உங்கள் சொத்தை ஃபிட்டாக வைத்திருங்கள். எந்த காலகட்டத்திலும், யாருக்கும் அதை பாரமாக ஆக்கிவிடாதீர்கள். உங்களைத் தவிர, உங்கள் உடலுக்கு யாராலும், சிறந்த முறையில் உதவமுடியாது.

உதாரணமாக... நுரையீரலுக்கு பிரணாயாமம். இதயத்துக்கு நடைப்பயிற்சி. மனதுக்கு தியானம். உடலுக்கு நல்ல உணவு, உடற்பயிற்சி மற்றும் 'யோகா'. ஆன்மாவுக்கு நற்சிந்தனை.

நீங்கள் அதை கவனித்துக்கொண்டால், அது உங்களை இன்னும் நன்றாக கவனித்துக்கொள்ளும்!

() () ()

நான் ஒரு மாற்றுத்திறனாளி. எனக்கு என்ன சொல்ல விரும்புகிறீர்கள்?

● உடம்பின் வலிமையைவிட மனதின் வலிமை ஆயிரம் மடங்கு உயர்ந்தது.

மாற்றுத்திறனாளிகள் தங்கி படிக்கும் விடுதி ஒன்றுக்கு செல்ல நேர்ந்தது. விடுதியின் முகப்பில் எழுதி வைத்திருந்த வாசகம் என்னுடைய மனசில் அவ்வப்போது நினைவில் ஓடிக்கொண்டிருக்கிறது...

கடவுளிடம் கேள்வியால் ஒரு வேள்வி:-

'எந்த மனிதனும் உன்னுடைய சிலையை பிழையோடு படைப்பதில்லை! நீ மட்டும் ஏன் எங்களை உடலில் குறையோடு படைக்கிறாய்? இருந்தாலும் நாங்கள் மனதில் குறையில்லாமல் வாழக் கற்றுக்கொண்டோம்!'

() () ()

■ **ஆணின் மூளை... பெண்ணின் மூளை... எதில் கூர்மை அதிகம்?**

● நான் படித்த ஓர் அறிவியல் உண்மை இது...

'ஓம்' என்ற ஓங்கார சத்தம் காதுகளில் விழும்போது ஆண், பெண் இருவருடைய மூளையின் சில பாகங்கள் கூர்மை அடைகின்றன.

ஆனால், 'என்னங்க...!!' என்ற மனைவியின் குரலைக் கேட்ட அடுத்த விநாடியே ஆணின் ஒட்டுமொத்த மூளையும் கூர்மையடைந்து, உடம்பு எல்லா விஷயங்களுக்கும் தயாராகிவிடுகிறது!

() () ()

■ **கடவுள் நம்பிக்கை உள்ளவர்கள், கடவுள் நம்பிக்கை இல்லாதவர்கள் - இந்த இருசாராருமே எல்லாத் துறைகளிலும் பேரோடும், புகழோடும் இருக்கிறார்கள். இதை வைத்து பார்க்கும்போது கடவுள் நம்பிக்கை தேவையில்லை போல இருக்கிறதே?**

● திறமை இருந்தால்தான் பேரும், புகழும் கிடைக்கும்... 'ஓகே'!

ஆனால், திறமையோடு ஆன்மிகமும் சேரும்போது கூடுதல் சிறப்பு கிடைக்கிறது. கடவுள் எல்லோருக்கும் பொதுவானவர். அவர் யாரையும் வெறுப்பதில்லை. தன்னை உண்மையாக நேசிப்பவர்களுக்கு ஒரேயொரு சதவிகிதம் மட்டும் சாதகமாக இருக்கிறார் என்பது சத்தியமான சத்தியம்.

எந்த ஒரு திறமையுடனும் கடவுள் நம்பிக்கை என்னும் ஒரு சதவிகித ஆன்மிகம் சேரும்போது பேரும், புகழும் கொடிகட்டிப் பறக்கும். சரித்திரத்தைக் கொஞ்சம் புரட்டிப் பாருங்கள். உதாரணங்கள் நிறைய கிடைக்கும்!

() () ()

◼ **பழைய நடிகர்களில் உங்களுக்குப் பிடித்த 'ஹீரோ' யார்?**

● படங்களில் மட்டுமே வில்லனாக நடித்து, வாழ்நாள் முழுவதும் தனிமனித ஒழுக்கத்தைக் கடைபிடித்த எம்.என். நம்பியார்!

() () ()

◼ **முதல் சிறுகதை எழுதியபோது, இந்த அளவுக்கு உச்சம் கிடைக்கும் என நினைத்தீர்களா?**

● கடவுள் நினைத்திருக்கிறார் என்று இப்போது நினைக்கிறேன்!

() () ()

◼ **பட்டிமன்றங்கள் 'வெட்டி'மன்றங்களா?**

● பட்டிமன்றம் ஒன்றில் நான் கேட்டவை! இவற்றைப் படித்துவிட்டு நீங்களே முடிவு செய்யுங்கள்!!

கணவன் - மனைவி உறவு நன்றாக அமைய... மனைவியிடம் மண்டியிட்டு மன்னிப்பு கேட்டால் அது 'யோகா'! மனைவி திட்டுவதைக் காதில் வாங்கிக்கொள்ளாவிட்டால்... 'தியானம்'! யோகாவும், தியானமும் வாழ்க்கைக்கு ரொம்ப முக்கியம்!

'தோளுக்கு மேல வளர்ந்தாச்சு. இனி இவனை அடிக்க முடியாது!'ன்னு பெத்தவங்க மகனை அடிக்க இன்னொருத்தியை ஏற்பாடு பண்றதுதான்... திருமணம்!

'மாப்பிள்ளை வீட்டில் மாப்பிள்ளைக்கு ஒரு தங்கை உண்டு!' என்று சொன்ன உடனே பெண்ணுக்கு லேசா கொஞ்சம் முகம் வாடும். ஆனால், 'பெண் வீட்டில் பெண்ணுக்கு ஒரு தங்கை உண்டு!' என்று சொன்னதும் மாப்பிள்ளைக்கு முகத்தில் சந்தோஷம் பிரகாசிக்கும் பாருங்கள்... ஆண்களுக்கு எப்பவுமே பரந்த மனசுங்க!

உங்கள் கணவரை நேசியுங்கள்...அவர் அடிக்கடி டீயோ, காப்பியோ கேக்கிறார் என்றால்... நிறுத்தாத உங்கள் பேச்சைப் புத்துணர்ச்சியுடன் கேட்க விருப்புகிறார் என்று அர்த்தம்!

மற்ற அழகான பெண்களை பார்க்கிறாரா? 'என் பொண்டாட்டியைவிட இவ என்ன அழகா?'ன்னு செக் பண்றார்னு அர்த்தம்!

உங்கள் சமையலை குறை கூறிக்கொண்டே இருக்கிறாரா? அவரது சுவையறியும் திறன் கூடிக்கொண்டே போகிறது என்று அர்த்தம்!

இரவில் குறட்டை விட்டு உங்களின் தூக்கத்தைக் கெடுக்குறாரா? உங்களை மணந்தபின்தான் நிம்மதியாக உறங்குகிறார் என்று அர்த்தம்!

உங்கள் பிறந்தநாளுக்கு பரிசு வாங்கி தரவில்லையா? உங்களது எதிர்காலத்துக்கு பணம் சேமித்து வைக்கிறார் என்று அர்த்தம்! அவரை நேசித்தே ஆக வேண்டும். உங்களுக்கு வேற வழியும் இல்லை!

மூன்று காரணங்களால் மனைவியும் ஒரு திருக்குறள் தான்...1.நிறைய அதிகாரம் இருப்பதால்! 2. நிறைய இடங்களில் புரிந்தும் புரியாமலும் இருப்பதால்! 3. இரண்டே அடியில் எல்லாவற்றையும் உணர வைப்பதால்!

() () ()

திருக்குறளை பள்ளிக்கூடத்தில் படித்ததற்கும், இப்போது படிப்பதற்கும் என்ன வித்தியாசம்?

- அன்றைக்கு மதிப்பெண் வாங்க படித்தோம். இன்றைக்கு 1,330 குறள்களை ஒன்றே முக்கால் அடியில் படித்துப்

பார்க்கும்போது ஏதோ ராணுவக் கட்டளைகள் போல் எனக்குத் தோன்றுகிறது. அதிகாரத்துக்கு ஒரு குறளைக் கடைபிடித்து வாழ்ந்தாலே போதும்... ஓர் உன்னதமான வாழ்க்கையை வாழ்ந்து காட்டிவிடலாம்!

() () ()

◼ தோல்விகள் நம்மைத் தொடாமல் இருக்க என்ன வழி?

● 'காலையில் தூக்கம் கலைந்ததும் உடனடியாக எழாமல், எழுந்திருப்பதை 10 நிமிடம் தள்ளிப் போடுவதில் இருந்து ஒரு மனிதனின் தோல்விகள் ஆரம்பமாகின்றன' என்று சொல்வார்கள். எனவே, தூக்கம் கலைந்ததும் உடனடியாக படுக்கையில் இருந்து எழுந்துவிடுங்கள். வெற்றியும் உங்களோடு சேர்ந்து எழுந்துகொள்ளும்.

உங்களிடம் ஒரு வெள்ளைத் தாள் இருந்தால் அது கவிதையைப் பிரசவிப்பதும் அல்லது கசங்கிய குப்பை காகிதமாய் குப்பைக்கூடைக்குப் போவதும் உங்களுடைய கைகளில்தான் உள்ளது. இந்த உலகத்தில் படைக்கப்பட்டவை எல்லாம் நமக்காகத்தான்!

அதை பெறுவதும், இழப்பதும் நம் திறமையில்தான் இருக்கிறது. நீங்கள் உரிய நேரத்தில் செய்ய வேண்டிய பணியைத் தள்ளிப் போட்டால், தோல்வி உங்கள் தோளின் மேல் ஏறி உட்கார்ந்துகொள்ளும். வெற்றி எட்டி நின்று வேடிக்கை பார்க்கும். செய்யும் தொழிலில் வேகம், விவேகம்... இந்த இரண்டும் இருந்தால் வெற்றி உங்களின் உற்ற நண்பன்!

() () ()

■ **'தந்தை சொல் மிக்க மந்திரம் இல்லை'... 'தாய் சொல்லைத் தட்டாதே'... இதில் எதை எடுத்துக்கொள்ளலாம்?**

● சுப்ரீம் கோர்ட்டுக்குப் போக வேண்டியதுதான்! நமது தாத்தா, பாட்டியைச் சொல்கிறேன்!!

() () ()

■ **உங்களுக்குப் பிடித்த கேள்வியும், பதிலும்?**

● கேள்வி: ஒரு நல்ல குடும்பத்தை அடையாளம் காண்பது எப்படி?

பதில்: அந்த வீட்டுக்குள் இருக்கும் முதியவர்கள் எவ்விதம் நடத்தப்படுகிறார்கள் என்பதை வைத்து!

() () ()

■ **அறுபது வயதைத் தொட்டுவிட்ட எனக்குள் லேசாக மரண பயம். இதை எப்படி தவிர்ப்பது?**

● மரணம் என்பது... அடுத்த ஜென்மம் என்று ஒன்று இருந்தால், அதுவரை நாம் நிம்மதியாக ஓய்வு எடுப்பதற்காக இறைவனால் கொடுக்கப்படும் தூக்க மாத்திரை. அவ்வளவுதான்! அந்த மறுஜென்மமும் இல்லையென்றால்... நிம்மதியோ நிம்மதி. எதற்காக பயம்?

() () ()

■ **படித்ததில் பிடித்தது ஏதேனும்?**

● நீங்களும் படியுங்கள்...

முதல்வர் பதவிக்கு முயற்சி செய்பவர்கள், தமிழ்நாட்டில் வெற்றிடம் ஏற்பட்டிருக்கிறது என்று சொல்கிறார்கள். அப்படியென்றால் வெற்றிடத்துக்கு இன்னொரு பெயர் 'முதல்வர் பதவி'.

() () ()

◼ **நட்பு, பாசம், அன்பு, பிரியம், காதல்... இதெல்லாமே ஒன்றா?**

● கடைசியாக சொன்னது...... குண்டும், குழியுமான மண்சாலை.

() () ()

◼ **மற்றவர்களிடம் செல்வாக்கு, மரியாதை பெற என்ன வழி?**

● சுலபமான வழி... பளீர் வேட்டி - சட்டை அணிவது. கஷ்டமான வழி... தனிமனித ஒழுக்கம்.

() () ()

◼ **கருப்பு, கறுப்பு – சிவப்பு, சிகப்பு – எது சரி?**

● நிறங்கள் குறித்து எழுதும்போது நம்மில் சிலர் குழப்பங்களுக்கு உள்ளாகிறார்கள்.

உதாரணமாக சிவப்பு, சிகப்பு என்று எழுதுவார்கள். அதேபோல் கருப்பு, கறுப்பு என்ற சொற்களிலும் இவற்றில் எது சரி என்ற குழப்பம் ஏற்படும்.

இதனை 'வண்ணக் குழப்பங்கள்' என குறிப்பிடுவார்கள்.

புலம்பெயர்ந்த மனிதர்கள் தம் தாய்மொழி மொழி விடுத்து புது மொழியையும் கற்கும்போது ஏற்படும் உச்சரிப்பு சிரமத்தாலும் இந்தக் குழப்பங்கள் ஏற்படுகிறது.

அது மட்டுமின்றி... செவ்வானம், செவ்வாழை போன்ற சொற்களில் 'வ'கரமும்... சிகப்பு மனிதன், சிகப்பு ரோஜாக்கள் போன்ற சொற்களில் 'க'கரமும் இருக்க கண்டிருக்கிறோம். இதுவும் ஒரு காரணம் என்றாகிறது.

சரி... இந்தக் குழப்பத்தை எப்படி எளிமையாகத் தெளிவு பெறுவது என்று பார்ப்போம்!

சிகப்பு, சிவப்பு... இந்த இரண்டு சொற்களையும் எடுத்துக்கொண்டு, அதில் எது வினைச்சொல்லாகப் பயிலும் என்று பார்க்க வேண்டும்.

ஒரு சொல் வினைச்சொல்லில் எப்படிப் பயில்கிறதோ அப்படித்தான் அந்தச் சொல் அமைந்திருக்கும்.

எடுத்துக்காட்டு

வெட்கத்தில் முகம் சிவந்தாள்!

சிவந்த மண்!

கண் சிவந்தால் மண் சிவக்கும்!

இதுபோன்ற தொடர்களைப் படிக்கும்போது இதில் 'சிவத்தல்' என்பது வினையாகப் பயில்கிறது என்பது தெரிகிறது.

'சிகத்தல்' என்பதில் எந்த வினைச்சொல்லும் இல்லை. எனவே, 'சிவப்பு' என்பதுதான் பிழையற்ற சொல்!

இந்த குழப்பத்துக்கு தீர்வாக அன்றே தொல்காப்பியர் மிகவும் தெளிவாய் சொல்லி வைத்தார்.

'கறுப்பும், சிவப்பும் வெகுளிப்பொருள்!'- அதாவது... கறுப்பு, சிவப்பு என்னும் சொற்களின் பொருள் கோபம். மேலும் குழப்புகிறதா?.... கவலை வேண்டாம்!

'கோபத்தில் அவனது முகம் கறுத்தது', 'ஆத்திரத்தில் அவன் சிவந்து போனான்' என்று எழுதுகிறோம் அல்லவா?

இந்த வாக்கியங்களில் உள்ள கறுப்பும், சிவப்பும் நிறமல்ல... கோபம் என்னும் குணம்தான்!'சிவப்புச் சட்டை, கறுப்புக் கொடி என்று எழுதுவது தவறா?' என்று உங்களுக்குக் கேள்வி எழலாம்.

அதற்குப் பதில்...

கண்டிப்பாக எழுதலாம்! இதற்கும் தொல்காப்பியர் சொல்லி இருக்கிறார்... 'நிறத்துறு உணர்த்தற்கும் உரிய'. பொருள் : நிறங்களைக் குறிப்பதற்கும் இந்தச் சொற்களைப் பயன்படுத்தலாம்.

சிவப்பு என்ற சொல்லில் இருந்து பல சொற்கள் வருகின்றன

செவ்வானம் - சிவந்த வானம்

செந்தாமரை - சிவந்த தாமரை

அதுபோல் 'கறுப்பு' என்ற சொல்லை 'கருப்பு' என்றும் எழுதலாம்.

கார் மேகம் - கறுத்த மேகம்

கார்குழல் - கறுப்பான கூந்தல்

ஆனால், கறுப்பு என்பதே நேர்ச்சொல். எளிமையாகச் சொல்ல வேண்டுமானால்...கறுப்பு, கருப்பு என்பது நிறத்தையும்...கறுப்பு என்பது நிறத்தையும், கோபத்தையும் குறிக்கும்.

தமிழ் கரு-இணையதளத்தில் படித்ததின் தொகுப்பு

() () ()

உலகில் மிகவும் பிடித்த இடம்?

- எனது எழுத்துகள் பிரசவமாகும் 160 சதுர அடி பரப்பளவுள்ள என் வீட்டு அறை!

() () ()

யாருடைய பேச்சு உங்களுக்குப் பிடிக்கும்?

- சில சாமானிய மக்களிடம் இருக்கும் பேச்சுத் திறமைகூட புகழ்பெற்ற பல பேச்சாளர்களிடம் இருப்பது இல்லை.

ஒரு மே மாத மத்தியான வெயிலில் தலையில் கூடையோடு வயதான பெண். என் வீட்டு வாசல்படியில் நின்றிருப்பதைப் பார்த்ததும்...

"அய்யா... பழம் வேணுமா?" என்று கேட்டார்.

நான், "என்ன பழம்மா?" என கேட்டேன்.

உடனே பதில் வந்தது. "சுட்ட பழங்கய்யா!"

எனக்குள் வியப்பு!

"சுட்ட பழமா?"

தலையிலிருந்த கூடை இறங்கியது.

சஸ்பென்ஸ் தாங்காமல் எட்டிப் பார்த்தேன்.

நாவல் பழம்.

"அய்யா... இது அவ்வையார் ஆசையா சாப்பிட்டப் பழம். கால் கிலோ அறுபது ரூபாதான்!"

(கிலோ 240 என்று சொன்னால் அதிகமாய் தெரியுமே!)

வாயில் இருந்த சொற்ப பற்களுடன் சிரித்தபடி சொல்ல... அந்த பாமரத்தனமான பேச்சில் ஒளிந்திருந்த சாதுரியத்துக்காக ஒரு கிலோ சுட்டபழம் வாங்கிக் கொண்டேன்!

() () ()

■ 'மாதராய் பிறப்பதற்கே மாதவம் செய்திட வேண்டும்மா...' என்று சொல்கிறார்களே! அப்படியானால் ஆண்களாய் பிறந்தவர்கள் பாவம் செய்தவர்களா?

● என்ன... இதுக்கெல்லாம் போய் கண்ணைக் கசக்கிகிட்டு...?

இப்படி பக்கத்துல வாங்க... சொல்றேன்.

"பெண்களைச் சமாளிச்சிக்கிட்டு அவங்கக்கூட ஆண்கள் சந்தோஷமான வாழ்க்கை வாழணுங்கிறதுக்காக நம்ம பெரியவங்க... பெண்களோட தலையில வெச்ச 'ஐஸ்' கட்டிகளில் இதுதான் பெரிசு.

தப்பித் தவறி வெளியே யார்கிட்டேயும் இதைச் சொல்லிடாதீங்க!"

() () ()

■ **கல்லூரியில் படிக்கும் நான் காதலிக்கவும் ஆரம்பித்து விட்டேன். ஏதாவது ஆலோசனை?**

● தப்பு இல்லாமல் கொஞ்சம் கவிதை எழுதவும், சற்றே தாடி வளர்த்து அதை பராமரிக்கவும் சற்று கற்றுக்கொள்ளுங்கள்!

() () ()

■ **கிரிக்கெட், கால்பந்து, பிக்பாஸ் குறித்து உங்கள் கருத்து என்ன?**

● நேரத்தை மட்டுமே சாப்பிட்டு, புஷ்டியாக வளரும் பணக்காரக் குழந்தைகள்!

() () ()

■ **கல்லூரி மாணவன் நான். 'படிப்பை முடித்ததும் வேலை கிடைக்குமா?' என்ற பயம் வதைக்கிறது. இதில் இருந்து விடுபடுவது எப்படி?**

● ராமேஸ்வரத்தில் 1932-ம் ஆண்டு அக்டோபர் மாதம் 15ந்தேதி ஒருவர் பிறந்தார். வீட்டில் கடைக்குட்டி. சிறுவயதில் தினமும் காலையில் பத்திரிகைகள் போடும் பையனாக பணியாற்றிக்கொண்டே படித்தார். திருச்சி, சென்னை கல்லூரிகளில் படித்தவர், 1958ல் பாதுகாப்பு ஆராய்ச்சி நிலையத்தில் வேலைக்குச் சேர்ந்தார்.

பிரித்வி, திரிசூல், ஆகாஷ், நாக், அக்னி ஆகிய ஏவுகணைகள் இவரது உழைப்பில் உருவாகின. இவரது சேவையைப் பாராட்டி 1981ல் 'பத்ம பூஷன்', 1990ல் 'பாரத ரத்னா' விருதுகளை மத்திய அரசு வழங்கியது. 'பொக்ரான்' அணுகுண்டு வெடிப்பு மூலம் அவரை உலகமே வியப்புடன் திரும்பிப் பார்த்தது. 2002ல் இந்திய நாட்டின் ஜனாதிபதி ஆனார்.

நீங்கள் கேட்ட கேள்விகளுக்கான பதில் இது! இந்தப் பதிலை தினசரி காலையிலும், மாலையிலும் படியுங்கள். உங்கள் ரத்த ஓட்டத்தில் தைரியம் தானாக இணைந்துகொள்ளும்!!

() () ()

■ **உங்கள் நாவல்களில் ஒவ்வொரு அத்தியாயத்திலும் பல நல்ல பொது அறிவுத் தகவல்களை நாங்கள் தெரிந்துகொள்கிறோம். இவைகளையெல்லாம் எப்படி சார் சேகரிக்கிறீர்கள்?**

● கொஞ்சம் தேடல்,

நிறைய மெனக் கெடல்,

இதன் விளைவாக இன்று

உங்கள்

பாராட்டு மடல்.

நன்றி!

() () ()

■ **இன்றைய இளைஞர், இளைஞிகள் பற்றி...?**

● நம் நாட்டின் சுதந்திர தினம், குடியரசு தினத்தைவிட காதலர் தினத்தை சிறப்பாக கொண்டாடுபவர்கள்!

துணிக்கடையைத் திறக்க வரும் நடிகையைப்

பார்ப்பதற்கு போக்குவரத்தையே ஸ்தம்பிக்க வைப்பவர்கள்!

மது அருந்துவது ஒன்றும் தப்பில்லை என்கிற மனோபாவத்துக்கு வந்துவிட்டவர்கள்!

பெற்றோரை, 'உங்களுக்கு ஒண்ணுமே தெரியாது!' என்று மட்டம் தட்டி மகிழ்பவர்கள்.

இன்னும் சொல்லலாம்... ஆனால், வேண்டாம்!

இருக்கும் கொஞ்ச நஞ்ச நல்ல இளைஞர் - இளைஞிகளுக்காக... இத்தோடு முற்றுப்புள்ளி வைக்கிறேன்.

() () ()

■ வரப்போகும் நாடாளுமன்றத் தேர்தலில் கோவை தொகுதியில் நீங்கள் சுயேச்சை வேட்பாளராக போட்டியிட வேண்டும் என்பது என் விருப்பம். அதற்கு முக்கியமான தகுதி, நீங்கள் நாட்டுப் பற்று மிக்கவர் என்பதுதான். போட்டியிடுவீர்களா...?

● இந்த நாட்டின் மேல் பற்று கொண்டவர்கள், யாரும் தேர்தலில் நிற்கமாட்டார்கள். அப்படியே நின்றாலும், அவர்களுக்கு யாரும் ஓட்டுப் போடமாட்டார்கள்!

() () ()

■ 'ஆணாதிக்கம் அதிகரித்துவிட்டது!' என்று சொல்கிறார்கள். ஆனால், உண்மையில் பெண்கள்தான் ஆண்களை அடிமைகளாக மாற்றி 'பெண்ணாதிக்கம்' கொண்டவர்களாக இருக்கிறார்கள் என்பது என் கருத்து. நீங்கள் என்ன நினைக்கிறீர்கள்?

● இன்டர்நெட்டில் நான் படித்த ஒரு விஷயத்தைச் சொல்கிறேன்...

ஒரு பெண் தன்னுடைய கணவனிடம் இருந்து விவாகரத்துக் கேட்டு கோர்ட்டில் வழக்கு தொடுத்திருந்தாள். விசாரணை நடைபெற்றது. கூண்டில் நின்ற அப்பெண்ணிடம் குறுக்கு விசாரணை செய்யும்போது வக்கீல் கேட்டார்:

'உங்கள் பெயர் என்ன?'

அந்தப் பெண் 'கமலம்' என்றாள்.

'உங்கள் கணவரை ஏன் விவாகரத்து செய்கிறீர்கள்?' என்று கேட்டார் வக்கீல்.

அதற்கு அவள், 'தூக்கத்தில் அடிக்கடி வேலைக்காரியின் பெயரைச் சொல்கிறார்' என்றாள்.

'அவள் பெயர் என்ன?' அடுத்த கேள்வியைக் கேட்டார் வக்கீல்.

'அவள் பெயரும் கமலம்தான்!' என பதிலளித்தாள்.

'நல்ல வேடிக்கை!' என்ற வக்கீலுக்கு ஆர்வம் தொற்றிக்கொள்ள... ரொம்ப சீரியஸாகக் கேட்டார்:

'உங்களின் பெயரும், வேலைக்காரி பெயரும் கமலம். உங்கள் கணவர் தூக்கத்தில் உங்கள் பெயரையே சொல்லி இருக்கலாம் அல்லவா?'

அந்தப் பெண் வேகமாக தலையாட்டி மறுத்தாள்:

' நிச்சயமாக அவர் என் பெயரைச் சொல்லியிருக்க மாட்டார்!"

இப்போது நீதிபதி குறுக்கிட்டு கேட்டார்:

'எப்படி அவ்வளவு உறுதியாக சொல்கிறீர்கள்?'

நீதிமன்றத்தில் இருந்த அனைவரையும் ஒரு முறை

பார்த்துவிட்டு, அவள் சத்தமாகச் சொன்னாள்:

'ஏனென்றால்... என் பெயரைச் சொல்லும் அளவுக்கு அந்தாளுக்கு தைரியம் ஏது?'

() () ()

பள்ளிக்கூட விடுமுறை நாட்களில் தாத்தா – பாட்டி வீட்டுக்குப் போன அனுபவம் உண்டா?

● வெள்ளரிப் பிஞ்சுகளைப் போன்ற அந்த இளமை இனிமையான நாட்களை, இப்போது பிளாஷ் பேக்கில் நினைத்தாலும் மனசு பூராவும் பச்சைப் பசேலென்று ஒரு புல்வெளி மைதானமாக மாறிவிடும். என் பள்ளியின் விடுமுறைக் காலத்தை என்னுடைய தாத்தா-பாட்டி வீடுகளுக்குப் போய் கழிக்கக்கூடிய பாக்கியம் எனக்குக் கிடைக்கவில்லை.

காரணம்... அவர்கள் எங்கள் வீட்டிலேயே இருந்ததுதான்! அதனால் ஒவ்வொரு ஏப்ரல், மே மாதத்திலும் நான் பெட்டியோடு கிளம்புவது சித்தி வீட்டுக்குத்தான். அவரது வீடு இருப்பது சேலத்துக்குப் பக்கத்தில் சங்ககிரி துர்க்கம். 1960களில் அது சிறிய கிராமம். பேருந்தைவிட்டு இறங்கும்போதே மண்வாசனை கமகமக்கும். குதிரை வண்டி ஸ்டாண்டைப் போல் சிறிய பஸ் நிலையம். கொஞ்சம் தள்ளி சினிமா கொட்டகை. அதில் பெரும்பாலும் எம்.ஜி.ஆர். படங்கள்.

ரோட்டில் நடந்தால் எப்போதாவது பார்வைக்குக் கிடைக்கும் மனிதர்கள். எப்போது தலையை உயர்த்தினாலும் ஸ்டில் போட்டோ கிராபி மாதிரி கண்ணுக்கு தென்படும் சங்கு போன்ற அமைப்பைக் கொண்ட சங்ககிரி மலை. அதன் அடிவாரம் பூராவும் பச்சை நிற பெயிண்ட்டைக் கொட்டிய மாதிரி வயல் வெளிகள்.

இவை எல்லாவற்றுக்கும் மேலாக என் சரஸ்வதி சித்தியின் சமையல். அதில் எனக்குப் பிடித்த அயிட்டங்கள் எத்தனையோ இருந்தாலும் ஒன்று மட்டும் என்னை இப்போது 'ஓ..!' போட வைக்கிறது. வெண்ணெயாய் அரைக்கப்பட்ட கார உளுந்து துவையலை சூடான கிச்சடிச் சம்பா சாதத்தோடு சேர்த்து பிசைந்து கொண்டிருக்கும்போதே அதோடு ராசிபுரம் நெய்யும் கூட்டணி சேரும். அடடா... அந்த 1960கள் ரிவர்ஸில் வந்தால் எவ்வளவு நன்றாக இருக்கும்?

() () ()

நீங்கள் விரும்பி சாப்பிடும் 'ஸ்நாக்ஸ்' எது?

- சொத்தை இல்லாத... அவித்த வேர்க்கடலையுடன் ஒரு துண்டு அச்சு வெல்லம்!

() () ()

இன்றைய சினிமா ரசிகர்கள் குறித்து...?

- 'தினத்தந்தி' நாளிதழில் வாசகர் ஈ.ஆர்.பெருமாள் எழுதிய 'பொழுதுபோக்கு தளத்தில் போர் எதற்கு?' என்னும் தலைப்பில் வெளியான கட்டுரையில் சிந்திக்க வைத்த சில வரிகள்:

'சினிமா என்பது நிழல்தான்... நிஜம் அல்ல என்பதை முதலில் ரசிகர்கள் உணர வேண்டும். 2 மணி நேரம் 30 நிமிடங்கள் ஓடும் திரைப்படங்கள் என்பது நமது நேரத்தை செலவழிக்கும் பொழுதுபோக்கு தளம் மட்டுமே!

கோடிக் கணக்கில் சம்பளம், ஆடம்பர பங்களா, சொகுசு கார் என்று நடிகர்களின் வாழ்க்கைத் தரம் சொர்க்கபுரியாகத்தான் இருக்கிறது. அவர்கள் தங்களுக்குள் நண்பர்களாகவும், ஒற்றுமையாகவும்தான்

பழகி வருகிறார்கள். ஆனால், அவர்களுக்காக சண்டையிட்டுக்கொள்ளும் நாம் எந்த நிலையில் உள்ளோம் என்பதை தெரிந்துகொள்ள வேண்டும். இதுபோன்ற காரியங்களுக்கு நேரத்தை வீணடிப்பதன் மூலம் எந்த பயனும் இல்லை. முடிந்தால் தாங்கள் விரும்பும் ஆஸ்தான நடிகரின் பெயரில், சமுதாயத்தில் ஏழைகளுக்கு சிறு உதவி புரியலாம். குழந்தைகளுக்கு படிப்பு கற்றுக் கொடுக்கலாம். இந்த செயல்களே நீங்கள் விரும்பும் நடிகரையும், உங்களையும் மக்கள் மனதில் சிகரத்தில் ஏற்றி வைக்கும்!

() () ()

நீங்கள் அதிக பெருமிதம் கொண்ட தருணம் எது?

● ஒரு நாள் காலை. நான் வீட்டுக்கு வெளியே வந்தபோது கட்டட வேலைக்குச் செல்லும் நடுத்தர வயதுப் பெண் ஒருவர் என்னைப் பார்த்துவிட்டு திகைப்போடு நின்றார், அதிர்ச்சி அகலாத முகத்தோடு!

“ஐயா, நீங்கதான் கதை எழுதற ராஜேஷ்குமாரா?” என்று கேட்டார்.

நான் “ஆமாம்” என்று சொன்னதும், அந்தப் பெண் உணர்ச்சி வசப்பட்டு என் கையைப் பிடித்துக்கொண்டு “ஐயா, இன்னிக்கு ஒரு தைரியமான பொண்ணா வேலைக்குப் போறேன்னா அதுக்கு காரணம்... நான் படிச்சிட்டிருக்கிற உங்க நாவல்கள்தான்ய்யா. படிச்சது அஞ்சாங் கிளாஸ்தான். ஆனா, யாரு இங்கீலீஷ்ல பேசினாலும் எனக்கு நல்லா புரியுது. நல்லவங்க யாரு... கெட்டவங்க யாருன்னு உடனே தெரியுது” என்றார்.

அவர் அப்படிச் சொன்னதும் எனக்கு ஏதோ பெரிய விருது வாங்கிய உணர்வு.

“உங்க பேர் என்னம்மா?” என்று கேட்டேன். “செல்விங்க...

முழுப்பேரு அருள்செல்வி. எம் பேரை வெச்சு ஒரு கதையை எழுதுங்கய்யா" என்றார்.

நான் உடனே... "என் அடுத்த நாவலோட 'ஹீரோயின்' நீங்கதாம்மா" என்றேன்.

() () ()

■ **நமக்கு தேவையான மூன்று விஷயங்கள் வாழ்க்கையில் ஒரு முறைதான் கிடைக்கும். அது என்னென்ன என்று உங்களால் சொல்ல முடியுமா?**

● தாய், தந்தை, இளமை!

() () ()

■ **நம்மை ஆண்ட வெள்ளைக்காரார்கள் விட்டுச் சென்ற நன்மை... தீமை என்ன?**

● நன்மை: எந்தக் காலத்திலும் அழியாமல் கம்பீரமாக நிற்கும் செங்காவி கட்டடங்கள்.

தீமை: கோடி கோடியாய் கொள்ளையடிக்கும் அரசியல் தலைவர்களைக் களங்கமாக விட்டுவிட்டுச் சென்றது!

() () ()

■ **யாருக்கு தலை குனிய வேண்டும்?**

● கேள்வியை மாற்றிக் கேட்டிருக்கலாம்:

'எதற்கு தலை குனிய வேண்டும்?' என்று!

இதற்கான என் பதில்:

யாராக இருந்தாலும் சரி... அவர்கள் காட்டும் அன்பு தண்ணீர் கலக்காத பால் என்றால்.. தலை என்ன... உடம்பே அடைப்புக் குறி மாதிரி குனியலாம்!

() () ()

■ **தூக்கத்தில் உளறி மனைவியிடம் மாட்டிக்கொள்கிறார்களே சில கணவன்மார்கள்?**

● தூக்கத்தில் உளறித்தான் மாட்டிக்கொள்ள வேண்டுமா என்ன?

◊ ◊ ◊

■ **'குசும்பு' – கோயமுத்தூர் 'குசும்பு'…வித்தியாசம் என்ன?**

● தப்பட்டைக்கும், தாரைத் தப்பட்டைக்கும் உள்ள வித்தியாசம்தான்!

◊ ◊ ◊

■ **மதிப்புக்கும், மரியாதைக்கும் என்ன வித்தியாசம்?**

● மதிப்பு – நாம் நல்ல வழியில் சம்பாதித்துக்கொள்வது!
மரியாதை – நமக்கு மற்றவர்கள் தருவது!!

◊ ◊ ◊

■ **சார்… கோபிச்சுக்கக் கூடாது. நீங்க திடீரென திருநங்கையானால் செய்யும் முதல் வேலை?**

● 'ராஜேஷ்குமாரி' என்று பெயர் மாற்றிவிட்டு, உங்களையும் கூடவே கூட்டிக்கொண்டு கூத்தாண்டவர் கோயிலுக்குப் போய் நன்றி சொல்லிவிட்டு வருவேன்.

◊ ◊ ◊

■ **நீங்கள் சண்டை போட விரும்பும் நபர் உண்டென்றால் அது யார்?**

● கடவுள்! அவரிடம் மட்டுமே அந்த உரிமையை எடுத்துக்கொள்வேன். நான் யாருடனும் சண்டைக்குப் போகமாட்டேன் என்று அவருக்கு தெரியும். அந்த சண்டையும் ஒரு நிமிஷம்தான்!

◊ ◊ ◊

மனைவிக்கு கால் அமுக்கி விடுவது தப்பா?

- கணவனுக்கு மனைவி கால் அமுக்கி விடுவது தப்பு என்றால்... இதுவும் தப்புதான்!

() () ()

எல்லா விஷயத்தையும் கதையாக மாற்றி எழுதிடுறீங்க. மாற்றவே முடியாத கதை எது?

- நம் தலையில் ஏற்கெனவே பிரம்மன் எழுதிவிட்ட கதையை!

() () ()

புரியாத பொன்மொழி ஒன்றை புரியும்படி சொல்ல முடியுமா?

- புரியாத பிரியம்...

  பிரியும்போது புரியும்!

() () ()

ஏழு நிறங்கள். ஒவ்வொரு வரியில், அந்த நிறங்களோடு பொருந்திப் போகிற மாதிரி கமெண்ட்ஸ் சொல்ல முடியுமா?

- வெண்மை: இந்தியாவுக்கும், பாகிஸ்தானுக்கும் என்றென்றும் தேவைப்படும் நிறம்.

  பச்சை: இது இல்லாவிட்டால் சில சினிமா வசனகர்த்தாக்களுக்கு எழுதவே வராது!

  சிவப்பு: உடம்புக்குள் ஒரே நிறமாக ஓடிக்கொண்டிருந்தாலும் வெளியே மனிதர்களுக்கு பல நிறம்!

  மஞ்சள்: பெண்களுக்குப் பிடிக்கும்!

  நீலம்: வானம் பகலில் முகம் பார்க்கும்போது கடலில்

நமக்கு காணக் கிடைக்கும் நிறம்!

ஆரஞ்சு: போலிச் சாமியார்களைப் பாதுகாக்கும் கவசம்.

கறுப்பு: நாற்பது வயதுக்கு மேற்பட்டவர்கள் கடையில் வாங்கும் மை.

() () ()

நகைச்சுவையாக எழுதுவதில் யார் 'டாப்'?

● 'சாவி' சார்தான்! எழுத்தில் மட்டும் அல்ல. அவர் பேச்சிலும் அது வெளிப்படும்.

ஒரு முறை விழா ஒன்றில் கலந்துகொள்ள கோவைக்கு வந்தபோது நண்பர் ஒருவரைப் பார்த்து, "நீங்க ரகுராமனின் அண்ணனா?" என்று கேட்டார்.

அதற்கு அந்த நபர், "இல்ல சார்... நான் ரகுராமன்" என்றார்.

அதற்கு சாவி சார் "அதுதானே பார்த்தேன். முகஜாடை அப்படியே இருக்கு" என்று சிரிக்காமல் சொன்னார்.

() () ()

மத்தியில் யார் ஆட்சிக்கு வருவார்கள்?

● யார் ஆட்சிக்கு வந்தாலும் சரி... நம்மைக் காப்பாற்றப் போவது என்னவோ அந்தக் கடவுள்தான்!

() () ()

நீங்கள் எழுத அரசு தடை போட்டால் என்ன செய்வீர்கள்?

● அதே எழுத்து வேலைதான்! கணினியில் 'டைப்' செய்து பத்திரிகைகளுக்கு அனுப்ப வேண்டியதுதான்!

() () ()

◼ **கடவுள் நமக்கு கண்கள், காதுகள், இரண்டு கைகள், கால்களை எல்லாம் இரண்டு இரண்டாய் கொடுத்தவர் இருதயத்தை மட்டும் ஒன்றாக ஏன் கொடுத்தார்?**

● நமக்குப் பொருத்தமான இன்னொரு இருதயத்தை நாமே தேடிக் கண்டுபிடிக்க வேண்டும் என்பதற்காகத்தான்!

() () ()

◼ **பெற்றவர்களைப் பெருமைப்படுத்தும்போது எல்லோருமே அம்மாவை மட்டுமே முன்னிலைப்படுத்தி பேசுகிறார்கள். அப்பாவுக்கு ஏன் இரண்டாவது இடம்?**

● எனக்குள்ளும் இந்தக் கேள்வி எழுந்தது உண்மை! நண்பர் ஒருவரின் அலுவலகம் சென்றபோது அங்கே எழுதி வைத்திருந்த வாசகங்கள் மனசுக்கு ஒத்தடம் கொடுப்பதாக இருந்தது.

அப்பா

அம்மா இல்லத்தின் தன்மானம் என்றால்...

அப்பா வீட்டின் மிகப்பெரிய அடையாளம்.

அம்மா ஊட்டுவது அன்பு.

அப்பா கொடுப்பது அளவற்ற தெம்பு.

நேரம் அறிந்து உணவு அளிப்பவள் அம்மா.

நேரம் காலம் பார்க்காமல் உழைத்து, அந்த

உணவை சம்பாதித்து வருவது அப்பா.

அப்பா ஒரு நெடிய ஆலமரம்.

அதன் குளிர் நிழலில்தான்

இருக்கிறோம் என்பதை ஒட்டுமொத்த

குடும்பமும் மறந்துவிடுவதுதான்

உச்சகட்ட கொடுமை!

() () ()

■ **ஒருவன் துரதிர்ஷ்டசாலியா... இல்லை அதிர்ஷ்டசாலியா என்பது எப்படித் தெரியும்?**

● ஒரு பேனா வைத்துக்கொண்டிருப்பவன் தேடமாட்டான். பல பேனா இருப்பவனுக்குச் சமயத்தில் ஒரு பேனாவும் கிடைக்காது. இப்போது சொல்லுங்கள்... இதில் யார் அதிர்ஷ்டசாலி?

() () ()

■ **பிரதமர், ஜனாதிபதி பதவி... என்ன வித்தியாசம்?**

● முன்னது...

ஓய்வில்லாத வேலை!

பின்னது...

வேலையில்லாத ஓய்வு!!

() () ()

■ **மனித ஆரோக்கியத்துக்கு தீங்கு என்றால் வெளிநாடுகளில் உடனடி நடவடிக்கை எடுக்கிறார்கள். ஆனால், நம் நாட்டில் 'டாஸ்மாக்' தரும் தீமைகளை அரசும் சரி... நீதிமன்றமும் சரி... கண்டுகொள்வதில்லையே?**

● இதோ... நாளிதழ் ஒன்றில் வெளியான பதில். தயவுசெய்து படித்துவிட்டு மறந்துவிடுங்கள்.

'குடிப்பவரை மரியாதைக் குறைவாக பார்த்த காலம் மாறி, மது அருந்தாதவனை ஏற... இறங்கப் பார்க்கிற நிலை உருவாகி இருக்கிறது. முன்பெல்லாம், 'யாராவது தெரிந்தவர்கள் பார்த்துவிடுவார்களோ?' என்று பயந்துகொண்டே மதுக்கடைக்குப் போனவர்கள் இருந்தார்கள்.

கிராமங்களில் தலையில் முக்காடு போட்டுக்கொண்டு சாராயக் கடைக்குப் போனவர்களைப் பார்த்திருக்கிறோம். இப்போது நட்ட நடு சாலையிலேயே எதைப் பற்றியும், யாரைப் பற்றியும் கவலைப்படாமல்... வாகனங்களிலும், தரைகளிலும் அமர்ந்து குடிப்பவர்களைச் சர்வ சாதாரணமாக பார்க்க முடிகிறது. அவர்களுக்கும் வெட்கமில்லை. பார்ப்பவர்களுக்கும் பதற்றமில்லை!'

() () ()

■ **"இனிமேல் குடியரசுத் தலைவர், பிரதமர், மத்திய மந்திரிகள் கலந்துகொள்ளும் விழாக்களில் தேசிய கீதம் பாட வேண்டிய அவசியம் இல்லை" என்று உச்ச நீதிமன்றம் தீர்ப்பு அளித்திருப்பது பற்றி...?**

● எத்தனையோ முக்கியமான வழக்குகள் எல்லாம் வரிசையில் காத்திருக்க... இந்த அதி முக்கியமான வழக்கில் நாட்டுக்காகவும், மக்களுக்காகவும் உழைப்பவர்களின் ஒவ்வொரு விநாடியும் முக்கியம் என்பதை கோர்ட்டு உணர்ந்து, 52 விநாடி கால நீ...ண்...ட தேசிய கீதத்தை தேவையில்லை என்று தீர்ப்பு சொன்னது நியாயமான வரலாற்று முக்கியத்துவம் வாய்ந்த ஒன்றுதான். நாட்டின் முன்னேற்றம் இனிமேல்தான் ஆரம்பம்!

() () ()

■ **தாஜ்மஹால்...?**

● சிலர் நினைப்பது போல அது காதல் சின்னம் அல்ல! அன்பின் அடையாளம். காரணம்... ஷாஜகானின் காதலி அல்ல மும்தாஜ். அன்பான மனைவி!!

() () ()

◼ நான் ஆரம்ப கால எழுத்தாளன். 100 பக்க அளவில் நாவல் எழுதி வைத்திருக்கிறேன். சிபாரிசு செய்து பத்திரிக்கையில் பிரசுரிக்க முடியுமா?

● என்னது... சிபாரிசா? ஹலோ... எதற்கு வேண்டுமானாலும் நியாயமான சிபாரிசு செய்யலாம். ஆனால், ஒருவருடைய படைப்பைப் பிரசுரிக்கும்படி சிபாரிசு செய்வது... ஒட்டுமொத்த எழுத்துலகையே கேவலப்படுத்துவதற்கு சமம். உங்களை சிபாரிசு செய்வது உங்கள் எழுத்தாக மட்டுமே இருக்க வேண்டும்!

() () ()

◼ **வேதனையான , சோதனையான சாதனை எது?**

● குடிப்பழக்கத்தில் இந்தியாவிலேயே முதலிடம் பிடித்து தமிழகம் சாதனை. 47.6 சதவிகிதம் பேர் குடிக்கு அடிமை. எதிர்கால தலைமுறையாவது ஒழுக்கமாக இருக்க டாஸ்மாக் கடைகள் தடை செய்யப்பட வேண்டும். நீதிமன்றம் நூறாவது முறையாக கோரிக்கை!

() () ()

◼ அது எப்படி சார்... அரசியல்வாதிகள் எல்லாருமே ஒரே மாதிரியாக இருக்கிறார்கள்?

● பூனையின் வயிற்றில் எது பிறந்தாலும் அது எலிகளைப் பிடிக்கத்தான் செய்யும்!

() () ()

◼ காஷ்மீர் புல்வாமா தாக்குதலில் 40 துணை ராணுவ வீரர்கள் பலி. இந்தியாவின் பதிலடி எப்படி இருக்க வேண்டும்?

● கூட்டுக் களவாணிகளான சீனா, பாகிஸ்தான் இணைந்து அரக்கத்தனமாக அரங்கேற்றும் அக்கிரமங்கள் அதிகம். அதன் உச்சம் இது!

நேர்மை இல்லாத காரணத்தால் முதுகு ஒடிந்து, மொத்த மூளையும் சாக்கடை சகதியாய் மாறி நாறிப் போன கோழைகள் செய்த கொடுமை.

கடவுள் அவர்களைத் தண்டிக்க வேண்டும். அப்படி அவர் தண்டிக்கவில்லை என்றால் ... இந்த அநியாயத்துக்கு துணை போன அனைவரையும் காலதாமதம் இல்லாமல் அந்தக் கடவுளிடமே அனுப்பி வைக்க வேண்டும்.

அதற்கு முன்பாக... நமது நாட்டின் உளவுத்துறையில் ஊசிமுனை அளவுக்குகூட துவாரம் இருக்கக் கூடாது. ஆனால், துரதிர்ஷ்டம்... ஒட்டகம் நுழையக்கூடிய அளவுக்கு ஓட்டை இருக்கிறது. அதை நிரந்தரமாக அடைக்க வேண்டும்!

() () ()

■ **உங்கள் இல்லத்தரசிக்கு வீட்டு வேலைகளில் அப்ப அப்ப உதவி செய்வது உண்டா?**

● பக்கத்துல வாங்க சொல்றேன்......

ஃப்ரிட்ஜை சுத்தம் செய்வது, கியாஸ் சிலிண்டர் தீர்ந்து போனால் புது சிலிண்டர் மாற்றுவது, "என்னங்க... பேங்க்குக்கு போயிட்டு வர்றப்ப ஒரு கிலோ தக்காளி, ஒரு கிலோ வெங்காயம் பழமுதிர் சோலையில வாங்கிட்டு வந்துடுங்க" என்கிற கெஞ்சலுக்கு(?) தலையாட்டுவது, "கீரைக்காரி வாசல்ல வந்து நின்னு கத்தறா. மூணு தடவை குக்கர் விசிலடிச்சா ஸ்டவ்வை ஆஃப் பண்ணிடுங்க" என்கிற ராணுவக் கட்டளையை மறக்காமல் நிறைவேற்றுவது. இதெல்லாம் இல்லாம ஒரு குடும்ப வாழ்க்கையா...? சாரி!

() () ()

■ "போர் என்று ஒன்று வந்துவிட்டால் அதற்குப் பிறகு எதுவும் என்னுடைய கட்டுப்பாட்டுக்குள் இருக்காது" என்று பாகிஸ்தான் பிரதமர் இம்ரான்கான் சொன்னது பற்றி...?

● அவருக்கும், அவர் வகிக்கும் பதவிக்கும் அங்கே அவ்வளவுதான் மரியாதை என்பதை தாழ்மையுடன் தெரிவித்திருக்கிறார். உண்மை பேசுபவர்களும் பாகிஸ்தானில் இருப்பது ஆச்சரியமாக இருக்கிறது!

() () ()

■ வாழ்க்கையில் உயர்வதற்கு தெய்வத்தை நினைத்துத்தான் ஆக வேண்டுமா?

● அப்படி அவசியமில்லை. உழைப்பை தெய்வமாக நினைத்தால் போதும்!

() () ()

■ 'உலகம் அழிந்துவிட்டாலும் நீங்கள் ஒருவர் மட்டுமாவது உயிரோடு இருக்க வேண்டும்' என்று நான் விரும்புகிறேன்?

● எதற்கு...
நான் எழுதிய க்ரைம் நாவலை
நானே அச்சடித்து... புத்தகமாக்கி...
நானே கடையில் தொங்கவிட்டு,
நானே பணம் கொடுத்து வாங்கி
நானே படிக்கவா...?

() () ()

■ நான் எவ்வளவுதான் அனுசரித்து போனாலும், மனைவியிடம் எனக்கு நல்ல பெயர் கிடைப்பதில்லை. நான் என்ன செய்யட்டும்?

- உலகத்தில் யாருக்குமே மனைவியிடம் இருந்து நல்ல பெயர் கிடைக்காது. பிரமச்சாரிகளைத் தவிர!

 (இதை ஒரு நாளைக்கு 3 தடவை... சாப்பிடுவதற்கு முன் மனைவிக்கு கேட்காதபடி முணுமுணுத்துக்கொள்ளவும்)

 () () ()

◼ **ஒரு சாமியார் உண்மையானவர்தானா என்று எப்படி கண்டுபிடிப்பது?**

- பூனைகளில் 'சைவம்' அரிது!

 () () ()

◼ **கேட்கிற தொகுதிகளைக் கொடுத்துவிட்டால் அது நல்ல கட்சி. மறுத்துவிட்டால் அது மோசமான கட்சி. வெளிநாடுகளில் இது மாதிரியான கம்பெனிகள்..ஸாரி... கட்சிகள் உண்டா?**

- நீங்களே கேள்வி கேட்டு, இப்படியெல்லாம் பதிலும் சொல்லிவிட்டால் நடுவில் நான் எதற்கு...?

 () () ()

◼ **பார்க்கப் பார்க்க சலிக்காதவை எவை?**

- சின்னதாய் ஒரு பட்டியலே போடலாம்!

 யானை...

 நீலக் கடல்...

 பால் நிலவில் தாஜ்மஹால்...

 கொட்டும் குற்றாலம்...

 குமரியில் சூரியோதயம்...

 மாமரத்தில் தேன்கூடு...

 பறக்கும் கிளிக் கூட்டம்...

கோயில் கோபுரம்...

குழந்தையின் மகரந்தச் சிரிப்பு!

() () ()

■ **"கடவுள் நம்பிக்கை இல்லாத காரணத்தால்தான் நான் இந்த அளவுக்கு உயர்ந்தேன்" என்று நடிகர் சத்யராஜ் கூறுகிறாரே?**

● கடவுள் நம்பிக்கை இல்லாமலேயே இந்த அளவுக்கு உயர்ந்தவர், கடவுளையும் நம்பி இருந்தால் 'ஆஸ்கார்' விருதை நெருங்கி இருப்பார் என்பது என்னுடைய நம்பிக்கை!

() () ()

■ **தேர்தல் வந்துகொண்டிருக்கிறது. நீங்கள் என்ன செய்யப் போகிறீர்கள்?**

● என்னுடைய இடதுகை ஆட்காட்டி விரல் ரெடி. அப்படியே நான் படித்த ஒரு குட்டிக் கதையும் தயார்... கதையைப் படியுங்கள்.

ஓர் ஊரில் பிச்சைக்காரன் ஒருவன் இருந்தான். அவனுடைய சொத்து என்று பார்த்தால் அழுக்குப் பிடித்த உடை, கரி படிந்த பிச்சை ஓடு... இவ்வளவுதான்!

தினமும் அவன் அந்த பிச்சை ஓட்டை நீட்டி பலரிடமும் பிச்சைக் கேட்பது வழக்கம்.

ஒரு நாள் துறவி ஒருவரிடம் போய் தன் பிச்சை ஓட்டை முகத்துக்கு அருகில் நீட்டி பிச்சைக் கேட்டான். முதலில் முகம் சுழித்தவர் சற்று நிதானத்துக்கு வந்து... அவனையும், பிச்சை ஓட்டையும் மாறி மாறி பார்க்கத் தொடங்கினார்.

பிறகு, அவனிடம் இருந்து பிச்சை ஓட்டை வாங்கினார்.

'துறவி தன் பிச்சை ஓட்டை எடுத்துக்கொள்வாரோ?' என்று பயந்தான் பிச்சைக்காரன். ஆனால், துறவியோ ஓட்டை உற்றுப் பார்த்தார்.

"இதை எவ்வளவு காலமா வச்சிருக்க?" என கேட்க...

அவன், "எங்க தாத்தா, அப்பான்னு இரண்டு தலைமுறைக்கு முன்னால இருந்தே வச்சிருக்கோம். யாரோ ஒரு மகான்கிட்ட பிச்சை கேட்டப்போ... அவர் இந்த ஓட்டைக் கொடுத்து, 'இதை வச்சிப் பொழைச்சிக்கோ...'ன்னு குடுத்தாராம்" என்றான்.

அந்த துறவி "மூன்றாவது தலைமுறையாக இதே ஓட்டை வைத்துத்தான் பிச்சை எடுக்கிறியா?" எனக் கோபமாக கேட்க... பிச்சைக்காரனுக்கு அதன் அர்த்தம் புரியவில்லை! துறவி அமைதியாக... பிச்சை ஓட்டை சிறு கல்லால் சுரண்டத் தொடங்கினார். சுரண்டச் சுரண்ட ஓட்டின் மீதிருந்த கரி எல்லாம் உதிர்ந்து... மெள்ள மெள்ள

மஞ்சள் நிறத்தில் பளீரிட்டுப் பிரகாசிக்கத் தொடங்கியது. அட... தங்கம்!

அவனுடைய கையில் ஓட்டைக் கொடுத்த துறவி சொன்னார்:

"மகான் கொடுத்த இந்த தங்க ஓட்டை வைத்துக்கொண்டு இதே ஊரில் பெரிய பணக்காரர்களாக வாழ்ந்திருந்திருக்க வேண்டிய உன்னோட பரம்பரை, பிச்சை எடுக்க வேண்டிய நிலைக்கு வந்துவிட்டது. இனியாவது ஓட்டின் மதிப்பைப் புரிந்துகொண்டு வாழக் கற்றுக்கொள்" என்று சொல்லிவிட்டுப் போனார்.

நாமும் அந்த நிலையில்தான் இருக்கிறோம். தங்களிடம் இருக்கும் தங்கத் திருவோட்டில் (வோட்டில்) பிச்சை எடுத்து வாழ்கிறார்கள் பலர். 'ஓட்டின்' மகிமையை என்று

உணர்வார்களோ... அன்றே நம் நாடு உன்னதமான தலைவர்களை அடையாளம் கண்டுகொள்ளும்!

() () ()

▪ 1330 குறள்களையும் நீங்கள் படித்திருக்கிறீர்களா?

● படித்திருக்கிறேன். இந்த 1,330 குறள்களில் இரண்டே இரண்டு குறள்கள் மட்டும் வித்தியாசமாக இருப்பதைக் கண்டுபிடித்து வியந்தும் இருக்கிறேன்!

முதல் குறள்:

கற்க கசடற கற்பவைக் கற்றபின்

நிற்க அதற்குத் தக.

இரண்டாவது குறள்:

முகநக நட்பது நட்பன்று நெஞ்சத்து

அகநக நட்பது நட்பு.

இந்த இரண்டு குறள்களில் மட்டுமே எந்த ஒரு வார்த்தையும் கால் வாங்கவில்லை. மீண்டும் ஒரு முறை படித்துப் பாருங்கள்!

() () ()

▪ அன்றைய எழுத்துலகம், இன்றைய எழுத்துலகம்... ஒப்பிடுங்கள்?

● 1990களில் ஒரு எழுத்தாளர் தொடர்கதை எழுதினால் தமிழ்நாடு முழுவதும் அவரது படத்துடன் போஸ்டர் ஒட்டப்படும்.

ஆனால் இன்று...?

() () ()

காதலர் தின கொண்டாட்டம் சரியா?

● ஆணாக இருந்தாலும் சரி... பெண்ணாக இருந்தாலும் சரி... அவர்களுடைய உடம்புக்குள் 13ல் இருந்து 20 வயதுக்குள் 'ஹார்மோன்' ரவுடிகள் செய்யும் உச்சகட்ட கலவரம்தான் காதல். இதற்கு 144 தடை உத்தரவு அவசியம்.

'காதலர் தினம்'... இதை அன்பான தம்பதியர் தினமாகக் கொண்டாடுவதுதான் பொருத்தமாக இருக்கும்!

() () ()

'கள்ளனை நம்பினாலும் குள்ளனை நம்பாதே!' என்று சொல்வதற்கு ஏதாவது காரணம் உண்டா?

● காரணம் இல்லாமல் எந்த ஒரு பழமொழியும் உருவாகவில்லை!

திருமாலுக்கு பத்து அவதாரங்கள். அதில் ஒன்று வாமன அவதாரம். நான்கடி உயர குள்ளமான வாமனர், மகாபலி சக்கரவர்த்தியிடம் போய் மூன்றடி மண் கேட்டார்.

மகாபலியும் ஆணவத்தோடு அவரைப் பார்த்து, "மூன்றடி மண்தானே! எடுத்துக் கொள்" என்றார்.

வாமனர் 'விஸ்வரூபம்' எடுத்து பூமியில் ஒரு காலையும், ஆகாயத்தில் மறு காலையும் வைத்து அளந்துவிட்டு... "மூன்றாவது அடியை எங்கே வைப்பது?" என்று கேட்டு மகாபலி சக்கரவர்த்தியின் தலை மீதே வைத்தார்.

இந்த நிகழ்வின் பின்னணியில் உருவான பழமொழிதான் 'கள்ளனை நம்பினாலும் குள்ளனை நம்பாதே!' என்பது.

() () ()

உங்களையே திகைக்க வைத்த 'சஸ்பென்ஸ்' கதை...?

● 32 வயதுப் பெண்மணிக்கு இருதயத்தில் அறுவைச்

சிகிச்சை. கிட்டத்தட்ட மரணத்தின் விளிம்புக்குப் போன தருணத்தில் கடவுளைக் கண்டாள்.

"என் காலம் முடிந்துவிட்டதா?" என்று துக்கத்துடன் கேட்டாள்.

"இல்லை... இல்லை. உனக்கு இன்னும் 38 வருடங்கள், ஏழு மாதம், எட்டு நாட்கள் இருக்கின்றன" என்றார் கடவுள்.

இருதய சிகிச்சை வெற்றிகரமாக முடிந்தது. பிழைத்து விழித்ததும், அந்தப் பெண்மணி காஸ்மெடிக் சர்ஜனை வரவழைத்தாள்.

'என் மூக்கைச் சற்று நிமிர்த்தி, தொங்கிப் போன கன்னச் சதைகளை இழுத்துத் தைத்து, முகத்தை அழகாக்கிவிடுங்கள். தொய்ந்து போன அங்கங்களைத் திடமாக்கி, எனது தொப்பைக் கொழுப்பை அகற்றிவிடுங்கள். என்னுடைய அழகுக்கு இங்கே இன்னும் பல வருடம் வேலை இருக்கிறது!" என்றாள்.

ஏராளமான செலவில்... அவள் விரும்பியபடி அவளது தோற்றம் மாற்றப்பட்டது. கூந்தலின் நிறத்தைக்கூட மாற்றிக்கொண்டாள்.

எல்லாம் முடிந்து, மருத்துவமனையில் இருந்து வெளியே வந்தாள். இளைஞர்களின் கண்கள் அவளையே மொய்ப்பதை ரசித்துக்கொண்டு தெருவைக் கடந்தாள். வேகமாக வந்த லாரி ஒன்றின் கீழ் சிக்கினாள். உயிர் இழந்தாள்.

கடவுளின் முன் கொண்டு போகப்பட்டாள்.

"எனக்கு இன்னும் 38 வருடங்கள் இருப்பதாகச் சொன்னீர்கள். லாரியில் இருந்து என்னை இழுத்துக் காப்பாற்றியிருக்க வேண்டாமா?" என்று கோபமாகக் கேட்டாள்.

"அட... நீயா அது? அடையாளம் தெரியாமல் போய்விட்டதே!" என்றார் கடவுள்.

() () ()

■ **இப்போது வரும் பல சினிமா படங்களுக்கு 'பார்ட் – 2' என்று பழைய தலைப்பு வைப்பது ஏன்?**

● அதே தலைப்பில் வந்த முந்தைய படம் தோல்வி அடைந்திருந்தாலும் அது வெற்றிப்படம் என்று ரசிகர்களையும், விநியோகஸ்தர்களையும் நம்ப வைப்பதற்காக 'பார்ட் -2' என்று வைக்கிறார்கள். அப்படி எடுக்கப்பட்ட படங்கள் 3ம் தரமாக இருப்பதுதான் கொடுமை!

() () ()

■ **'டைரி' எழுதும் பழக்கம் உண்டா?**

● இல்லை! ஆனால்... நான் படித்து ரசித்த மனதைத் தொட்ட வரிகளை டைரியில் குறித்துக்கொள்வது உண்டு.

அதில் சில வரிகள்...

- ஒரு தகப்பனார், பத்துக் குழந்தைகளைக் காப்பாற்றலாம். ஆனால் பத்துக் குழந்தைகளும் தகப்பனாரைக் காப்பாற்றும் என்று உறுதியாகச் சொல்ல முடியாது!

- தெரிந்து மிதித்தாலும், தெரியாமல் மிதித்தாலும் மிதிபட்ட எறும்புக்கு இரண்டுமே ஒன்றுதான்!

- மகிழ்ச்சியான வாழ்க்கை என்பது தடைகளற்ற வாழ்க்கை அல்ல... தடைகளை வெற்றி கொண்டு வாழும் வாழ்க்கை!

- ஒரு கதவு மூடப்படும்போது மற்றொரு கதவு

திறக்கிறது! ஆனால், நாம் மூடப்பட்ட கதவையே பார்த்துக்கொண்டு... திறக்கப்படும் கதவை தவற விடுகிறோம்!!

- மனிதன்... தான் செய்த தவறுக்கு வக்கீலாகவும், பிறர் செய்த தவறுக்கு நீதிபதியாகவும் செயல்படுகின்றான்!

- வெள்ளை என்பது அழகல்ல... நிறம். ஆங்கிலம் என்பது அறிவல்ல... மொழி!

- வாழும்போது சரியான சமூக அந்தஸ்து வழங்காத உலகம்... வாழ்ந்து முடித்த பின் சிலை வைக்கிறது!

- நம்பிக்கை நிறைந்த ஒருவர் யாரிடமும் மண்டியிடுவது மில்லை... கையேந்துவதுமில்லை.!

- நேசிப்பவர்கள் எல்லாம் நம்மோடு நிலைத்துவிட்டால்... நினைவின் மொழியும், பிரிவின் வலியும் உணராமலே போய்விடும்!

() () ()

■ **மனிதனுக்கு பெண்ணாசைக் கூடாது என்பதற்காக 'ராமாயணம்', மண்ணாசைக் கூடாது என்பதற்காக 'மகாபாரதம்', பொன்னாசைக் கூடாது என்பதற்காக 'சிலப்பதிகாரம்' என்று 3 காப்பியங்கள் இயற்றப்பட்டும் அவைகளிலிருந்து பாடம் கற்றுக்கொள்ளவில்லையே?**

● கொடி கட்டிப் பறக்கும் ரியல் எஸ்டேட் தொழில், நகைக் கடைகளில் பெண்கள் கூட்டம், ஓடும் பேருந்துகளிலும் பெண்களின் விடுதிகளிலும் பாலியல் பலாத்காரம் பெருகிவிட்ட நம் நாட்டில் அவை மீண்டும் மீண்டும் டி.வி தொடர்களாகவும், திரைப்படங்களாகவும் எடுக்க மட்டுமே கம்பரும், வியாசரும், இளங்கோ அடிகளும் எழுதி வைத்துவிட்டுப் போயிருக்கிறார்கள்! என்ன செய்வது?

() () ()

நம்முடைய முன்னோர்களுக்கு எல்லாமே தெரிந்திருந்தது என்கிற வாதம் சரிதானா?

- நான் சிறுவனாக இருந்தபோது கிராமத்து விவசாயி ஒருவர் நன்றாக பெய்துகொண்டிருந்த மழையை 'மலட்டு மழை' என்று சொல்லி சலித்துக்கொண்டார். அவர் ஏன் அப்படி சொன்னார் என்பது அப்போது புரியவில்லை.

பள்ளிக்கூடத்தில் ஆசிரியர் பாடம் எடுத்தபோது புரிந்தது. எல்லா மழையும் மழையல்ல! இடி & மின்னலோடு பெய்யும் மழைதான் பயிர்களுக்கு நல்லது. அதுக்கு என்ன காரணம்?

தாவரங்களில் ஒளிச் சேர்க்கை நடைபெற கார்பன்-டை- ஆக்சைடு எவ்வளவு அவசியமோ... அதே அளவுக்கு அவசியமானது நைட்ரேட்! ஆனால், தாவரங்களுக்கு நேரிடையாக மண்ணிலிருந்தோ, காற்று மண்டலத்திலிருந்தோ இது கிடைப்பதில்லை.

காற்று மண்டலத்தில் இருப்பது நைட்ரஜன் மட்டுமே. இடி & மின்னலோடு மழை பெய்யும்போது... மின்னலில் இருந்து வெளிப்படும் வெப்பம், காற்று மண்டலத்தில் இருக்கும் ஆக்சிஜன் மற்றும் நைட்ரஜன் ஆகியவற்றுடன் வினை புரிந்து நைட்ரஜன் ஆக்சைடாக மாற்றுகிறது.

இதுவே மழைநீரில் கலந்து, நைட்ரிக் அமிலமாக மாறி பூமியில் விழுந்து கலக்கிறது. மண்ணில் உள்ள தனிமங்களோடு இந்த நைட்ரிக் அமிலம் வினை புரிந்து நைட்ரேட்டாக மாறுகிறது.

பூமியில் மண்ணில் கலந்திருக்கும் இந்த நைட்ரேட் சத்துக்களை வேர்களால் உறிஞ்சி, தாவரங்கள் தங்கள் வளர்ச்சிக்குப் பயன்படுத்துகின்றன.

நம் முன்னோர்களுக்கு எல்லாமே தெரிந்திருந்தும்

எதுவுமே தெரியாதது போல் வாழ்ந்திருக்கிறார்கள். அதுதான் உண்மை!

() () ()

■ நடிகர் - நடிகைகள் திருமணம் செய்தால் பெரும்பாலும் அடுத்த சில மாதங்களிலேயே பிரிந்துவிடுவது ஏன்?

● எல்லாமே புரிந்துவிடுவதால்!

() () ()

■ அன்னையர் தினம் போல் தந்தையர் தினம் அவ்வளவு கோலாகலமாக இல்லையே?

● 'அப்பாவி' என்கிற வார்த்தையில் இருந்து உருவப்பட்டது தான் 'அப்பா'. அப்புறம் கோலாகலமாவது... கோலாலம்பூராவது...?

() () ()

■ 'தலையணை மந்திரம்' என்றால் என்ன?

● மனைவிக்கு மட்டுமே உச்சரிக்கத் தெரிந்த... கணவனுக்கு மட்டுமே கேட்கக்கூடிய சக்தி வாய்ந்த 'மகா மந்திரம்'!

() () ()

■ தண்ணீர் கஷ்டத்துக்கு காரணம் யார்?

● நாம்!

() () ()

■ இன்றைய தலைமுறையினரிடம் இல்லாத இன்றியமையாத விஷயம்?

● பிரதமரில் இருந்து அடித்தட்டில் வாழும் குடிமகன் வரை ஏதோவொரு விதத்தில் கோபப்பட்டும், பொறுமை

இழந்து உணர்வுகளை வெளிப்படுத்திக்கொண்டும் இருக்கத்தான் செய்கிறாம். நான் அரசியலுக்குள்ளும், மதத்துக்குள்ளும் நுழைய விரும்பவில்லை. பொதுவாகவே யாரும் எதையும் சகித்துக்கொள்ளும் மனப் பக்குவத்தை வளர்த்துக்கொள்ள தயாராக இல்லை.

அண்மையில் ஒரு சாதாரண நிகழ்வு:

சாலையில் நடந்து போய்க்கொண்டிருந்தபோது ஒருவரின் தோள்பட்டை, இன்னொருவரின் தோள்பட்டையோடு லேசாய் உரசிவிட்டது. இருவரும் திரும்பிப் பார்த்தபடி முறைத்துக்கொண்டு, "ஏய்... பார்த்துப் போ" என்று பேச்சை ஆரம்பித்து கடினமான வார்த்தைகளோடு மோதலுக்கு தயாரானார்கள்.

அருகில் இருந்த போக்குவரத்துக் காவலர், இருவரையும் விலக்கிவிட்டார். மோதிக்கொண்ட இருவரில் யாராவது ஒருவர் பெருந்தன்மையோடு 'சாரி' சொல்லி இருந்தால் அங்கே மோதல் ஏற்படும் சூழல் உருவாகி இருக்காது.

வீட்டுக்கு வெளியேதான் சகிப்புத்தன்மையின் லட்சணம் இப்படி இருக்கிறது என்றால் வீட்டுக்குள்ளே இதன் சதவீதம் இன்னமும் அதிகம். சில நாட்களுக்கு முன் ஒரு நாளிதழில் செய்தி ஒன்றைப் படித்துவிட்டு அதன் பாதிப்பில் இருந்து விடுபட எனக்கு ஒரு வாரம் பிடித்தது.

செய்தியின் சாராம்சம் இதுதான்!

கணவன் வேலையில் இருந்து மதியம் வீடு திரும்பி இருக்கிறான். நல்ல பசி. செல்போனில் 'வாட்ஸ் அப்' பார்த்துக்கொண்டிருந்த மனைவியைச் சாப்பாடு எடுத்து வைக்கச் சொல்லி இருக்கிறான்.

அவளோ, "கொஞ்சம் வெயிட் பண்ணுங்க! இந்த 'வாட்ஸ் அப்'பைப் பார்த்துட்டு வந்துடுறேன்" என்று

சொல்ல... கணவனும் டைனிங் டேபிளில் போய் காத்திருந்து பார்த்திருக்கிறான். மனைவி வரவில்லை.

கணவனுக்கு வந்ததே கோபம். எழுந்து வந்து மனைவிப் பார்த்துக் கொண்டிருந்த செல்போனைப் பிடுங்கி கீழே போட்டு உடைக்க... அது சில்லு சில்லாய் சிதறியது. அடுத்த விநாடி, மனைவி விடுவிடுவென்று சமையலறைக்குள் நுழைந்தாள். கதவைச் சாத்திக்கொண்டாள். மண்ணெண்ணெய் கேனை எடுத்து, தன் தலை மீது கவிழ்த்துக்கொண்டு தீக்குச்சியை உரசி நெருப்பு பந்தாய் மாறி கணவன் கதறக் கதற கரிக்கட்டையாய் மாறி உயிரை விட்டாள்.

இந்த உயிரிழப்புக்கு யார் காரணம்...கணவனா? மனைவியா? செல்போனா? என்னைக் கேட்டால்... அந்த உயிரிழப்புக்கு காரணம் அந்த கணவன் - மனைவி இருவருக்கிடையேயும் சகிப்புத்தன்மையின் அடையாளங்கள் சிறிதும் இல்லாமல் போனதுதான்!

முதலில் இந்த சகிப்புத்தன்மை நம் வீட்டில் இருந்து ஆரம்பிக்க வேண்டும். எந்த ஒரு நல்ல விஷயமும் அங்கே ஆரம்பித்தால்தான் அது நாட்டின் நலனுக்கு உகந்ததாக இருக்கும்!

() () ()

தெரிந்தே செய்யும் தவிர்க்க முடியாத தவறு எது?

- ஒன்றல்ல........இரண்டு.

காதலிப்பது;

ஓட்டுப் போடுவது!

() () ()

◼ **முதல் கோணல் முற்றிலும் கோணல், தோல்விதான் வெற்றியின் முதல் படி... எதற்காக இப்படிப்பட்ட முரணான பழமொழிகளை சொல்லி இருக்காங்க நம்ம பெரியவங்க?**

● பெரியவங்க சரியாத்தான் சொல்லி இருக்காங்க.

செய்யற வேலையைச் சரியா செய்யணுங்கிறதுக்காக முதல் பழமொழி.

முக்கியமான வேலையில் நாம தோத்துட்டா சோர்ந்து போயிடக் கூடாதுங்கிறதுக்காக ரெண்டாவது பழமொழி.

நோய்க்கு ஏற்ற மருந்து சாப்பிடுற மாதிரி தேவையான நேரத்துக்கு தேவையான பழமொழியை எடுத்துக்கணும்!

() () ()

◼ **கண்ணாம்பா, எம்.வி.ராஜம்மாவுக்கு பிறகு எனக்கு வேறு எந்த நடிகையையும் பிடிக்கவில்லை. என்னைப் பற்றி நீங்கள் என்ன நினைக்கிறீர்கள்?**

● தாத்தாவுக்கு ரொம்பவும் தங்கமான மனசு!

() () ()

◼ **எனது வாழ்க்கையில் ஏமாற்றங்களே மிஞ்சி நிற்கிறது! தவிர்க்க என்ன வழி?**

● எல்லோருடைய வாழ்க்கையிலும் இது சகஜம்!

பொதுவாக ஏமாற்றங்களை யாரும் எதிர்பார்ப்பதில்லை. எதிர்பார்ப்புகள்தான் ஏமாற்றங்களாக மாறுகின்றன.

எதையும் எதிர்பார்க்காமல் வாழக் கற்றுக்கொள்ளுங்கள்.

எதிர்பாராத நேரத்தில் எதிர்பார்த்தவை எல்லாம் கிடைக்கும்.

(நான் 1974 முதல் பிரபல வார இதழுக்கு 167

சிறுகதைகள் அனுப்பியும் ஒன்றுகூட பிரசுரமாகவில்லை. 1977 நவம்பரில்தான், முதல் சிறுகதை பிரசுரமாயிற்று என்கிற செய்தியை உங்கள் மனதில் பதிவு செய்துகொள்ளுங்கள்.)

() () ()

■ **எல்லாம் தெரிந்திருந்தும் எதுவுமே தெரியாத மாதிரி இருப்பவர்களையும், எதுவுமே தெரியாமல் எல்லாம் தெரிந்த மாதிரி நடப்பவர்களையும் எப்படி தெரிந்துகொள்வது?**

● நாம் எதுவும் பேசாமல் அவர்களை மட்டும் ஒரு நிமிட நேரம் தொடர்ந்த மாதிரி பேச வைத்தால் போதும். பூனைக்குட்டி வெளியே வந்துவிடும்!

() () ()

■ **பிளாஸ்டிக்கை முற்றிலும் ஒழிக்க முடியுமா?**

● ஏன் முடியாது? சிங்கப்பூரில் சாலையில் எச்சில் துப்பினால் தண்டனை என்று சட்டம் கொண்டு வந்தார்கள். ஆரம்பத்தில் மக்கள் எதிர்ப்பு தெரிவித்தனர். ஆனால், நாட்கள் செல்லச் செல்ல சட்டத்தின் மேல் இருந்த பயத்தின் காரணமாக சிங்கப்பூர் மக்களுக்கு வீட்டுக்கு வெளியே வந்ததும் வாயில் உமிழ்நீர் சுரப்பது தானாக நின்று போய்விடுமாம்!

சாப்பிடும் போது மட்டுமே உமிழ்நீர் சுரக்கும் அளவுக்கு மக்களை அந்த சட்டம் மாற்றியது. இப்போது அந்த நாட்டு மக்கள் மட்டும் அல்ல... நாமே சுத்தத்துக்காக சிங்கப்பூர் அரசைப் பாராட்டிக் கொண்டிருக்கிறோம்.

மக்கள் நினைத்தால் ஒரு ஆட்சியையே ஒழித்துக் கட்ட முடியும் என்றால் 'பிளாஸ்டிக்'கை ஒழிக்க முடியாதா என்ன?

() () ()

◼ **நான் ஒரு மருத்துவமனையில் நர்ஸாக பணிபுரிகிறேன். இந்தப் பணி பற்றி உங்கள் கருத்து என்ன?**

● இறைவன் அனுப்பி வைத்த வெள்ளுடை தேவதைகள். ஒவ்வொரு மனிதனின் முதல் அழுகையையும், முதல் சிரிப்பையும் ரசிக்கும் முதல் ரசிகைகள். ஒவ்வொரு மனிதனின் பிரிதொரு முதல் உறவு.

() () ()

◼ **இஸ்ரோ விஞ்ஞானி சிவன் அழுகை?**

● அது அழுகை அல்ல... நாளைய ஆனந்தக் கண்ணீரின் அடையாளம்! தோல்வி எப்போதும் ஒரு புள்ளியில் ஆரம்பித்து, பின் வெற்றிக் கோடாய் மாறும்.

நிலவு எங்கே போய்விடப் போகிறது?

() () ()

◼ **உங்களால் மறக்க முடியாத கவிதை வரிகள்?**

● சில வருடங்களுக்கு முன்பு... ஒரு நிகழ்ச்சியில் கலந்துக்கொண்டுவிட்டு வெளியே வந்தபோது விபத்தில் பார்வை இழந்த பெண் ஒருவரை எனக்கு அறிமுகம் செய்து வைத்தார்கள். அவர் என்னிடம் பேசிக்கொண்டிருந்தபோது, "சார்... நான் 'ஒரு வரி' கவிதை சொல்லட்டுமா...?" என்று கேட்டார்.

நானும் "சொல்லுங்கள்" என்றேன்.

இதோ... அவர் சொன்ன ஒரு வரி கவிதை!

எனக்குப் பிடித்த
நிறம்
அந்த வானவில்லில்
இல்லை!

முதலில் எனக்கு அந்த கவிதை புரியவில்லை. சில

விநாடி யோசிப்புக்கு பிறகு அந்த நிறம் கறுப்பு என்பது புரிந்தது!

() () ()

◼ அன்பு அவமதிக்கப்படும்போது என்ன செய்வது?

● உங்களுடைய உண்மையான அன்பை யார் உதாசீனப்படுத்துகிறார்களோ அங்கே ஒரு விநாடிகூட நிற்காதீர்கள்... தாயைத் தவிர்த்து!

() () ()

◼ நாட்டில் நடக்கிற நிகழ்வுகளைப் பார்த்தால் மனதில் தோன்றுவது என்ன?

● நான் எழுதிய சில நாவல்களின் தலைப்புகள் நினைவுக்கு வருவதை என்னால் தவிர்க்க முடியவில்லை!
ஒரு மதிப்புக்குரிய குற்றம்
அக்மார்க் துரோகம்
அக்கறையாய் ஒரு அக்கிரமம்
நெஞ்செல்லாம் நெருஞ்சி முள்
தட்டுங்கள் திறக்காது
தேடு கிடைக்காது
உறைந்து போன உண்மை
தவறுக்கும் தவறான தவறு
தப்புத் தப்பாய் ஒரு தப்பு
கனவுகள் இங்கே விற்கப்படும்
சரி + சரி = தப்பு
எல்லாம் பொய்
பொய்... பொய்யைத் தவிர வேறொன்றுமில்லை
கானல் நீரில் நீந்தும் மீன்கள்.

() () ()

◼ **'மகாபாரதம்' மறுபடியும் சினிமா ஆகிறதே?**

● மகாபாரதத்தை எந்த மொழியில் எத்தனை தடவை பார்த்தாலும் சரி... முடிவு தெரிந்தே இருந்தாலும் பாண்டவர்கள் தோற்று கவுரவர்கள் ஜெயித்துவிடுவார்களோ என்கிற பதைபதைப்பு கடைசிவரைக்கும் இருப்பதுதான் அதன் சிறப்பு.

வியப்புக்குரியவர் வியாசர்!

() () ()

◼ **'சட்டம் ஓர் இருட்டறை' என்பது உண்மையா?**

● உண்மைதான்! ஆனால், அந்த அறையின் சுவர்களுக்கும் கறுப்பு நிறம் அடித்திருப்பதுதான் கொடுமை!!

() () ()

◼ **எப்பவும் சீரியஸ் கேள்விகளுக்கே பதில் சொல்லிட்டிருக்கீங்க. எனக்காக ஓர் அறுவை ஜோக் சொல்லக்கூடாதா?**

● இதோ பிடிங்க... ஜோக்கை!

நாதன் என்பவருக்கு கை ஒடிந்துவிட்டால் அவருக்கு இப்போது என்ன பெயர்...?

கை 'லாஸ் நாதன்!

() () ()

◼ **நீங்கள் ஒரு கேள்வியைக் கேட்க வேண்டுமென்றால் யாரிடம் என்ன கேள்வி கேட்பீர்கள்?**

● 'இன்னும் எத்தனை லிட்டர் ரத்தம் வேண்டும்?' என்று பேனர் உயிர்ப் பலிக்காக கேள்வி கேட்ட நீதிமன்றமே, 'இன்னும் எத்தனை குடும்பங்கள் அழிய வேண்டும்?'

என்று டாஸ்மாக் கடைகளுக்கு எதிராக கேள்வி கேட்பது எப்போது...?

◊ ◊ ◊

■ நீங்கள் நீண்ட காலமாக நினைவு வைத்துக்கொண்டு சிரித்து ரசிக்கும் ஜோக்?

● 15 ஆண்டுகளுக்கு முன்பு படித்த ஒரு ஜோக் இது!
FILES , PILES... என்ன வித்தியாசம்?
FILES (கோப்பு)... உட்கார்ந்து பார்க்க வேண்டும்!
PILES (மூலநோய்)... பார்த்து உட்கார வேண்டும்!!

◊ ◊ ◊

■ கடவுள், தெய்வம்... என்ன வேறுபாடு?

● அன்னை, அம்மா... இரண்டுக்கும் உள்ள அதே வேறுபாடுதான்!

◊ ◊ ◊

■ 'பெரிதினும் பெரிதாக கேள்' என்றால் எதைக் கேட்பீர்கள்?

● அதனுடைய உயரம் ஐந்து அங்குலம்தான். என்னுடைய வலது கையில் அது ஆறாவது விரல். தினசரி காகித நிலத்தில் குறைந்தபட்சம் 10 மணி நேரம் உழும் கலப்பை. அது என்னவென்று இப்போது உங்களுக்கு புரிந்திருக்குமே!

◊ ◊ ◊

■ நாவல்களில் எங்களை திடுக்கிட வைக்கும் உங்களை உண்மையாகவே யாராவது திடுக்கிட வைத்துள்ளார்களா?

● சென்னைக்கு நான் போனபோது மகன் கார்த்தியுடன் கடற்கரையில் வாக்கிங் போய்க்கொண்டிருந்தேன். வழியில் பிச்சை எடுக்கும் நபர் ஒருவர் வழிமறித்து கை நீட்டினார்.

ஆள் பரிதாபத்துக்குரியவராக தெரிந்ததால், பத்து ரூபாய் நோட்டை எடுத்துக் கொடுத்தேன். உடனே அந்த நபர், "என்னது... பத்து ரூபாயா? அம்பதோ... நூறோ கொடுப்பேன்னு பார்த்தேன். உம் பணத்தை நீயே வெச்சுக்கோ" என்று சொல்லி முறைத்துப் பார்த்தபடி போனார்.

நாட்டில் அப்போதே பொருளாதார வீழ்ச்சி ஆரம்பித்திருக்கிறது. எனக்குத்தான் புரியவில்லை!

() () ()

■ முடியும்... ஆனால், முடியாத ஒன்று?
● பூமியில் இருந்து 3,84,400 கி.மீ. தூரத்தில் உள்ள நிலவில் 'விக்ரம் லேண்டர்' செயல் இழந்த இடத்தைக் கண்டுபிடித்தது இஸ்ரோ. அப்படியே கொஞ்சம் சிறிய மனசு பண்ணியாவது... சுவிஸ் வங்கியில் அரசியல்வாதிகள் பதுக்கி வைத்திருக்கும் பணத்தையும்...!

() () ()

■ மனைவியை சந்தோஷமாக வைத்துக்கொள்வது எப்படி?
● இணையதளத்தில் நான் படித்ததை உங்களோடு பகிர்ந்துகொள்கிறேன். உபயோகப்படுமா என்று பாருங்கள்!

கணவர் தனது 70 வயதிலும் மனைவியை 'டார்லிங்', 'ஸ்வீட் ஹார்ட்' என்று அழைத்துக்கொண்டிருந்தார்.

அதைப் பார்த்து அதிசயித்தவர் அவரிடம் கேட்டார்: "என்ன ஒரு பாசம்... எப்படி இந்த வயதிலேயும் உங்க மனைவியை இவ்வளவு ஆசையா கூப்பிடுறீங்க..?"

அதற்கு அவரது பதில்:

"அது வேற ஒண்ணுமில்ல தம்பி. பத்து வருஷத்துக்கு முன்னாடியே அவ பேரு எனக்கு மறந்து போச்சு. அவகிட்ட பேரு கேட்க பயமா இருக்கு. அதான் இப்படி காலத்தை ஓட்டிட்டிருக்கேன்!"

() () ()

பயத்தில் அடிவயிறு மட்டும் கலங்குகிறதே... ஏன்?

- நம்முடைய அடிவயிற்றில் இரண்டு சிறுநீரகங்களுக்கு மேல் அட்ரினல் சுரப்பியானது தொப்பி போல் அமைந்து கெட்டேகொலோமின்ஸ் என்ற ஹார்மோனை இயல்பாக சுரந்துகொண்டிருக்கும். நாம் எதையாவது பார்த்து பயந்தாலோ...அதிர்ச்சியான செய்தியைக் கேட்டாலோ அது அதிக அளவில் சுரக்கும்.

அப்படி சுரப்பதால் இருதயத் துடிப்பு உச்சத்துக்குப் போகும். உடலில் வியர்த்துக் கொட்டும். அவசரமாய் டாய்லெட் போக வேண்டும் போன்ற உணர்வை உண்டாக்கும்.

இனி... ஆன்மிக விளக்கம்:

'ஸ்வாதிஷ்டானம்' என்பது நமது உடம்பில் உள்ள ஏழு சக்தி சக்கரங்களில் ஒன்று. இது இருக்கும் இடம் நம்முடைய அடிவயிறு. இதே சக்கரத்தில்தான் மனிதனின் பய உணர்வு அடங்கி இருக்கிறது. எதிர்பாராத திகைப்பான சம்பவமோ... அதிர்ச்சி செய்தியோ நம்மைத் தாக்கும்போது 'ஸ்வாதிஷ்டானச் சக்கரம்' உலுக்கப்படுகிறது.

சரி... இந்த பயத்தில் இருந்து எப்படி மீள்வது? பயமே பயப்படும் அளவுக்கு பயத்தை எதிர்கொள்வதைத் தவிர வேறு வழி இல்லைங்க!

() () ()

உண்மையான சந்தோஷம் எது?

● பழைய அம்புலி மாமா கதை ஒன்று ஞாபகத்துக்கு வருகிறது. சொல்லட்டுமா?

ஓர் ஊரில் ஒரு காகம். அது மகிழ்ச்சியாக இருந்தது... கொக்கை பார்க்கும் வரை!

அந்த கொக்கைப் பார்த்து சொன்னது: "நீ வெள்ளை நிறத்தில் எவ்வளவு அழகாய் இருக்கிறாய். கருப்பாக இருக்கும் என்னைப் பார்க்க எனக்கே பிடிக்கவில்லை" என்றது.

கொக்கு கூறியது: 'நானும் அப்படித்தான் நினைத்தேன்... கிளியை பார்க்கும் வரை! அது ஐந்து நிறங்களில் எவ்வளவு அழகாக இருக்கிறது தெரியுமா?" என்றது.

காகமும் கிளியிடம் சென்றது. அது சொன்னது: "உண்மை... நான் மகிழ்ச்சியாகத்தான் இருந்தேன். ஆனால், மயிலைப் பார்க்கும் வரைதான்! அது பல நிறங்களில் எவ்வளவு அழகாக இருக்கிறது தெரியுமா?" என்று கேட்டது.

உடனே காகமும் மயில் இருக்கும் ஒரு மிருகக்காட்சி சாலைக்குச் சென்றது. அங்கே மக்கள் மயிலை பார்க்க காத்திருக்க... காகம் நினைத்தது: 'இதுதான் மகிழ்ச்சி' என்று!

அழகு மயிலே... உன்னை காண இவ்வளவு பேர். எங்களைப் பார்த்தாலே இவர்கள் முகத்தைத் திருப்பிகொள்கிறார்கள். என்னை பொறுத்தவரை

உலகிலேயே நீதான் அதிக மகிழ்ச்சியாக இருக்கிறாய்" என்றது.

மயில் சொன்னது: "காகமே... இது வரை நினைத்துக்கொண்டிருந்தேன் நான்தான் அழகான, மகிழ்ச்சியான பறவை என்று. ஆனால், எனது அழகுதான் என்னை ஒரு சிறையில் பூட்டி வைத்திருக்கச் செய்கிறது.

இந்த மிருகக்காட்சி சாலை முழுவதும் நான் பார்த்ததில், உன்னைப் போன்ற காகங்கள் மட்டுமே பூட்டி வைக்கப்படவில்லை. எனவே, நான் காகமாக இருந்திருந்தால் சுதந்திரமாக பறந்து சந்தோஷமாக இருந்திருக்கலாமே...?" என்றது.

இதுதான் நமது பிரச்சினையும்... நாம் தேவை இல்லாமல் மற்றவர்களுடன் ஒப்பிட்டு நம்மை நாமே கவலை கொள்ளச் செய்கிறோம். நாம் எப்பவும் கடவுள் கொடுப்பதை வைத்து சந்தோஷம் கொள்வது இல்லை. அவர் கொடுத்ததை மதிப்பதும் இல்லை.

இது நம்மை பெரும் துயருக்கு இழுத்துச் செல்கிறது. ஒப்பீடுகளால் யாதொரு பயனும் இல்லை. நம்மை முதலில் நேசிக்க கற்றுக்கொள்ள வேண்டும். நம்மை நம்மைவிட வேறு யாரும் அதிகம் நேசிக்க முடியாது!

() () ()

■▶ 'சந்திரயான் -2' தடைபட்டது...?

● சறுக்கியது சில அடிகள் மட்டுமே! இடறியது ஒரு சிறு கல்தான். வெகு அருகில் சிகரம். வரும் நாட்களில் நிலவு, நமது இந்தியாவின் நட்பு கிரகம்.

() () ()

ராஜேஷ்குமார்

■ **'நாலும் தெரிந்து கொள்' என்கிறார்களே...? அந்த நான்கு எது?**

● வள்ளலார் சொல்லியதுதான்.

ஒரு முறையாவது தினமும் படியுங்கள்... மனதில் பதிய வையுங்கள்!

நான்கு நபர்களைப் புறக்கணி: மடையன், சுயநலக்காரன், முட்டாள், ஓய்வாகவே இருப்பவன்.

நான்கு நபர்களுடன் தோழமைக் கொள்ளாதே: பொய்யன், துரோகி, பொறாமைக்காரன், மமதை பிடித்தவன்.

நான்கு நபர்களுடன் கடினமாக நடக்காதே: ஆதரவற்றவர், ஏழை, முதியவர், நோயாளி.

நான்கு நபர்களுக்கு உனது கொடையைத் தடுக்காதே: மனைவி, பிள்ளைகள், குடும்பத்தினர், சேவகன்.

நான்கு விஷயங்களை ஆபரணமாக அணி: பொறுமை, சாந்த குணம், அறிவு, அன்பு.

நான்கு நபர்களை வெறுக்காதே: தந்தை, தாய், சகோதரன், சகோதரி.

நான்கு விஷயங்களை அளவோடு வை: உணவு, தூக்கம், சோம்பல், பேச்சு.

நான்கு விஷயங்களைத் தூக்கிப் போடு: துக்கம், கவலை, இயலாமை, கஞ்சத்தனம்.

நான்கு நபர்களுடன் சேர்ந்து இரு: மனத்தூய்மை உள்ளவன், வாக்கை நிறைவேற்றுபவன், கண்ணியமானவன், உண்மையானவன்.

நான்கு விஷயங்கள் செய்: தியானம் அல்லது யோகா, நூல் வாசிப்பு, உடற்பயிற்சி, சேவையாற்றுதல்.

() () ()

பெண்கள் மட்டும் அதிக சந்தேகப் பேர்வழிகளாக இருப்பது ஏன்?

● ஒருவன் சிறையில் இருந்து 12 ஆண்டுகளுக்கு பிறகு, தப்பித்து வீட்டுக்கு வருகிறான். மனைவி அவனை மேலும் கீழும் பார்த்து முறைத்துவிட்டு, "தப்பிச்சு எட்டு மணி நேரம் ஆச்சுன்னு டிவியில சொன்னாங்க. இவ்வளவு நேரம் எங்க போயிருந்தீங்க?" என்று கேட்டாள்.

இப்படியொரு பதிவு 'வாட்ஸ் அப்'க்கு எனக்கு வந்தபோது உளவியல் படித்த டாக்டர் நண்பரொருவர் என் பக்கத்தில் இருந்தார். அவர் அதைப் பார்த்துவிட்டு சொன்னது:

"ஆணுக்கு ஒரு தேகம் மட்டுமே! ஆனால், பெண்ணுக்கு இரண்டு தேகங்கள். அதில் ஒன்று சந்தேகம்.

பெண் என்பவள் எவ்வளவு பெரிய படிப்பு படித்து அறிவாளியாக இருந்தாலும் சரி... சாமானியமானவளாக இருந்தாலும் சரி... கணவனை முழுமையாக நம்பாமல் வாழ்நாள் முழுவதும் உளவு வேலை பார்த்துக்கொண்டே இருப்பாள்.

காரணம்...?

அவளுடைய பாதுகாப்பான வாழ்க்கைக்காக அவளுக்குள் சுரக்கும் ஆணிடம் இல்லாத வித்தியாசமான ஹார்மோன்கள்தான்!"

() () ()

மற்ற நாடுகளில் தண்ணீர் தட்டுப்பாடு உண்டா?

● முகநூல் நண்பர் ஒருவர் எனக்கு அனுப்பி வைத்த பதிவு:

அய்யா... நான் தற்போது எங்கள் மகள் வாழும் ஆஸ்திரிய நாட்டு தலைநகர் வியன்னா வந்துள்ளேன்.

இங்கு சமையலறையில் குழாயைத் திருகி, அப்படியே அந்த நீரை பருகுகிறார்கள். பொதுவெளியிலும் அதே போல்!

இடது புறம் திருப்பினால் சுடு நீர். வலது புறம் குளிர் நீர். 'யார் இதைச் செய்வது?' என்று கேட்டால்... அரசே நகர் முழுவதும் இது போல் நூறு சதவிகித தூய நீரைத் தருவதாகச் சொல்லுகிறார்கள். ஆனால் இந்தியாவில்... தமிழகத்தில்? நடிகைகள் நயன்தாரா, ஓவியா வகையறாக்கள்கூட இந்த நாட்டை ஆளட்டும்.

வேறு எதுவும் செய்ய வேண்டாம். செலவு இல்லாமல் மக்கள் குடிக்க தூய குடிநீரைத் தந்தால் போதும். ஆனால், அதைச் செய்யவே மாட்டார்கள். வேண்டுமானால் டாஸ்மாக்கை வீடுதோறும் திறப்பார்கள்.

என்ன... பெருமூச்சு விடுகிறீர்களா?

() () ()

பிறர் நம்மைப் பார்த்து சாபமிட்டால் பலிக்குமா?

- தீதும் நன்றும் பிறர் தர வாரா!

நல்லவர்க்கெல்லாம் சாட்சிகள் ரெண்டு. ஒன்று மனசாட்சி. இன்னொன்று தெய்வத்தின் சாட்சி.

நாம் நல்லவர்களாய் இருந்துவிட்டால் தெய்வம் சாபமிட்டாலும் அது பலிக்காது!

() () ()

சந்தோஷமாக இருக்க என்ன வழி?

- மனம் சந்தோஷமாகவும், உடல் ஆரோக்கியமாகவும் இருக்க எந்த ஒரு விஷயத்தையும் 'ஈஸி'யாக எடுத்துக்கொள்ள வேண்டும்.

மனிதனின் சராசரி ஆயுள், எழுபது ஆண்டு என்று

கணக்கிட்டுள்ளார்கள். இதில் 35 வருடங்கள் தூக்கத்திலும், 5 வருடங்கள் சாப்பிடுவதிலும்,

5 வருடங்கள் வெட்டிப் பேச்சிலும், 5 வருடங்கள் பயணம் செய்வதிலும் கரைந்து போய்விடுகிறது. மீதம் இருப்பது 20 ஆண்டுகள். படிப்புக்கு 10 ஆண்டுகள் போய்விட்டால்... மிச்சம் இருப்பது பத்து ஆண்டுகளே! இதை நாம் மகிழ்ச்சியோடு கழிக்க வேண்டும் என்றால், பிரச்சினைகளுக்கு இடம் கொடுக்காமல்... மனதை லேசாக வைத்துக்கொள்ள வேண்டும்.

இதை யார் கடைப்பிடிக்கிறார்களோ... அவர்களுக்கு ஒவ்வொரு நிமிஷமும் சந்தோஷமே!

பிறரோடு ஒத்துப்போங்கள். முடியவில்லையா... சண்டை போடாமல் விலகிவிடுங்கள்!!

'ஹலோ' சொல்வதோடு நிறுத்திக்கொள்ளுங்கள்.

எந்த ஒரு பிரச்சினையையும் இதே ரீதியில் அணுகினால் போதும்... வாழ்க்கையை நீங்கள் ரசிக்கலாம்!

() () ()

■ **அடிக்கடி நினைத்துப் பார்க்கும் வகையில் மன அமைதிக்கு வழி சொல்ல முடியுமா?**

● எதற்கும் வருத்தப்பட வேண்டாம்!

உங்களுடைய கடந்த கால அனுபவங்களில் இருந்து பாடங்களைக் கற்றுக் கொள்ளுங்கள். அந்தப் பாடங்களை அடிக்கடி நினைத்துப் பாருங்கள். அவை உங்கள் எதிர்காலச் செயல்களுக்கு வழிகாட்டியாக அமையும்.

ஒருபோதும் கடந்த காலத்தைப் பற்றிய கவலையில் மூழ்காதீர்கள். 'நான் அப்படி செய்திருந்தால் இப்படி ஆகியிருப்பேன்!' என்று எண்ணுவதெல்லாம் வீணான

சிந்தனை. நேரமும் வீண்... சக்தியும் வீண். ஏனெனில், கவலையானது சக்தியைக் கரைத்துவிடுகிறது. வேறு எதுவும் அது செய்வதில்லை.

உண்மை எதுவெனில்... எந்த சம்பவம் நிகழ்ந்தாலும், அது அப்படித்தான் நிகழ வேண்டும் என்பது ஆண்டவனின் விருப்பம். சிறு துரும்பின் அசைவு முதல் பிரபஞ்சத்தில் பிரமாண்டமான இயக்கம் வரை கடந்த காலம், நிகழ் காலம் மற்றும் எதிர் காலத்தின் ஒவ்வொரு நிகழ்ச்சியும், ஒவ்வொரு காரண காரியமும் எல்லாம் வல்ல... சகலமும் அறிந்த... எங்கும் நிறைந்த பரம்பொருளின் இச்சையால் இப்படித்தான் நிகழ வேண்டும் என்று தீர்மானிக்கப்பட்டிருக்கிறது.

கடவுளின் விருப்பத்தை மாற்ற எந்த மனிதனாலும் இயலாது. ஒவ்வொரு நிகழ்விலும் இறைவனின் திருவருள் மறைந்துள்ளது என்பதை உணர்ந்து உங்களுக்குள்ளே ஒரு அமைதியான வாழ்க்கையை மேற்கொள்வதுதான் அறிவுடைமை!

() () ()

■ **'சும்மா' என்பது என்ன வார்த்தையா?**

● அது வேண்டாத வார்த்தை! சமீபத்தில் தொழிலதிபர் ஒருவரிடம் பேசும்போது அவர் சொன்ன ஒரு தகவல்:

"வேலை வேண்டும் என்று கேட்டு என்னிடம் ஓர் இளைஞன் வந்தான். பரீட்சை முடிவு வந்து ஒரு மாத காலம் ஆகிவிட்டது. 'இவ்வளவு நாளும் என்ன செய்துகொண்டிருந்தாய்?' என்று கேட்டேன்.

'சும்மாத்தான் இருந்தேன்!' என்றான்.

அந்தப் பதிலுக்காகவே... வேலை இல்லை என்று சொல்லி திருப்பி அனுப்பிவிட்டேன். 'வேலைக்காக முயற்சி செய்துகொண்டிருந்தேன்' என்றோ... அல்லது,

'வீட்டு வேலைகளைக் கவனித்து வந்தேன்' எனவோ சொல்லி இருந்தால்கூட கண்டிப்பாக வேலை கொடுத்திருப்பேன். சும்மா இருப்பதாவது?"

() () ()

■ உண்மையிலேயே 'செவ்வாய் தோஷம்' உள்ளதா?

● நம் முன்னோர்கள் எதையுமே காரணம் இல்லாமல் சொல்ல மாட்டார்கள். கிரகங்களில் செவ்வாய், நமது ரத்தத்துடன் சம்பந்தப்பட்டது. ரத்தத்தில் உள்ள ஆர். எச்.ஃபேக்டர்கள் ஆண்களுக்கும், பெண்களுக்கும் மாறுபட்ட நிலையில் உள்ளன.

ஒருவரின் ஜாதகத்தில் செவ்வாய் இருக்கும் இடத்தை வைத்தே, சிறந்த ஜோதிட வல்லுநர்கள் அந்த ஜாதகரின் ரத்த வகை என்ன என்று சொல்லி இருக்கிறார்கள். ஆனால், இன்றைக்கு அந்த அளவுக்கு திறமை படைத்த ஜோதிட வல்லுநர்கள் இல்லை.

எனவே, ஜாதகங்களில் 'செவ்வாய் தோஷம்' உள்ளது என்று யாராவது சொன்னால் அவர்களது ரத்தத்தில் ஆர்.எச். ஃபேக்டர்கள் உள்ளதா என்று பரிசோதித்துப் பார்த்துக்கொள்வதும்... அதற்கு ஏற்றாற்போல பெண்ணைத் தேர்ந்தெடுத்துக்கொள்வதும் நல்லது.

முன்னோர்கள் சொல்லிவிட்டுச் சென்ற எல்லா விஷயங்களிலும் அர்த்தம் உள்ளது. உதாரணத்துக்கு... வாரத்துக்கு ஒரு முறையாவது மவுன விரதம் இருப்பது மிகவும் நல்லது. ஏன் அப்படி சொன்னார்கள்? ஆசை மட்டும்தான் நம் துன்பத்துக்கு காரணம் என்றில்லை. பேச்சும் காரணமாகும். பேச்சைக் குறைத்தால் துன்பம் தானாகக் குறையும்.

அதிலும் பிறரைப் பற்றிப் பேசுவதைக் குறைத்தால்... பேசாமல்விட்டால் துன்பம் அறவே நீங்கும். இதை

வெளிப்படையாக சொன்னால் யாரும் கேட்க மாட்டார்கள். எனவே, வாரத்துக்கு ஒரு முறையாவது மவுன விரதம் இருக்கச் சொன்னார்கள். அப்படி இருப்பவர்கள் நாட்கள் செல்லச் செல்ல, மெல்ல மெல்ல பேச்சையும் நிரந்தரமாக குறைத்துக்கொள்வார்களாம்!

() () ()

■ திறமையான நல்ல மனிதரை, கெட்டவராக அடையாளம் காட்டிவிட்டது சூழ்நிலை. அவருக்கு நீங்கள் கூறும் ஆறுதல் என்ன...?

● 1. தர்மத்தின் வாழ்வுதனை சூது கவ்வும். தர்மம் மறுபடியும் வெல்லும்!

2. விடியும்போது இருள் விலகியே தீரும்!

3. புல்லின் தலையில் உட்கார்ந்திருக்கும் பனித்துளி கிரீடங்கள் நிரந்தரமானவை அல்ல!

4. உறங்குவது போல் உண்மை விழித்திருக்கும். விழித்திருப்பது போல் பொய் தூங்கிக்கொண்டிருக்கும்!

5. கதிரவனை கருமேகங்கள் மறைக்கலாம். அது சில நிமிஷங்களுக்கு மட்டுமே!

இந்த ஆறுதல் போதுமா... இன்னும் கொஞ்சம் வேணுமா...?

() () ()

■ கடவுளின் படைப்பில் பணக்காரர்கள் – ஏழைகள் வேறுபாடு ஏன்?

● பணக்காரர்கள் - ஏழைகள் மட்டுமல்ல; இரவு - பகல், நல்லவன் - கெட்டவன், மேடு - பள்ளம், உண்மை - பொய், இனிப்பு - கசப்பு... இப்படி நிறைய முரண்பாடு உண்டு. இவை இல்லாவிட்டால் வாழ்க்கை போரடிக்கும்.

ஒரு விஷயம் தெரியுமா...? பணக்காரர்களாக இருப்பது போல் பாசாங்கு செய்வதாலேயே சிலர் ஏழையாகிவிடுகிறார்கள். பணக்காரர்களாக இருப்பது பணத்தை பொறுத்து மட்டுமல்ல... மனதில் உள்ள மகிழ்ச்சியைப் பொறுத்தும்தான்!

() () ()

நாத்திகம் பேசுபவர்கள்...?

* கடவுள் சிலையைக் கல் என்று சொல்பவர்கள்... ரூபாய் நோட்டை வெறும் காகிதம் என்று சொல்ல மறுப்பவர்கள்!

() () ()

படித்தால்தான் வாழ்க்கையில் உயர்ந்த நிலைக்கு வர முடியுமா?

* உங்கள் கேள்வியைப் படித்ததுமே... நான் படித்த பெட்டி செய்தி ஒன்று ஞாபகத்துக்கு வந்தது. மின்சார வயர் - கேபிள் உற்பத்தியில் சக்கரவர்த்தியாகத் திகழ்ந்த பிரகாஷ் சாப்ரியா, சிறுவனாக இருந்தபோது கையில் இருந்த தொகை வெறும் பத்து ரூபாய் மட்டுமே!

2வது வகுப்பு வரை மட்டுமே படித்தவர். பழைய எலக்ட்ரிக் சாமான்களை சைக்கிளில் வைத்து கட்டி புனே நகரின் தெருக்களில் அலைந்து விற்று, கிடைத்த லாபத்தைக் கொஞ்சம் கொஞ்சமாய் சேர்த்து சிறிய எலக்ட்ரிக் கடை வைத்தார்.

அதுதான் 'ஃபினோலக்ஸ்' என்ற பெயரில் புகழ்பெற்றுள்ளது. 'ஃபைன்', 'ஃபிளக்சிபிள்' ஆகிய வார்த்தைகளை வைத்து இப்படி பெயர் சூட்டப்பட்டது. அந்த நிறுவனத்தின் 2019- 2020 வருடத்தின் மொத்த வருமானம் ரூ.3050 கோடி.

இப்போது சொல்லுங்கள்... படித்தால்தான் வாழ்க்கையில் உயர்ந்த நிலைக்கு வர முடியுமா...? (அதற்காக படிக்காமல் இருந்துவிடக் கூடாது!)

() () ()

■ **'எழுத்துலகில் 50 ஆண்டுகள்' கண்ட அரிய சாதனையாளரான தங்களுக்கு சொந்த மண்ணில் விழா நடந்தபோது வாழ்த்த தாய் - தந்தை இல்லையே என்ற வருத்தம் ஏற்பட்டதா?**

● இல்லாமல் இருக்குமா? அவர்கள் உயிரோடு இல்லைதான். ஆனாலும் விழாவுக்கு வந்திருந்தார்கள். ஆச்சரியமாக இருக்கிறதா? படியுங்கள் கீழே...

கோவையில் 14.7.2019 அன்று எனக்கு நடந்த பொன்விழாவில் கலந்துகொண்டு பேசிய சிறப்பு விருந்தினர் கிருஷ்ணராஜ் வானவராயர் அவர்களும் இதே ஆதங்கத்தைத்தான் வெளிப்படுத்தினார். எனக்கும் விழா நடந்த அந்த மூன்று மணி நேரமும் என் தாய், தந்தை நினைவாகவே இருந்தது. ஆனால், ஒன்றை நன்றாக கவனித்தேன்.

மேடையின் முன் முதல் வரிசை நாற்காலிகளில் 93 வயது பெரியவரும், 88 வயது மூதாட்டியும் விழா முடியும் வரை இருந்து, என்னை வாழ்த்திவிட்டுச் சென்றதை சாதாரண நிகழ்வாக என்னால் எடுத்துக்கொள்ள முடியவில்லை!

() () ()

■ **அத்திவரதர் தரிசனம் பற்றி...?**

● என் மனம் தொட்ட பதிவு இது. உங்களுக்கு பதிலாக மாறுகிறது!

லட்சக் கணக்கில் மக்கள் கால்கடுக்க வியர்வை

மழையில் நனைந்தபடி நிற்கிறார்கள். ஆங்காங்கே முதியோர்கள் பலரும் மயங்கி விழும் காட்சிகளும் அரங்கேறுகிறது. குடிப்பதற்கு நீர் இல்லை. குழந்தைகள் படும் துன்பமோ சொல்லி மாளாது. கூட்டத்தைக் கட்டுப்படுத்த முடியாமல் காவலர்கள் விழிபிதுங்கி நிற்கிறார்கள்.

எப்போது தரிசனம் பெறுவோம் என்பது அந்த இறைவனுக்கே வெளிச்சம்! பசி வயிற்றை கிள்ளும்போது லேசாக அந்த பக்தி மீதே கோபம் தலை தூக்குகிறது. நெரிசலில் சிக்கி, நாம் பயந்தபடியே, பலர் இறைவனடி சேர்ந்துவிட்டார்கள்.

அரசு சரியானபடி வசதிகள் செய்துதரவில்லை என குமுறல்கள் எழுந்தவண்ணம் உள்ளன. ஆனால், இதே தமிழகத்தில்தான் கிராமப்புறங்களில் விளக்கேற்றக்கூட வசதி இல்லாத திருக்கோயில்கள், தெய்வத் திருமேனிகளுக்கு மாற்று வஸ்திரம் இல்லாத திருக்கோயில்கள் உள்ளன.

அரும்பாடுபட்டு மாமன்னர்கள் பலரால் கட்டப்பட்ட பல கோயில்கள் சிதிலமடைந்து காணப்படும் அவலம் இங்குதான் தொடர்கிறது. மின்சார கட்டணம் செலுத்த இயலாமல் இருளில் மூழ்கி கிடக்கும் கோயில்களும் உண்டு.

இத்தகைய நிலையிலும் வருமானமேயின்றி கடமை உணர்வுடன் அங்கு பணிபுரிகிறவர்கள் இருக்கிறார்கள். மனித சஞ்சாரமேயின்றி அரவங்களுக்கும், வவ்வால்களுக்கும் புகலிடம் அளித்துக்கொண்டிருக்கும் திருக்கோயில்களோ அநேகம் அநேகம்! ஆனால், நாம் அங்கெல்லாம் ஆர்வமாக செல்லவே மாட்டோம். ஏன்... ஒரே இடத்திலேயே ஒருவர் மீது ஒருவர் விழுந்த வண்ணம் தரிசனம் செய்ய வேண்டும்? பக்தர்களுக்காக அங்கு குடியிருப்பவன் இறைவன் இல்லையா?

ராஜேஷ்குமார் | 93

வாருங்கள்... திரளாக அத்தகைய கோயில்களை நோக்கி! அங்கு விஸ்ராந்தியாக (சாந்த திருக்கோலம்) வீற்றிருக்கும் இறைவனை கண்டு உங்கள் குறைகளைக் கூறுங்கள். பூசை பொருட்கள் வாங்கிக் கொடுங்கள். வசதி உள்ளோர் வஸ்திரமும் வாங்கி அளிக்கலாம்.

விளக்கேற்ற எண்ணெய் வாங்கித் தந்தால், உங்கள் குடும்ப விளக்கு ஒளி வீசும். வறுமையில் வாடும் அர்ச்சகர்களுக்கு உதவுங்கள். உங்கள் தலைமுறையினர் பலரும் பலன் பெறுவர். சிதிலம் அடைந்த திருக்கோயில்களை சீர்தூக்க உதவுங்கள்!

() () ()

ஆண்களுக்கு மட்டும் வழுக்கை ஏன்?

ஆண்களின் தலையைப் பெண்கள் தடவுவதால்தான் வழுக்கை விழுகிறது என்று நீங்கள் நினைத்துக் கொண்டிருந்தால் அந்த எண்ணத்தை உடனே அழித்துவிடுங்கள். ஆண்களின் தினுசு தினுசான வழுக்கைகளுக்கு காரணம் 'ஆண்ட்ரோஜன்' என்கிற ஹார்மோன்தான்!

இது ஆண்களுக்கு மட்டுமே சுரப்பதால் தலை பாலைவனமாகிறது. பெண்களுக்கு ஆண்ட்ரோஜன் சுரக்காதது அது இயற்கையின் திருவிளையாடல்.

இயற்கை சற்றே மனம் மாறி ஆண் - பெண் இருவருக்கும் இதை சப்ளை செய்திருந்தால் நிலைமை என்னாகி இருக்கும்.

சூப்பர் ஸ்டாரை ரசிக்கிற மாதிரி நம்மால் நயன்தாராவை ரசிக்க முடியுமா?

() () ()

வாசகர்கள் உங்களைச் சந்திக்கும்போது பொதுவாக எந்த மாதிரியான கேள்விகளை கேட்பார்கள்?

- வாசகர்களில் சிலர் என்னைச் சந்திக்கும்போது ஒரே கேள்வியைக் கேட்பார்கள்: 'மற்ற எழுத்தாளர்களின் நாவல்களில் உங்களுக்குப் பிடித்தது எது?'

அதற்கு, 'எனக்குப் பிடித்த நாவலின் தலைப்பு வாழ்க்கை!' என்று சொல்வேன்.

'அதை எழுதிய எழுத்தாளர் யார்?' என கேட்பார்கள்.

'இறைவன்' என்பேன்! அப்போது வாசகர்கள் என்னை வியப்பாக பார்ப்பார்கள்.

நான் தொடர்ந்து சொல்வேன்: 'மனிதனாக பிறந்த ஒவ்வொருவரின் வாழ்க்கையும் சுவையான நாவல்தான்! உலகின் மக்கள்தொகை கோடானு கோடியாக பெருகிக்கொண்டு வருகிறது..... என்றாலும் மக்கள், ஒவ்வொருவரின் வாழ்க்கையும் ஒரு திரில்லர் நாவலே!

அடுத்த நிமிடம், நம்முடைய வாழ்க்கையில் நடக்கப்போவது மகிழ்ச்சிமிக்க சம்பவமா... இல்லை அதிர்ச்சியைச் சுமந்து வரப்போகும் நிகழ்வா என்று யாருக்கும் தெரியாது. ஒவ்வொரு நாளுமே அந்நாவலின் ஒரு பக்கம். அந்தப் பக்கங்களில் சில சம்பவங்கள் புதிரானவை!

நமக்கு விடுகதைகளை மட்டும் போட்டுவிட்டு, நாம் அவற்றுக்கு விடைகளைத் தேடிக் கண்டுபிடிக்கும் முன்பு காலம் கரைந்து போய்விடும் மாயாஜாலங்களும் நடப்பது உண்டு!

() () ()

கவிதைகளில் 'தென்றல் காற்று' என்று வருகிறது. உண்மையில் தென்றல் உண்டா?

- உண்டு!

காற்று வீசும் வேகத்தைப் பொறுத்துதான் பெயர்கள் மாறுகின்றன.

மணிக்கு 5 மைல் வேகத்தில் காற்று வீசினால் அதற்குப் பெயர் தென்றல்.

10 மைல் வேகத்தில் வீசினால் மென்காற்று.

40 மைல் வேகத்தில் வீசினால் புயல்.

50 மைல் வேகத்தில் காற்று வீசினால் சூறாவளி.

60 மைலிருந்து 100 மைல் வேகத்தில் வீசினால் அது குடும்பம்!

() () ()

நீங்கள் படித்ததில் ஆச்சரியப்பட வைத்த மறுக்க முடியாத உண்மை எது ?

- எல்லாவற்றையும் மக்கச் செய்து அழித்துவிடும் மண், விதையை மட்டும் உயிர்ப்பிக்கச் செய்வது இயற்கையின் மிகப் பெரிய அதிசயங்களில் ஒன்று!

() () ()

நீங்கள் வாக்கிங் போவது உண்டா? அதற்கு ஏற்ற நேரம் காலையா... மாலையா?

- காலை நேரம்தான்! நானும் போனது உண்டு. காரணம்... அந்த நேரத்தில்தான் காற்று கற்போடு இருக்கும். அடிக்கிற மருதமலை காற்றில் ஓசோன் 'உள்ளேன் அய்யா' என்று சொல்லும்.

அந்தக் காற்றைச் சுவாசிக்கும்போதே நுரையீரல்களில் இனிக்கும். இதெல்லாம் சில நிமிடங்களுக்குத்தான்.

பிறகு எதிர்படும் வாக்கிங் நண்பர்களுக்கு குட்மார்னிங் சொல்லுவதிலும், ஓரிரு நிமிடங்கள் நின்று பேசுவதிலும் அது டாக்கிங் நேரமாக மாறிவிட்டதால் இப்போதெல்லாம் என் வீட்டு மொட்டை மாடியில்தான் வாக்கிங்!

() () ()

- **பழைய திரைப்படப் பாடல்களுக்கும், புதிய பாடல்களுக்கும் என்ன வித்தியாசம்?**

- முன்னது... தேன்.

பின்னது... தேள்.

பழைய பாடல் ஒன்றை டி.வியில் கேட்டேன். எத்தனையோ முறை கேட்ட பாட்டுதான் அது! என்றாலும் அதன் கடைசி வரிகள் என் மனசுக்குள் ஒரு நாற்காலியைப் போட்டு உட்கார்ந்துவிட்டது.

அந்த நான்கு வரிகளும் கணவன் தன் மனைவியைப் பார்த்து பாடுவது! இதோ அந்த வரிகள்: 'இங்கே என் காலமெல்லாம் முடிந்துவிட்டாலும், ஓர் இரவினிலே முதுமையை நான் அடைந்துவிட்டாலும், மங்கை உன்னைத் தொட்டதுமே மறைந்துவிட்டாலும், மறுபடியும் நான் பிறந்து வந்து உனக்கு மாலை சூடுவேன்!'

ஒவ்வொரு ஆணும் இப்படி பாடும்படியாக நாம் நடந்துகொள்ள வேண்டும் என்று பெண்களை தூண்ட வைக்கும் வரிகள் அவை!

() () ()

- **மாட்டுப் பொங்கல் கொண்டாடுவதை பகுத்தறிவு வாதிகள் என்று சொல்லிக்கொள்ளும் சிலர் கேலி பேசுகிறார்களே?**

- பேராசிரியர் கு.ஞானசம்பந்தன் அவர்கள் ஒரு கட்டுரையில்...... இப்படி எழுதி இருந்தார்:

'பசு மாடு நம் குடும்பத்தில் ஒரு துணை மாதிரி. அது வீட்டில் ஓர் அங்கம். கிராமத்தில் இருப்பவர்களுக்குத்தான் பசுமாட்டின் அருமை தெரியும். தாய்ப் பாலுக்கு அடுத்தபடியாக நம்முடைய குழந்தைப் பருவ வளர்ச்சியில் முக்கியமான இடம் பசும் பாலுக்கே இருக்கிறது.

'பால்தான், நாம் இறந்த பிறகும் கூடவே வருகிறது!' என்று வினோபாஜி சொல்வார். நமக்கு எது எது வேண்டாமோ அதெல்லாம் மாட்டுக்கு உணவாகிறது.

நெல்... நமக்கு. அதன் உமி... மாட்டுக்கு.

சோறு... நமக்கு. இலை போட்டு உணவு சாப்பிடுகிறோம். சாப்பிட்ட எச்சில் இலை... மாட்டுக்கு.

இப்படி நமக்கு வேண்டாத கழிவுகளை உணவாக உட்கொள்கிற மாடு, தனது ரத்தத்திலிருந்து உருவான பாலைக் கொடுத்து... அந்தப் பாலின் மூலம் தயிர், மோர், வெண்ணெய், நெய் என்று வாரி வழங்குகிறது.

பசு மாடு, இப்படி நமக்கு உதவி செய்தால் நாளை மாடு விவசாயத்திலிருந்து... பொதி சுமப்பது, வண்டி இழுப்பது என்று தன் பணிகளைச் செய்கிறது!'

இப்போது சொல்லுங்கள்... மாட்டுக்கு பொங்கல் வைத்துக் கொண்டாடலாமா... வேண்டாமா?

() () ()

◼ 'பெண்களை நம்பாதே...!' என்கிற வாசகம் உங்களுக்கு உடன்பாடானதா?

- வஞ்சிப்பதால் 'வஞ்சி', மதுவைவிட போதை அதிகம் என்பதால் 'மாது', இருப்பதை அவள் மூலம் இழப்பதால்

'இல்லாள்', மனதை கன்றிப் போக வைப்பதால் 'கன்னி' என்று கவிஞர் கண்ணதாசன் வேண்டுமானால் சொல்லலாம். ஆனால், நான் உங்கள் கட்சி. பெண்களுக்கு மட்டுமே சொந்தமான 'தாய்' என்கிற வார்த்தைக்கு ஈடு இணை ஏது? தாயை நம்பாமல் வேறு யாரை நம்புவதாம்?

◌ ◌ ◌

■ **கோயில்களில் 108 என்ற எண்ணிக்கையில் பூஜை செய்கிறார்களே! அந்த எண்ணில் என்ன விஷேசம்?**

● நவக்கிரகங்கள் -9.

ராசிகள்- 12.

நட்சத்திரங்கள் -27.

இந்த மூன்றையும் கூட்டினால் நமக்கு கிடைக்கும் எண்- 48.

நாட்கள் 48 என்பது ஒரு மண்டலம்.

கோயிலில் கும்பாபிஷேகம் நடந்தால் தொடர்ந்து 48 நாட்கள் மண்டல பூஜை நடத்துவது வழக்கம்.

இந்த 48 எண்ணோடு தமிழ் பஞ்சாங்கப்படி உள்ள 60 வருஷங்களையும் சேர்த்தால் மொத்தம் 108.

அதாவது, இந்த 108 எண்ணுக்குள்... நவக்கிரகம், ராசி, நட்சத்திரம், வருஷங்கள் என எல்லாமே அடங்கிவிடுவதால் அந்த எண்ணுக்கு ராஜமரியாதை!

◌ ◌ ◌

■ **பொய் பேசாமல் வாழ முடியுமா...?**

● ரொம்ப ரொம்ப கஷ்டம்! தங்க நகை செய்வதற்கு எப்படி செம்பும் சிறிது தேவைப்படுகிறதோ... அதே மாதிரி வாழ்க்கைக்கு சிறிது பொய்யும் தேவையாகிறது.

கீழே இருக்கும் இந்த பட்டியலைப் படியுங்கள்...

டாக்டர் பொய் சொன்னால்... அது சர்டிபிகேட்!

அரசியல்வாதி பொய் சொன்னால்... அது புள்ளி விவரம்!

கவிஞர் பொய் சொன்னால்... அது கவிதை!

எழுத்தாளர் பொய் சொன்னால்... அது காவியம்!

வக்கீல் பொய் சொன்னால்... அது வாதாடும் திறமை!

சரித்திர ஆராய்ச்சியாளர் பொய் சொன்னால்... அது வரலாறு!

துணுக்கு எழுத்தாளர் பொய் சொன்னால்... அது வாரியார் வாக்கு!

நோய் இல்லாதவன் இளைஞன். கடன் இல்லாதவன் பணக்காரன். இப்போது உங்களுக்குப் புரிந்திருக்குமே... எப்படி வாழ வேண்டுமென்று!

() () ()

■ **சிங்கப்பூர், துபாய் போன்ற சிறிய நாடுகள்கூட செல்வச் செழிப்போடு இருக்க என்ன காரணம்?**

● அந்த நாடுகளின் அர்ப்பணிப்போடு கூடிய வேகமான செயல்பாடுகள்தான் காரணம். இந்தியா 2015 ஜூன் மாதம் 'ஸ்மார்ட் சிட்டி'யாக மாற்ற 100 நகரங்களைத் தேர்ந்தெடுத்தது. சிங்கப்பூர் 2014 டிசம்பரில் தன் நாட்டை ஸ்மார்ட் தேசமாக மாற்ற முடிவு எடுத்து, ஏற்கெனவே ஸ்மார்ட்டாக இருந்த நாட்டை 2016லேயே படு ஸ்மார்ட்டாக மாற்றிவிட்டது.

இப்போதுவரைக்கும், நம் நாட்டில் 100ல் ஒன்றுகூட இன்னும் சோம்பல் முறிக்கவில்லை. சிங்கப்பூரையும், துபாயையும் நினைத்து நாம் பெருமூச்சு விட்டுக்கொண்டே இருக்க வேண்டியதுதான்!

() () ()

■ 'க்ரைம்' நாவல்கள் படிப்பதால் எதிர்மறை எண்ணங்கள் உருவாக வாய்ப்பு இருக்கிறதா?

● நிச்சயமாக இல்லை! பொதுவாக வரப்போகும் எதிர்கால விஞ்ஞான ஆபத்துகளை எடுத்துச் சொல்பவை எனது 'க்ரைம்' நாவல்கள்.

'சட்டத்துக்கு எதிராக செயல்படாதீர்கள்!' என்று எச்சரிக்கை செய்யும் உண்மைச் சம்பவங்களை அடிப்படையாகக் கொண்டு எழுதப்படுபவை.

பெரும்பாலும் புத்தகங்களைப் படிக்கும் வாசகர்கள் சிறிய வட்டத்துக்குள் அடங்கிவிடுகிறார்கள். ஆனால், திரைப்படம் பார்க்கும் ரசிகர்கள் வட்டம் மிக மிகப் பெரியது. அதிலும் முன்னணி ஹீரோக்களுக்கு சொல்லவே வேண்டாம். ஒரு வாரத்துக்குள் ஆயிரத்துக்கும் மேற்பட்ட தியேட்டர்களில் இரண்டு கோடி பேர் பார்த்துவிடுகிறார்கள்.

இன்றைக்கு பலரிடம் இருக்கும் 'எதிர்மறை' எண்ணங்களுக்கு காரணம் 'ஆன்டி ஹீரோயிசம் சினிமா'க்கள் என்று ஒரு சர்வே சொல்கிறது. ஒரு ஹீரோ கெட்டவனாக இருந்தால்தான் படம் ஓடுகிறது. அவன் கையில் அரிவாளோ, பெரிய சுத்தியலோ இருந்தால்தான் அதிகம் கவனிக்கப்படுகிறது.

படத்தைப் பார்க்கும் இளைஞன் அந்த 'ஹீரோ'வைப் போல் தன்னையும் பாவித்துக்கொள்வதால்தான் குற்றங்கள் அதிகரித்துள்ளன. பாவம்... புத்தகங்கள் மேல் பழியைப் போடாதீர்கள்!

() () ()

■ எதிரிகளை எப்படி சமாளிக்கிறீர்கள்?

● என்னை எப்படிச் சமாளிப்பது என்று அவர்கள் அல்லவா யோசிக்க வேண்டும்?

() () ()

◼ **க்ரைம் நாவலாசிரியரான நீங்கள் டிடெக்டிவ் நிறுவனம் ஆரம்பித்தால் என்ன?**

● என்னுடைய தீவிர வாசகியான யாஸ்மின், எனது நாவல்களைப் படித்ததன் காரணமாக, சில வருடங்களுக்கு முன்பே கோவையில் டிடெக்டிவ் நிறுவனம் நிறுவி வெற்றிகரமாக நடத்தி வருகிறார். அவர் நடத்தும் விழாக்களில் கலந்துகொண்டு என்னுடைய ஒத்துழைப்பையும் தந்துகொண்டிருக்கிறேன். இது போதுமே!

() () ()

◼ **எனக்கு ஆண் குழந்தை பிறந்துள்ளது. அழகான பெயர் சூட்டுவீர்களா?**

● வாழ்த்துக்கள் சகோதரி. தவறாக நினைக்க வேண்டாம். குழந்தைக்கு பெயர் வைக்க வேண்டுமென்றால், வீட்டில் உள்ள பெரியவர்களைக் கலந்து அவர்களின் விருப்பம் அறிந்து பெயர் சூட்டுங்கள். அவர்களுக்குரிய உரிமையை வேறு யாருக்கும் விட்டுக் கொடுக்காதீர்கள்!

() () ()

◼ **நம் நாட்டின் பொருளாதாரம் வீழ்ச்சியா...வளர்ச்சியா? கொஞ்சம் புரியும்படி சொல்ல முடியுமா?**

● அடியேனும் கணக்கில் 'வீக்'!

ஒரு நண்பரின் பதிவு இது. இதெல்லாம் சரியா என்றும்கூட தெரியாது.

இதோ அந்தப் பதிவு:

பொதுவாக பொருளாதாரம் எப்படி உள்ளது என்பதற்கு சில கூட்டல் -கழித்தல் கணக்குகளைக் காட்டி சதவிகிதத்தில் கூறி சமாளிப்பது வழக்கம். ஆனால், சாதாரண மக்களின் வாழ்க்கையில் இருந்தே இதை

புரிந்துகொள்ள வழி உள்ளது. அந்த கணிப்பு மிக சரியாகத்தான் இதுவரை இருந்திருக்கிறது.

தங்கத்தின் விலை ஏறிக்கொண்டே சென்றால் பொருளாதாரம் பாதாளத்தை நோக்கி பயணம் செய்கிறது என நிச்சயமாக கூறிவிட முடியும்!

() () ()

பாதுகாப்பக்காக 'புல்லட் ஃப்ரூப் ஜாக்கெட்' அணிகிறார்களே! சுட்டுக் கொல்ல நினைக்கிறவன், முகத்தில் சுடமாட்டானா? (உங்ககிட்ட சரியான கேள்விதானே சார் கேட்டிருக்கேன்!)

- முகத்தை நோக்கி சுடும்போது குறி தவற 50 சதவிகித வாய்ப்பு இருப்பதால், பெரும்பாலான கொலையாளிகள் மார்பு பரப்பளவைத்தான் குறி பார்ப்பார்கள்.

கழுத்துக்குக் கீழே மார்பில் எங்கே தோட்டா பாய்ந்தாலும் இருதயம், நுரையீரல் ரத்தத் துணுக்குகளாக சிதறிவிடும் என்பதால்தான் புல்லட் ஃப்ரூப் ஜாக்கெட்டை முக்கியமானவர்கள் அணிகிறார்கள்.

() () ()

தமிழ்நாட்டின் எந்த ஒரு நகரத்திலும் சரி... கிராமத்திலும் சரி... 'வெளியில் பேசுகிற அளவுக்கு தண்ணீர் பஞ்சம் இல்லை!' என்று அரசு அதிகாரிகள் சொல்வது உண்மையா?

- உண்மைதான்! நானும் எல்லாப் பக்கமும் விசாரித்துப் பார்த்துட்டேன். ஒரு டாஸ்மாக் கடைகூட மூடப்படல. தண்ணி தாராளமா கிடைக்குது.பொதுமக்கள் மேல் பாரத்தைப் போட்டு அதிகமா கிளப்பி விடுற புரளியை நம்பாதீங்க!

() () ()

◼ **நேற்று போல் இருக்கிறது 2000வது ஆண்டின் பிறப்பு. இப்போது 2020ம் ஆண்டு. ஆண்டுகள் மிக வேகமாக போவது போல் ஓர் உணர்வு. காலம் சுருங்கிவிட்டதா.... இல்லை நமது மனம்தான் விரிவடைந்துவிட்டதா?**

● இது கம்ப்யூட்டர் யுகம்! நாம் செய்யும் ஒவ்வொரு காரியமும் வேகமாக முடிய வேண்டும் என்ற நினைப்புடன் செயல்படும்போது காலமும் வேகமாய் போவதைப் போன்ற உணர்வு ஏற்படத்தான் செய்யும்.

ஒரே ஒரு வாரம் நீங்கள் உங்கள் பணிகளைத் தள்ளி வைத்துவிட்டு, ஏதாவது குக்கிராமத்துக்குப் போய் இருந்து அந்தப் பாணியில் பாருங்கள். ஒவ்வொரு நிமிடமும் ஒரு யுகம் போல் தெரியும்.

கிராமத்தில் உள்ளவர்கள் பொழுதே போக மாட்டேங்குது! என்று புலம்புவதையும் நீங்கள் கேட்டிருக்கலாம். என்றைக்கு ஃபாஸ்ட் ஃபுட் கலாசாரம் வந்து, நின்று கொண்டே அவசர அவசரமாக நாம் சாப்பிட ஆரம்பித்தோமோ... அன்றைக்கே காலமும் வேகமாக ஓட ஆரம்பித்துவிட்டது!

() () ()

◼ **கடவுள் பற்றிய பேச்சு வரும்போதெல்லாம் என்னுடைய நாத்திக நண்பரிடம் பேச முடியாமல் தோற்றுப் போகிறேன். அவரை மடக்க ஒரு வழி சொல்வீர்களா?**

● ஆன்மிக சிந்தனை ஒன்றைப் படித்தேன். அதை அவருக்குப் படித்துக் காட்டுங்கள்.

அதன் சாராம்சம் இதுதான்...

பசி என்பது கடவுளால், கடவுளை அறிய நமக்கு கொடுக்கப்பட்ட ஓர் உணர்வு. பசி என்பதே இல்லாவிட்டால் மக்கள் ஒருவரை எதிர்பார்க்க மாட்டார்கள். ஒருவருக்கு ஒருவர் உதவ மாட்டார்கள்.

மனித நேயம் என்பதே இல்லாமல் போய் உழைப்பு என்கிற வார்த்தையே காணாமல் போயிருக்கும்.

பசி என்ற உணர்வு நம் கண்களுக்கு தெரிவதில்லை. ஆனால், நிச்சயம் உணர்கிறோம். அதைப் போலவேதான் கடவுளும் உணரப்பட வேண்டியவர்!

() () ()

■ பெண்களின் கண்களில் கண்ணீரே இல்லாவிட்டால்...?

● 1969ல் தங்கம் என்ன விலைக்கு விற்றதோ அதே விலைக்குத்தான் இப்போதும் விற்றுக்கொண்டிருக்கும்!

() () ()

■ மூளை அதிகமாக வேலை வாங்குவது நம் உடம்பில் எந்த உறுப்பை?

● சொன்னால் நம்ப மாட்டீர்கள்! மூளை அதிகமாய் வேலை வாங்குவது நம் இரண்டு கைகளிலும் உள்ள கட்டைவிரல்களைத்தான்!!

பேனா பிடிப்பவர்களானாலும் சரி... கோடாலி பிடிப்பவர்களானாலும் சரி... அவர்களுக்கு கட்டைவிரல்களின் தயவு வேண்டும். மூளை அந்த இரண்டு விரல்களையும் தன்னுடைய முழு கட்டுப்பாட்டில் வைத்துக்கொண்டு வேலை வாங்கி வருகிறது.

ஏகலைவனின் திறமை அர்ஜுனனைவிட அதிகமாக இருந்ததால், அவனுடைய கட்டை விரல்களை குருதட்சணையாகக் கேட்டு துரோணாச்சாரியார் வாங்கிக்கொண்டதன் காரணம் இதுதான்!

() () ()

■ நாள்காட்டியில் தேதி கிழிக்கும்போது உங்கள் மனதில் தோன்றும் எண்ணம்?

- காஞ்சிப் பெரியவர் சொன்னது என்னுடைய ஞாபகத்துக்கு வரும். அவர் என்ன சொன்னார் என்று கேட்கிறீர்களா?

    நாள்காட்டியில் நாம் ஒவ்வொரு நாளும் தேதி தாளைக் கிழிக்கும்போது நம் வாழ்நாளில் ஒரு நாள் குறைகிறது. காலன் அதாவது... எமன் நம் வாழ்நாளை 'டர்... டர்' என்று குறைப்பதால் அதற்கு 'காலண்டர்' என்ற பெயர் வந்தது!

    () () ()

■ **உறவினர் - நண்பர்களின் வீடுகளுக்கு எப்படிப் போக வேண்டும்?**

- எப்போதோ படித்த ஒரு ஜோக் இப்போது ஞாபகத்துக்கு வருகிறது. அதைப் படியுங்கள்...

    "மாணிக்கம் சாலையில் வலதுபக்கம் திரும்பினால் 27-ம் எண் வீடுதான் என்னோடது. வந்து முழங்கையால் காலிங் பெல்லை அழுத்தினால் போதும். நான் வந்து திறப்பேன்."

    "எதுக்காக முழங்கையால் காலிங் பெல்லை அழுத்த வேண்டும்...?"

    "என்னைப் பார்க்க வரும்போது வெறும் கையோடு வர மாட்டியே! கையில் ஸ்வீட் பாக்ஸையும், பழக்கூடையையும் வைத்துக்கொண்டு பெல் அடிக்க கஷ்டமாக இருக்காதா...?"

    () () ()

■ **மக்கள் மாறிவிட்டார்களா... இல்லை காலம் மாறி விட்டதா?**

- முகநூலில் நான் படித்த ஃபைவ் ஸ்டார் பதிவு.

இதுதான் உங்கள் கேள்விக்கான பதில்!

நம் மக்கள் சமீப காலமாக அதிக அளவில் ரெஸ்டாரண்ட்டுக்குப் போய் சாப்பிடுதல், மால்கள் மற்றும் பொழுதுபோக்கும் இடங்களில் தேவையற்ற செலவுகளை யோசிக்காமல் செய்வதைப் பார்க்கிறேன். பல திரையரங்குகளில் ஒரு டப்பா பாப்கார்ன் மனசாட்சியே இல்லாமல் இருநூறு ரூபாய்க்கு விற்கப்பட்டாலும் பலர் கியூவில் நின்று வாங்கி பிள்ளைகளுக்கு தருகிறார்கள்.

முன்பெல்லாம் வருடத்துக்கு ஒரு முறை பொருட்காட்சி திடலில் மட்டும் சற்று செலவு செய்யும் தமிழ்க் குடும்பங்கள் இப்போது மாதத்தில் பல நாட்கள் இப்படி இஷ்டத்துக்கு வீண் செலவு செய்வது சாதாரணமாகிவிட்டது!

நடுத்தர குடும்பங்கள்... ஏதோ நாளையோடு பெரும் கடைகள் மூடப்படுவதைப் போல தினமும் போய் அலைமோதுகிறார்கள். தேவைக்காக பொருள் வாங்கிய காலமெல்லாம் மலையேறிவிட்டது போலும். இப்பொதெல்லாம் ஏதாவது வாங்கிக்கொண்டே இருக்க வேண்டும் என்பதற்காக மக்கள் பல நேரம் முட்டாள்தனமாக செலவு செய்வது ஃபேஷன் ஆகிவிட்டது.

ஆடம்பரச் செலவு செய்வதும் அதிகரித்து வருகிறது. குறிப்பாக திருமணம் போன்ற மங்கல வைபவங்கள்! பெற்றோரின் ஆயுட்கால சேமிப்பை மணமக்களின் எதிர்கால வாழ்க்கைக்கு எந்த வகையிலும் பயன்படாத வகையில் செலவு செய்வதற்கே திருமணங்கள் ஆர்ப்பாட்டமாக நடத்தப்படுகின்றன.

சில ஆண்டுகளுக்கு முன் மேற்கத்திய நாடுகளில் ஏற்பட்ட கடும் பொருளாதார சரிவின்போது இந்தியாவில்

அதன் தாக்கம் மிக குறைவாகவே இருந்தது. காரணம், நமது நாட்டின் மிக பெரிய எண்ணிக்கையிலான நடுத்தர வர்க்கத்தின் சேமிப்பாகும்.

கிரெடிட் கார்டு தரும் போலி தைரியம் காரணமாக செலவுகள் எல்லை தாண்டும்போது, நம் பொருளதாரத்தின் அடித்தளம் அசைவு காணும், பலகீனம் அடையும்.எனவே, அடுத்த முறை நீங்கள் ஒரு செலவை மேற்கொள்ளும் முன் அதன் அவசியத்தைக் கொஞ்சம் யோசித்து... அப்பொருளை அதன் தேவை கருதி வாங்குகிறீர்களா அல்லது அதனை விரும்புவதால் வாங்குகிறீர்களா என்று சற்று நிதானியுங்கள்.

உங்கள் முடிவு மாறலாம். அப்போது பணம் உங்களிடமே... உங்கள் உண்மையான தேவைக்காக பத்திரமாக இருக்கும். அந்தப் பணம் நீங்கள் உழைத்து ஈட்டியது என்பதையும் மறந்துவிடாதீர்கள்!

() () ()

தங்கத்தின் விலை உயர்ந்துகொண்டே போகிறதே...?

- அரிசி விலை உயர்ந்தால்தான் கவலைப்பட வேண்டும். தங்கத்தின் விலை இன்னும் பத்து மடங்கு உயர்ந்தாலும் நம்மால் உயிர் வாழ முடியும்!

() () ()

வாழ்வில் வெற்றி சிலருக்கே வாய்க்கிறதே?

- என் வாட்ஸ்அப்க்கு வந்த ஒரு ஆங்கிலப் பதிவை தமிழ்படுத்தி உள்ளேன். படித்துப் பாருங்கள். பதில் கிடைக்கும்!

என் அறையில் இருந்த பொருட்கள் எனக்கு சொல்லாமல் சொன்ன புத்திமதிகளை கடைப்பிடித்து வாழ்ந்தேன்... வாழ்க்கையில் உயர்ந்தேன்.

மின் விசிறி சொன்னது: ‘குளிர்ந்த மனம் கொண்டவனாக இரு!’

கூரை சொன்னது: ‘எதிலும் உயரத்தைத் தொடு!’

ஜன்னல் சொன்னது:‘என் வழியாக இந்த உலகத்தை பாரு!’

கடிகாரம் சொன்னது: ‘ஒவ்வொரு நிமிடமும் தங்கம்!’

கண்ணாடி சொன்னது: ‘என்னைப் போல் உன் மனதும் இருக்கட்டும்!’

காலண்டர் சொன்னது: ‘நிகழ்காலத்தில் இரு!’

கதவு சொன்னது: ‘திறந்துகொண்டு வெளியே வா!’

தரை விரிப்பு சொன்னது: ‘பணிந்து இறைவனை பிரார்த்தனை செய்!’

கழிவறை சொன்னது:‘கெட்டவைகளை அகற்று!’

மேஜை மேல் இருந்த திருக்குறள் சொன்னது: ‘தினமும் என்னைப் படி!’

வியப்பில் ஆழ்ந்தேன்.

நம்மைச் சுற்றி நமக்கு வாழ்வில் வேண்டியவை கொட்டிக் கிடக்கின்றன. நாம்தான் அந்த உண்மை புரியாமல் பார்வையற்றவர்களாக உலா வந்துகொண்டிருக்கிறோம்!

() () ()

சமூகநலம் சார்ந்த விஷயங்களில் உங்களை அதிக கோபப்படுத்துவது எது?

- சிங்கப்பூரில் கெட்டுப் போன பால் பாக்கெட்டை விற்றதால், அடுத்த ஒரு மணி நேரத்துக்குள் அந்த நிறுவனம் சீல் வைக்கப்பட்டு... பின் நிரந்தரமாய் மூடப்பட்டது!

ஆனால், இங்கே...

தனியார் விற்பனை செய்யும் பாலில் ரசாயனங்கள் கலந்திருப்பதால் குழந்தைகளின் உயிருக்கு ஆபத்து என்று ஆணித்தரமாக கையில் ஆதாரத்தை வைத்துக்கொண்டு பேசும் அமைச்சர், அவைகளைத் தடை செய்யும் அதிகாரம் தனக்கு இல்லை என்று சொல்வது அதிர்ச்சியாய் இருந்தது. அப்படியானால் யாருக்கு அதிகாரம் இருக்கிறது?

அப்படி யாருக்காவது அதிகாரம் இருந்தால் அவராவது முன்வந்து தடை செய்யலாமே! ஒருவேளை அவருக்கும் அந்த அளவுக்கு அதிகாரம் இல்லையென்றால், நமக்கு அமெரிக்க ஜனாதிபதி டிரம்ப்பிடம் முறையிடுவதைத் தவிர வேறு வழி இல்லை.

செல்வத்தில் சிறந்த செல்வம் மக்கள் செல்வம். அந்தச் செல்வத்தை நாம் இழப்பதற்கு முன் இந்த விஷயத்தில் அதிரடி நடவடிக்கை தேவை. ஏற்கெனவே நம் இளைய சமுதாயத்தை மதுவுக்கும், பான்பராக்,குட்காவுக்கும் காவு கொடுத்துவிட்டோம். எஞ்சி இருக்கும் பிஞ்சுக் குழந்தைகளையாவது நல்லபடியாகக் காப்போம்!

() () ()

■ **ஏழையின் சிரிப்பு... பணக்காரர் சிரிப்பு என்ன வித்தியாசம்?**

● நடிகர் குமரிமுத்து ஒரு பேட்டியில் இப்படி சொல்லி இருப்பார்:

ஒருவன் பணம் படைத்தவனாக இருந்தாலும் சரி... ஏழையாக இருந்தாலும் சரி...

இன்பத்தில் சிரிப்பவன் அதிர்ஷ்டசாலி.

துன்பத்தில் சிரிப்பவன் ஞானி.

கற்பனையில் சிரிப்பவன் கவிஞன்.

கண்டவுடன் சிரிப்பவன் காரியவாதி.

இடம் அறிந்து சிரிப்பவன் புத்திசாலி.

தெரிந்து சிரிப்பவன் நடிகன்.

தெரியாமல் சிரிப்பவன் அப்பாவி.

ஓயாமல் சிரிப்பவன் பைத்தியக்காரன்.

ஓடவிட்டு சிரிப்பவன் வஞ்சகன்.

உட்கார்ந்து சிரிப்பவன் சோம்பேறி.

உழைப்பில் சிரிப்பவன் உயர்ந்த மனிதன்!

() () ()

ஆறறிவு படைத்தவன் மனிதன் என்கிறார்கள். அவை என்னென்ன?

- ஐம்புலன்களால் அறியப்படும் ஐந்து அறிவும், ஆத்மா ஒன்றுமாக ஆறறிவு. ஆறறிவு படைத்தவன் மனிதன் ஒருவனே!

நான்கு கால்களால் நடக்கும் மிருகங்களுக்கு நான்கு அறிவு. பறவைகளுக்கு மூன்றறிவு. மார்பினால் நகரும் பிராணிகளுக்கு இரண்டு அறிவு. தாவரங்களுக்கு ஓரறிவு.

இதில் உங்களுக்கு ஏதாவது சந்தேகம் இருந்தால் பதினெண் சித்தர்களில் யாராவது ஒருவரை தொடர்புகொள்ளவும்!

() () ()

இன்றைய இளைஞர்களுக்கு நாட்டுப் பற்று இருப்பதாக நினைக்கிறீர்களா?

- அண்மையில் கோவையில் கல்லூரி விழா ஒன்றில் சிறப்பு

விருந்தினராக கலந்துகொண்டேன். மாணவர்களின் கலை நிகழ்ச்சிகள் நடைபெற்றன. இடையிடையே விழா மேடை அருகே பெரிய திரையில் நாட்டுக்காக பாடுபட்ட தலைவர்கள் பற்றிய அரிய தகவல்களும் புகைப்படங்களும் ஒளிபரப்பு செய்யப்பட்டன.

அதை எந்த ஈர்ப்பும் இல்லாமல் பார்த்துக் கொண்டிருந்தார்கள். அரை மணி நேரம் கடந்திருக்கும். திடீரென்று மாணவர்கள் எழுந்து நின்று கைதட்டி கூச்சலிட்டு மகிழ்ச்சி ஆரவாரம் செய்தனர். காரணம்...?

திரையில் நடிகர் ஒருவரின் முகம் விளம்பர படத்தில் தோன்றியதுதான்! இவ்வளவுக்கும் அந்த நடிகர் பிரபலமான ஹீரோவும் அல்ல. சினிமா எவ்வளவு பெரிய மந்திரவாதி பாருங்கள்.

சரி... உங்களுக்கு பதில் கிடைத்ததா?

() () ()

■ **பெண்ணின் அன்பு, ஆணின் அன்பு... இரண்டுக்கும் வேறுபாடு?**

● பெண்ணின் அன்பு வட்டம் எவ்வளவுப் பெரியதாக இருந்தாலும், அந்த வட்டத்தின் மையப் புள்ளி கணவன்தான்! ஆணுக்கு இந்த வட்டமெல்லாம் கிடையாது.

அவனுடைய மனசுக்குள் அன்பு கொட்டிக் கிடக்கும். ஆனால், அதை வெளிப்படையாக காட்டத் தெரியாது. இதன் காரணமாகவே பல கணவன்மார்களுக்கு மனைவிகளிடமிருந்து பாஸ் மார்க் கிடைப்பதில்லை.

முடிவு...

'உங்களைக் கட்டிக்கிட்டு என்ன சுகத்தைக் கண்டேன்?'

() () ()

■ **மனசாட்சி என்று ஒன்று இருக்கிறதா?.**

● இந்த செய்தியைப் படியுங்கள்...

திருப்பூரில் இருந்து ஏற்றுமதி செய்யப்படும் நிட்டட் ஆடைகளில் ஏற்றப்படும் டைஸ்களால் தங்கள் மக்களுக்கு தோல் ஒவ்வாமை வந்துவிடக்கூடாது என்பதற்காக பல ஆண்டுகளுக்கு முன்பே ஐரோப்பா நாடுகள் இயற்கை சாயம் பயன்படுத்திய ஆடைகளையே பரிசோதனைக்கு பிறகுதான் இறக்குமதி செய்ய அனுமதி தந்தது. வாங்குபவர்களும் மேற்படி சான்றிதழ் இருந்தால் மட்டுமே உடைகளை ஏற்றுக்கொண்டார்கள். அணியும் ஆடை மீதே அவ்வளவு கவனம் அவர்களுக்கு.

இது ஒரு பக்கம் இருக்க... செய்தி ஒன்றைப் படிக்க நேர்ந்தது. சாயம் பூசிய முட்டைகளை நாட்டுக்கோழி முட்டை என்று விற்பனை செய்த உழவர் சந்தை வியாபாரியை கிடுக்கு பிடி போட்டனர் என்று!

சாதா முட்டை ரூ.4. நாட்டுக்கோழி முட்டை ரூ.15.

ஒரு முட்டைக்கு சாயம் போக,10 ரூபாய் லாபம் எனில் ஒரு நாளைக்கு ஆயிரம் முட்டை விற்பனை செய்தால் ரூ.10 ஆயிரம் வரவு. மாதம் ரூ.3 லட்சம்! இப்படியாக சம்பாதிக்கும் பணம் எப்படி நிலைக்கும்? அதை அனுபவிப்பவர்கள் எப்படி நிம்மதியாக இருக்க முடியும்? என சம்பந்தப்பட்டவர்கள் ஒரு சதவிகிதம் அளவுக்குக்கூட நினைத்துப் பார்ப்பதில்லை!

() () ()

■ **கல்லூரி கால நண்பர்களோடு தொடர்பில் உள்ளீர்களா?**

● சிலர் மட்டும் தொடர்பில் உள்ளார்கள்.அவர்களில் ஒருவர் அண்மையில் எனக்கு அனுப்பி வைத்த பதிவு அன்றிரவு என்னைத் தூங்க விடவில்லை.

இதோ அந்த பதிவு:

பிள்ளையைப் பெற்று, வளர்த்து, படிக்க வைத்து, ஆளாக்கி, மணமுடித்து வைக்கிறோம். வேறு ஊருக்கு, வேறு மாநிலத்துக்கு, வேறு நாட்டுக்கு வேலை நிமித்தமாக சென்றுவிடுகிறார்கள்.

இங்கு... 70 வயதுக்கு மேல்... வாழ்ந்த வீட்டிலேயே தனிமை.

'இங்குதான் என் மகள் படிப்பாள்...இங்குதான் விளையாடுவாள். என் மகன் கிரிக்கெட் ஆடி உடைத்த ஜன்னல் கண்ணாடி இதுதான்!' என்று ஏதோ ஆர்க்கியாலஜி போல அவைகளை நினைத்துப் பார்த்து...

என்ன சமைப்பது...?

என்ன சாப்பிடுவது...?

அரை தம்ளர் அரிசி வடித்தாலே சோறு மிச்சம்.

பல காய்கள் உடலுக்கு ஒத்துக் கொள்ளாது...

தனிமை... வெறுமை...

அவர்கள் இருக்கும் இடத்துக்குப் போகலாம் என்றால்... பயணம் ஒரு கொடுமை.

ரெயிலில் லோயர் பெர்த் கிடைக்கவில்லை என்றால் பிச்சை எடுக்க வேண்டும்.

சென்னை சென்டிரல் - போய்ச் சேருவதே ஒரு யாத்திரை போல ஆகிவிட்டது.

ஓலாவும், ஊபரும் நமக்கு தேவைப்படும் நேரத்தில், பீக் ஹவர் சார்ஜ்...

நான்கு அடி உயர 'பச்சைக் குதிரை' தாண்டிய கால்கள்...இன்று சென்டிரலில் அரை அடி படி ஏற... இறங்க... கைப்பிடி கேட்கிறது...

எஸ்கலேட்டரில் போக மனசு குதித்தாலும்...வாட்ஸ்அப் வீடியோக்கள் மனதில் வந்து வந்து பயமுறுத்துகின்றன!

இவை வேண்டாமென ஒதுங்கி...பிள்ளையை வாட்ஸ்அப்பில் பிடிப்போம்!

பெண்ணை வீடியோ காலில் அழைப்போம் என்றால்...

அந்த நேரம் அவர்கள்...

ஏதோ ஒரு மாலில்...

ஏதோ ஒரு ஓட்டலில்...

ஏதோ ஒரு சினிமா தியேட்டரில் பிசியாக இருப்பார்கள்...

"ஏதாவது அர்ஜென்ட்டா? அப்புறம் கூப்பிடுறேம்ப்பா..." என்பார்கள்.

"இல்லை" என்று போனை கட் பண்ணிவிடுவோம்...

நாலு நாள் கழித்து...

"எதுக்குப்பா போன் பண்ணுனீங்க?" என்று கேட்பார்கள்.

நான் பாசத்தோடு வளர்த்த என் பிள்ளைகள்!

அப்போது அது நம் தூக்க நேரம்...

பாசத்தை என்றும் மிஞ்சுகிறது தூக்கம்!

நமக்கு பேரப் பிள்ளைகளின் மேல் இருக்கும் பாசம்...

அவர்களுக்கு நம்மிடம் இருக்காது!

மூன்று வயது வரைதான் தாத்தா... பாட்டி என்று அடிக்கடி போனில் கூப்பிட்டு பேசுவார்கள்.

பிறகு எப்போது அவர்களை போனில் அழைத்தாலும்...

அவன் வெளியே விளையாடுறான்.

அவ கம்ப்யூட்டர் கேம்ல இருக்கா...

ராஜேஷ்குமார் | 115

அவன் டியூஷன் போயிருக்கான்...

அவ யோகா போயிருக்கா என்று ஏதோ ஒரு பதில் மட்டுமே கிடைக்கும்!

எப்போதாவது பேரக் குழந்தைகள் போனில்... வீடியோ காலில்.

முகத்தைக் காட்டி... 'ஹாய்' என்று ஒன்றைச் சொல் சொல்லிவிட்டு ஓடிவிடும்.

நமது பண்பாடு, கலாசாரம், தாத்தா - பாட்டி உறவுகள்... அனைத்தையும் முழுங்கிவிட்டது 'டெக்னாலஜி'!

எவ்வளவு நேரம்தான் டி.வி பார்ப்பது...?

இந்த அரசியல்களும், பொய்களும் பி.பியை உயர்த்துகின்றன!

என் சொந்த வீடே எனக்கு அநாதை இல்லமாகிப் போனது.

ஏதோ... வாட்ஸ்அப்... ஃபேஸ்புக் என இருப்பதால் பைத்தியம் பிடிக்காமல் இருக்கிறது.

மகனும், மகளும் போடும் ஸ்டேட்டஸ்கள்தான்... என் அன்றாட சுவாரசியங்கள்.

ம்... நாட்கள் பழுத்த இலைகளாகிவிட்டன!

() () ()

◼ சினிமாவில் கதைத் திருட்டு என்பது உண்மையா?

● 'அக்மார்க்' உண்மை! சென்னை பாரி முனையில் பஸ் ஏறி, புரசைவாக்கம் போவதற்குள் பிக்பாக்கெட் பேர்வழிகள் பர்சை அடித்துவிடுவதைப் போல கஷ்டப்பட்டு மூளையைக் கசக்கி எழுத்தாளர்கள் எழுதிய படைப்புகளை சில டைரக்டர்கள் கொஞ்சம்கூட

வெட்கப்படாமல், பயப்படாமல் தன்னுடையது போல் எடுத்துக்கொண்டு... அதில் லேசாக மேக்கப் செய்து எழுத்து, ஆக்கம் என்று டைட்டில் கார்டு போட்டுக்கொள்வதைப் பார்க்கும்போது 'நெஞ்சு பொறுக்குதில்லையே?' என்ற பாரதியின் பாட்டை சத்தம் போட்டு பாட வேண்டும் போல் இருக்கிறது. ஏனென்றால், இந்த விஷயத்தில் அதிகமாக பர்ஸ்களைப் பறிகொடுத்தவன் நான்தான்!

() () ()

◾ **ஒருவரின் தோல்வி எங்கே ஆரம்பமாகிறது?**

● ஆங்கில அறிஞர் மார்க் டிவைன் என்ன சொல்கிறார் தெரியுமா..?

'நாம் ஒரு படி ஏறினால்,

அவன் இரண்டு படி

ஏறிவிடுகிறானே?' என்கிற

எண்ணம் மட்டும் வந்துவிட்டால்...

நம் முயற்சி, நிம்மதி எல்லாம்

நம்மைவிட்டு

விலக ஆரம்பிக்கிறது!

() () ()

◾ **ஒரு குழந்தையை அம்மா அடிப்பதற்கும், அப்பா அடிப்பதற்கும் என்ன வித்தியாசம்?**

● வலிக்காத மாதிரி அடிச்சுட்டு தூங்க வைப்பது அம்மா!

வலிக்கிற மாதிரி அடிச்சுட்டு தூங்காமல் தவிப்பது அப்பா!!

() () ()

◼ **நம்மால் முடியாத செயல் என்று ஏதாவது உண்டா ?**

● எதுவுமே சுலபம் கிடையாது. ஆனால், எல்லாமே சாத்தியம்தான்! நம்மால் முடியாது என்று கைவிட்ட ஒன்றை இந்த உலகில் ஏதாவது மூலையில் உள்ள யாரோ ஒருவர் ஏற்கெனவே செய்து முடித்திருப்பார். சிந்தித்து செயல்படுவோருக்கு நான்கும் கிழக்கு திசைகளே!

() () ()

◼ **ஆண்களைவிட பெண்கள் புத்திசாலிகள் என்பது சரியா?**

● சரிதான்! பெண்களிடம் இருக்கும் ஏதோ ஒரு திறமை ஆண்களிடம் இல்லை என்கிற உண்மை பேரழகி கிளியோபாட்ரா காலத்தில் இருந்து இன்று வரை நிரூபணமாகி வருகிறது.

() () ()

◼ **உங்கள் மனதைத் தொட்ட சமுதாயப் பணி எது?**

● சமீபத்தில் 'பி.சி.சி.ஐ. கிரிக்கெட்' சங்கம் வறுமையில் வாடும் 11 மாஜி கிரிக்கெட் வீரர்களுக்கு தகுந்த நேரத்தில் நிவாரண உதவி அளித்து, அவர்களுடைய குடும்பங்களைப் பசி, பட்டினியிலிருந்து காப்பாற்றி இருக்கிறது. அந்த வீரர்கள் யார் என்று கேட்கிறீர்களா?

இதோ அந்தப் பட்டியல்: சச்சின் தெண்டுல்கர், கங்குலி, ராகுல் டிராவிட், ரவிசாஸ்திரி, கவாஸ்கர் உள்ளிட்ட 100 டெஸ்ட் போட்டிகளுக்கு மேல் விளையாடி அனுபவம் வாய்ந்த கிரிக்கெட் வீரர்களுக்கு தலா ஒன்றரை கோடி ரூபாய் அளித்து அவர்களுக்கு ஓய்வு ஊதியம் என்ற பெயரில் நிவாரணத் தொகையை அளித்துள்ளது. சரியான நேரத்தில் சரியான உதவி அளித்து அந்த

11 குடும்பங்களையும் காப்பாற்றிய பி.சி.சி.ஐயின் சமுதாயப் பணியைக் காலம் உள்ள அளவும் மறக்கவே முடியாது!

() () ()

- **நாவல், சிறுகதை... இரண்டில் எதை எழுதுவது சிரமம்?**

- குழந்தை சிறியதோ... பெரியதோ... பிரசவ வலி அதேதான்!

() () ()

- **"என்னைத் தவிர வேறு யாருக்கும் படங்களில் இசையமைக்கத் தெரியவில்லை" என்று இளையராஜா கூறியது சரியா?**

- ஆனந்த பைரவியிடம் இருந்து இப்படியொரு அபஸ்வரமா?.....

எம்.எஸ்.விக்கு பிறகு இசைஞானியின் ரசிகனானேன்.

இப்போதுள்ள இசையமைப்பாளர்கள் யாரும் திறமையில் குறைந்தவர்கள் அல்ல! 'திருவிளையாடல்' படத்தில் தற்பெருமை கொண்ட ஹேமநாத பாகவதர் பாடிய வரிகள் இப்போது நினைவுக்கு வருகின்றன.

காணடா.......

என் பாட்டு தேனடா!

இசைத் தெய்வம்.......

நானடா!

() () ()

◼ **மகாத்மா காந்தி இப்போது இருந்தால்...?**

● நாட்டில் நடக்கிற கொடுமைகளைப் பார்க்க அவர் இருக்க வேண்டுமா என்ன?

() () ()

◼ **உங்கள் மனைவியிடம் பிடித்த குணம் எது? அவருக்கு உங்களிடம் பிடித்த குணம் எது?**

● எறும்புகள் ஊர்ந்து செல்வது போன்ற பொடிப் பொடியான கையெழுத்தில் நான் எழுதும் நாவல்களை நிதானமாய் படித்து, தவறுகளை மென்மையான முறையில் சுட்டிக் காட்டும் அந்தப் பொறுமை எனக்குப் பிடிக்கும்.

எனக்கு எவ்வளவு எழுத்துப் பணி இருந்தாலும், "இன்னிக்கு பிரதோஷம். ஏதாவது கோயிலுக்குப் போயிட்டு வரலாமா?" என்று நான் கேட்பது என் மனைவிக்குப் பிடிக்கும் என்று எனக்குத் தெரியும்!

() () ()

◼ **பெற்றவர்களை மதிக்க வேண்டும். ஆனால், சில வீடுகளில் அவர்கள் பிடிக்கும் அடம், பிடிவாதம் பற்றி என்ன சொல்கிறீர்கள்?**

● சில குழந்தைகளிடம் அடம், பிடிவாதம் இருக்கத்தானே செய்யும்!

() () ()

◼ **முன்பு போல் தலைமுடி இல்லையே என்று கவலைப் பட்டது உண்டா?**

● கவலைப்பட்டால் இருக்கும் தலைமுடியும் காணாமல் போய்விடும் என்பதால் சந்தோஷமாக இருக்கிறேன். காலம் என்கிற மேக்அப் மேனுக்கு எல்லோரும் தங்கள்

முகத்தைக் காட்டியே ஆக வேண்டும்.

அது சரி... கேட்க எத்தனையோ கேள்விகள் இருக்கும்போது இந்தக் கேள்வி தேவையா? லேசா பெருமூச்சு விட வெச்சிட்டீங்களே!

() () ()

■ **உங்களுக்குப் பிடித்த இரண்டு பொன்மொழிகள்?**

● எத்தனைப் பேர்களின்
எச்சில் பட்டாலும்
'தீட்டு' என்று
சொல்லப்படாத ஒன்று...
பணம் மட்டும்தான்!

தெரிந்தே தவறு
செய்பவர்களிடம்
நியாயம் கேட்காதே!
ஏனென்றால்...
அவர்கள் செய்த தவறுக்கு
ஆயிரம் பதில்களை
வைத்திருப்பார்கள்!

() () ()

■ **விவேகானந்தர் சொன்னதில் உங்களுக்கு அதிகம் பிடித்தது?**

● 'வாழ்க்கையில் நிம்மதியாகவும், சந்தோஷமாகவும் இருக்க ஒரே வழி... யாரையும் அதிகமாய் நேசிக்காதே!' என்பது.

() () ()

◼ **நவீன தொழில்நுட்பம் நல்லதா? அது பற்றி என்ன நினைக்கிறீர்கள்?**

● "தொழில்நுட்பம், மனித உறவுகளை மிஞ்சும்போது இந்த உலகம் அன்பையும், பாசத்தையும் அழித்துவிட்டு முட்டாள்களால் நிரம்பி மூச்சு திணறிக்கொண்டிருக்கும்" என்று 1950ம் ஆண்டு ஆல்பர்ட் ஐன்ஸ்டீன் சொன்னதை அப்படியே வழிமொழிகிறேன்.

() () ()

◼ **காலையில் எழுந்ததும் பிரார்த்தனை செய்வது உண்டா? அப்போது உங்கள் வேண்டுதல் எதுவாக இருக்கும்?**

● காலையில் எழுந்து உட்கார்ந்ததும் சின்னதாய் ஒரு மூச்சுப் பயிற்சி. பிறகு எதிர் சுவர் காலண்டரில் காட்சி தரும் கற்பக விநாயகரைப் பார்த்தபடி ஐந்து வரிகளில் வேண்டுதல்...

'நெஞ்சுநிறை அஞ்சாமை நித்தம் நீ தர வேண்டும்.

சோர்வில்லா மனம் என்றும் நீ அருளும் நிலை வேண்டும்.

ஓய்வில்லா உடலுக்கு நீ உரமாய் ஆக வேண்டும்.

நோயில்லா வாழ்வு அமைய நின் கருணை விழி வேண்டும்.

யாருக்கும் தீதேதும் செய்திடாத திடச் சித்தம் தர வேண்டும்.'

அவ்வளவுதாங்க நம்ம பிரார்த்தனை!

() () ()

◼ **வெற்றிகரமான தோல்வி எது?**

● அம்மாவிடம் தோற்றால் அன்பும், மனைவியிடம் தோற்றால் மகிழ்ச்சியும், பிள்ளைகளிடம் தோற்றால்

பாசமும் பல மடங்காக பெருகும்!

() () ()

■ அண்மையில் நீங்கள் நெகிழ்ந்த சம்பவம் ஏதாவது உண்டா?

● கோவை அரசுக் கல்லூரியில் நடந்த சிறந்த மாணவர் விருது பெறும் விழாவில் கூடுதல் மாவட்ட நீதிபதி (தாராபுரம்) கருணாநிதி அவர்கள் பேசுகையில்...

"ராஜேஷ்குமாரின் விசிறி நான். அவருடைய நாவல்களில் பலவற்றைப் படித்திருந்தாலும், எனக்கு மிகவும் பிடித்தது 'காவ்யாவின் கறுப்பு தினங்கள்'. அந்த நாவலில் வரும் காவ்யா கதாபாத்திரம் என்னை மிகவும் கவர்ந்ததால் என் பெண்ணுக்கு 'காவ்யா' என்று பெயர் வைத்தேன்" என்றார்.

சொன்னதோடு மட்டுமல்லாமல்... தற்போது சட்டப் படிப்பு படிக்கும் தன்னுடைய மகளை மேடைக்கு அழைத்து எனக்கு அறிமுகப்படுத்த... நான் காவ்யாவை மனதார வாழ்த்தி மகிழ்ந்தேன். எனக்கு கிடைத்த விருதுகளில் நீதிபதி அளித்த இந்த விருது உச்சம்!

() () ()

■ நீங்கள் வதனப் புத்தகத்தில் (ஃபேஸ்புக்) படித்த நல்ல வாசகம் எது?

● உங்கள் தாயிடம் பேச்சுத் திறமையை காட்டாதீர்கள்; உங்களுக்கு பேசக் கற்றுக் கொடுத்ததே அவள்தான்!

() () ()

■ மனிதர்கள் சண்டை போடும்போது மிகுந்த சத்தமாக பேசுவது ஏன்?

● எப்போதெல்லாம் மனிதர்கள் ஒருவர் மீது ஒருவர் கோபம்

கொள்கிறார்களோ...அப்பொழுதெல்லாம் அவர்களின் மனது வெகுதொலைவுக்குச் சென்றுவிடுகிறது.எனவே, தூரத்தில் இருக்கும் மனதுக்கு கேட்க வேண்டும் என்பதற்காகவே சத்தமிடுகிறார்கள்!

மனது எவ்வளவு தூரம் விலகி இருக்கிறதோ அவ்வளவு தூரம் இவர்கள் தங்கள் ஆற்றலை உபயோகித்து சத்தம் போட வேண்டியது இருக்கும். அப்போதுதானே தங்கள் கருத்து தொலைவில் இருக்கும் மனதைச் சென்றடையும்.ஆனால் இதுவே, இரு மனிதர்கள் ஒருவர் மீது ஒருவர் அன்பாக இருக்கும்போது என்ன நடக்கிறது? அவர்கள் ஒருவரைப் பார்த்து ஒருவர் சத்தமிடுவது இல்லை.அமைதியாகவும், அன்பான முறையிலும் தங்கள் கருத்துகளை வெளிப்படுத்துவார்கள்.

காரணம், அவர்களின் மனதுகள் நெருக்கத்தில் இருக்கும். மனதுக்கு இடையேயான தூரம் மிகக் குறைவாக இருக்கும் அல்லது இரண்டும் ஒன்றோடு ஒன்று இணைந்தே இருக்கும். இதைவிடவும் அன்பு அதிகமாகும்போது வார்த்தையே தேவைப்படாது.

அதனால் நீங்கள் ஒருவருடன் ஒருவர் வாதிடும்போது, உங்கள் மனதுகள் இரண்டும் தொலைவாகப் போய்விடாமல் பார்த்துக்கொள்ளுங்கள். கடுமையாக சத்தம் போட்டு பேச வேண்டிய அவசியம் வராது!

() () ()

■ **சமூகத்தில் எழுத்தாளர்கள் மதிக்கப்படுகிறர்களா?**

● சர்வ நிச்சயமாய்! உங்களுக்கு இதில் ஒரு சதவிகிதம்கூட சந்தேகம் வேண்டாம்.ஏனென்றால்... புகழ்பெற்ற நடிகர்களைக்கூட ஏக வசனத்தில் 'அவன்... இவன்' என்று பேசுகிறவர்கள், எழுத்தாளர்களைப் பற்றிப் பேசும்போது 'அவர்...இவர்' என்று மதிப்போடு

சொல்லக் கேட்டிருக்கிறேன்!

() () ()

▪ மனிதாபிமானம் இன்னமும் இருக்கிறதா...இல்லை மரித்துவிட்டதா?

● ஓடும் ரயிலில் நான் தெரிந்துகொண்ட உண்மை இது!

பார்வை இல்லாதவர் பாட்டுப் பாடி காசு கேட்டார். அப்போதுதான் தெரிந்தது... கம்பார்ட்மெண்டில் காது கேளாதவர்களே அதிகம் என்று!

() () ()

▪ பெண்ணின் வாழ்க்கையில் பெரும் பங்கு யாருக்கு? தாய்க்கா... தந்தைக்கா... கணவனுக்கா?

● மனைமாட்சி என்ன சொல்கிறது என்று பார்ப்போம்...

ஒரு பெண் எதையும் எதிர்கொள்ளும் துணிவுடன் இருக்கிறாள் என்றால் அவளுடைய தந்தை சிறப்பானவர்!

அன்போடும், பண்போடும் இருக்கிறாள் என்றால் அவளுடைய தாய் மேன்மையானவள்!

வாழ்க்கை முழுவதும் கண்ணீர் சிந்தாமல் நிம்மதியுடன் இருக்கிறாள் என்றால் அவளுடைய கணவனே அனைவரிலும் சிறந்தவன்!

() () ()

▪ 'நீட்' ஆள்மாறாட்டம் பற்றி?

● எவ்வளவு நீட்டா வேலை பண்ணிருக்காங்க. இதுவே துபாய்ல நடந்திருந்திருந்தா ஒட்ட நறுக்கியே இருப்பாங்க... விரலை!

() () ()

பெண்களுக்கும், தங்கத்துக்கும் அப்படி என்ன தொடர்பு?

- படித்ததைச் சொல்கிறேன்...

பெண்ணின் கழுத்துக்குக் கீழே மார்புக் குழியில் நரம்பு முடிச்சு இருக்கிறது. இது ஆணுக்கு இல்லை. இந்த நரம்பு முடிச்சு, மூளையில் உள்ள 'பேசல் ரீஜன்' என்கிற பகுதியோடு தொடர்பு ஏற்படுத்திக்கொண்டு வேலை செய்யும்.

இது பெண்ணுக்கு இரண்டு நரம்புகள் கொண்ட பாதையாகவும், ஆணுக்கு ஒரு நரம்பு கொண்ட பாதையாகவும் இருக்கிறது. இதனால் ஆணைவிட பெண்ணுக்கு அதிக யோசனைகள் உண்டாகிறது. இந்த சக்தியால் ஆணைவிட பெண்ணுக்கு சில குழப்பங்களையும் கொடுக்கிறது. ஒரு பெண் ஒரு விஷயத்தில் ஒரு முடிவு எடுத்துவிட்டு, பின் அதனால் குழப்பம் அடைவதற்கு இதுவேதான் காரணம்!

இதை கண்டறிந்த நம் முன்னோர்கள், அதற்கு மருந்து கண்டுபிடிக்க முடிவு செய்தார்கள். ஒவ்வொரு உலோகத்துக்கும் ஒரு மருத்துவக் குணம் உண்டு என்பதையும், தங்கத்துக்கு இருக்கும் மருத்துவக் குணமானது பெண்களின் குழப்பத்தை தீர்க்கும் சக்தி வாய்ந்தது என்பதையும் கண்டுபிடித்தார்கள்.

அந்த தங்கம் பெண்ணுடைய மார்பு குழியில் எப்போதும் உரசிக்கொண்டிருந்தால் பெண்ணுக்கு நன்மை தரும் என்கிற முடிவுக்கும் வந்தார்கள். தங்கத்தால் தாலி செய்து சரியாக மார்புக்குழியில் வர வேண்டும் என்பதற்காக திருமாங்கல்யமாக போடவும் வைத்தார்கள்.

கதை... சாரி, விளக்கம் சரியா?

() () ()

உங்களுக்கு வந்த கடிதங்களில் மறக்க முடியாதது?

● 20 ஆண்டுகளுக்கு முன்பு ஒரு வார இதழில் இருந்து எனக்குத் தெரியாமல் என் மனைவிக்கு போன் செய்து, 'உங்கள் கணவருக்கு கடிதம் எழுதுவதாக இருந்தால் எப்படி எழுதுவீர்கள்?' என்று கேட்க...

என் மனைவியும் எனக்குத் தெரியாமல் கடிதம் எழுதி அனுப்பி வைக்க... அடுத்த வாரமே அதைப் பிரசுரம் செய்து என்னை ஆச்சரியப்பட வைத்தார்கள்!

இதோ அந்தக் கடிதம்:

அன்புள்ள கணவருக்கு...

உங்கள் தனா எழுதிக்கொண்டது! இந்தக் கடிதத்தைப் படிக்கக்கூட உங்களுக்கு நேரம் இருக்குமா என்பது தெரியவில்லை. தயவுசெய்து வாசகர்களின் கடிதங்களோடு இதற்கும் நேரம் ஒதுக்கிப் படித்திடக் கோருகிறேன்.

'பத்திரிகைகளுக்கு சரியான நேரத்துக்கு கதைகள் போய்ச் சேர வேண்டும், நம்மால் யாரும் கஷ்டப்படக் கூடாது!' என்று நினைக்கிற நீங்கள், என்னுடைய மனக்கஷ்டத்தையும் நினைத்துப் பார்க்க வேண்டும்.

'யார் கோபப்பட்டுப் பேசினாலும் பதிலுக்குக் கோபப்படாமல் சிரித்துக்கொண்டே பேச உங்களால் மட்டும் எப்படி முடிகிறது?' என்கிற ஆச்சரியம் நமக்குத் திருமணமான நாளிலிருந்தே எனக்கு உண்டு. உங்களுக்கு இப்படியொரு அசாத்தியப் பொறுமையும், நிதானமும் இருப்பதால்தான் நமக்குள் குடும்பச் சண்டை என்பது இல்லையோ?

பிற குடும்பங்களில் நடக்கும் சண்டைகளைப் பார்க்கும்போது, உங்களை நமஸ்கரிக்க வேண்டும் போல் தோன்றினாலும்... வீட்டில் மற்ற பிரச்சினைகள்

ராஜேஷ்குமார் | 127

வரும்போது உடனடியாக தீர்த்து வைக்காமல், உங்கள் எழுத்து வேலையை கவனிக்கப் போய்விடுகிற நேரங்களில் எனக்கு உங்கள் மேல் ஏற்படுகிற கோபம் இருக்கிறதே... அதற்கு அளவே இல்லை!

உங்களிடம் எனக்குப் பிடிக்காத இன்னொன்று... உங்களுடைய இளகிய மனம்தான்! திருநெல்வேலி அல்வா பதத்துக்கு இளகிய மனம் கொண்ட நீங்கள் சுலபமாய் மற்றவர்களிடம் ஏமாந்து போகிறீர்கள். ஏமாந்த பிறகாவது சுதாரித்துக்கொள்கிறீர்களா என்றால்... அதுவும் இல்லை. 'மறுபடி நான் ஏமாறத் தயார்!' என்கிற 'போர்டை'க் கழுத்தில் மாட்டிக்கொள்ளாததுதான் குறை!

உங்களை இந்தக் குணத்தில் இருந்து மாற்றி என் வழிக்குக் கொண்டு வர முயற்சிக்கிறேன். முடியாமல் தோற்றுப் போகிறேன். அப்படித் தோற்றுப் போவதிலும் எனக்கு ஒரு சந்தோஷம் கிடைக்கிறது என்பது மட்டும் உண்மை

இப்படிக்கு,
உங்கள் தனா

() () ()

■ **டிவி சீரியல்களை பெண்கள் விரும்பிப் பார்க்க காரணம்?**

● உளவியல் நிபுணர் ஒருவரிடம் நான் பேசிக்கொண்டிருந்த போது அவர் சொன்ன தகவல் இது.

நிஜ வாழ்க்கையில் ஒரு பெண் பகிரங்கமாக தான் பேச நினைப்பதையும், செய்ய விரும்புவதையும் சீரியலில் வரும் பெண் கதாபாத்திரங்கள் செய்வது பிடித்துப் போய் அந்தந்த கதாபாத்திரமாகவே மனதளவில் மாறிவிடுவதுதான்!

அதாவது... சந்திரமுகி!

() () ()

■ **மனைவியைக் கிண்டல் செய்து மட்டம் தட்டும் ஆண்கள் பற்றி?**

● அப்படிப்பட்ட ஆண்கள் ஒரு விஷயத்தைத் தெளிவாக புரிந்துகொள்ள வேண்டும். கணவன் - மனைவி என்ற உறவில் இரண்டு பேர்களில் யார் இல்லாமல் போனாலும் நிலைமை என்ன என்பதை கவியரசர் கண்ணதாசன் ஆணித்தரமாக சொல்லிவிட்டுப் போயிருக்கிறார்...

தந்தை வாழ்வு முடிந்து போனால்

தாயின் மஞ்சள் நிலைப்பதில்லை

ஆனால்,

தாயின் வாழ்வு முடிந்து போனால்

தந்தைக்கென்று யாரும் இல்லை!

() () ()

■ **நான் தீவிர நாத்திகன். என் காதலியோ கடவுள் நம்பிக்கைக் கொண்டவள். நாங்கள் திருமணம் செய்துகொண்டால் எங்கள் வாழ்க்கை எப்படி இருக்கும்?**

● முதலில் கல்யாணத்தை நடத்தி, வாழ்க்கையை ஆரம்பியுங்கள்.

ஆறு மாதம் கழித்து மறுபடியும் என்னிடம் நீங்கள் ஒரு கேள்வி கேட்பீர்கள். அந்தக் கேள்வி இப்படி இருக்கும்:

'கோவிலுக்கு காலை நேரத்தில் செல்வது நல்லதா? மாலை வேளையில் போவது நல்லதா?'

() () ()

■ **எல்லோருமே நல்லவர்களாக இருந்துவிட்டால்...?**

● அதாவது எல்லோருமே குழந்தைகளாகவே

இருந்துவிட்டால்...?

ஓ.கே... ஓ.கே...

நோ... அப்ஜெக்ஷன் யுவர் ஆனர்!

() () ()

எந்த விஷயத்தில் கவுரவம் பார்க்கக் கூடாது?

- 'செய்தது தவறு' என்று நாம் உணர்ந்துவிட்டால் பாதிக்கப்பட்டவரிடம் போய் மன்னிப்பு கேட்பதில்...

மனைவிக்கு உடல் நலம் சரியில்லாதபோது வீட்டு வேலைகள் செய்வதில்...

பக்கத்து வீட்டுக்காரர் நம்மோடு முகம் கொடுத்து பேசாவிட்டாலும், அவர் ஏதாவது பிரச்சினையில் இருக்கும்போது வலிய போய் உதவி செய்வதில்...

இப்படி எத்தனையோ சொல்லிக்கொண்டு போகலாம். ஆனால், செய்வதுதான் கஷ்டம்!

() () ()

காதல்... தோல்வியில் முடிந்தால் ஆண்கள் மட்டும் கவிஞர்களாக மாறுவது ஏன்?

- காதலியைக் கவிதையாய் எண்ணி காதலிப்பவர்கள் அவர்கள் மட்டும்தானே?

() () ()

பார்த்ததும் காதல், செல்போன் காதல், முகநூல் காதல்... இதில் எது 'டாப்'?

- தாலி கட்டிவிட்டு தொடரும் காதல்!

() () ()

■ புது எழுத்தாளர்கள் யாரும் இப்போது உருவாக வில்லையே?

● யார் சொன்னது? அவர்கள் எல்லோரும் இப்போது இணையதளத்தில் சக்கைப்போடு போட்டுக் கொண்டிருக்கிறார்கள். இரண்டு வரிகள் எழுதினாலும், நெஞ்சில் பதிகிற மாதிரி எழுதுகிறார்கள். விளையும் பயிர்... முளையில் தெரிகிறது!

இது சில உதாரணங்கள்:

நேர்மையானவர்களை பெரும்பாலும் விவரம் இல்லாதவர்களாகவே இந்தச் சமூகம் பார்க்கிறது!

'கல்யாண மாலை' பார்ப்பதில் எனக்கு தனி சந்தோஷம். அவங்க கேட்கிற மாதிரி பொண்ணு செவ்வாய்ல மட்டுமல்ல... புதன், வியாழன் கிரகத்துல தேடினாலும் கிடைக்காது!

கீழே விழுந்ததும் இயல்பாக நடக்கும் குழந்தையைக் கவனித்தாலே வெற்றிக்கான பார்முலா கிடைத்துவிடும்!

பிரிப்பதுதான் வேலை என்றாலும் சுவருக்கும், வேலிக்கும் வித்தியாசம் இருக்கிறது!

நம்மை அழ வைக்க நிறைய பேர் காத்திருக்கிறார்கள். நாம்தான் அழாமல் இருக்க வேண்டும்!

தப்பை அவர்கள் செய்துவிட்டு, நம்மை மன்னிப்பு கேட்க வைக்கிற திறமை பெண்களுக்கும், நிர்வாகிகளுக்கும் மட்டுமே உண்டு!

சொந்தக்காரர்கள் மத்தியில் ஓவராக பேசும் கணவனை ஓரக் கண்ணால் மனைவி அடக்குவது அவ்வளவு அழகு!

மக்கள் உன் பெயரை பேஸ்புக்ல தேடினால் நீ மனிதன். கூகுள்ல தேடினால் மாமனிதன்!

() () ()

■ **உங்களைச் சந்தித்துப் பேசும் ஒரு எழுத்தாளர், இன்னொரு எழுத்தாளரைப் பற்றி குறை கூறும்போது உங்கள் ரியாக்ஷன் என்னவாக இருக்கும்?**

● அது என்னமோ தெரியவில்லை. அதுமாதிரியான நேரங்களில் மட்டும் எனக்கு காது கேட்பதில்லை. ஒரு 'இ.என்.டி.' டாக்டரைப் பார்க்க வேண்டும்!

() () ()

■ **உங்கள் மனதை 'ஸ்கேன்' செய்து பார்த்த கவிதை உண்டா?**

● உண்டு!
என் மகன் கார்த்தி எழுதிய அந்தக் கவிதை.. இதோ!
மாய்கின்ற பாயும் நதிகள்
காய்கின்ற நீர்நிலைகள்
சாய்கின்ற மரங்கள்
பொய்க்கின்ற பருவ மாற்றங்கள்
தேய்கின்ற ஓசோன் படலம் - அதனால்,
கரைகின்ற பனி மலைகள்
வேகும் பூமிப்பந்து - நிதம்
சாகும் உயிரினங்கள்...
அனைத்தும்
நமக்கு சொல்லாமல் சொல்கின்றன
நாம் செல்வது தவறான பாதையில் என்று!
இது தெரிந்தும்... புரிந்தும்...
ஒன்றும் நடக்காதது போல்

நாம் பயணிக்கிறோம்;
காலத்தோடு
பார்வையாளராக... பதற்றப்படாமல்!
'எதை நோக்கி?' &என்ற
வினா மட்டும்
விக்கித்து நிற்க...
விடையின்றி நாம்!
இதை நம்மால்
மாற்ற முடியுமா?
யாருக்காக காத்திருக்கிறோம்... மாற்ற?
தொடர் பெருமரணம்
நிகழ்ந்துகொண்டே இருக்கிறது
நம் கண் முன்னே...
இதன் முடிவை
நாம்கூட பார்க்க நேரலாம்;
ஒரு கணம் யோசித்தால்
கனமாகி... ரணமாகிறது மனசு!

() () ()

◼ **பணம், பதவி கிடைத்துவிட்டால் சிலருக்கு அகம்பாவம் வந்துவிடுகிறதே?**

● இறக்கும் நேரம் வந்துவிட்டால்..
ஈசலுக்கு இறக்கைகள் முளைக்கும்!

() () ()

◼ **பெண்ணிடம் ஏன் ரகசியத்தை சொல்லக்கூடாது என்று சொல்கிறார்கள்?**

● போர்ச்சுகல் பழமொழி ஒன்று இப்படி சொல்கிறது:

பெண்ணிடம் சொன்ன ரகசியத்தைவிட அதிக தண்ணீரை 'சல்லடை' பிடித்து வைத்திருக்கிறது!

() () ()

■ **அதிகமாக எழுதுகிறீர்களே... கை வலிக்கவில்லையா?**

● உங்கள் அன்பு என்னும் 'வெந்நீர் ஒத்தடம்' இருக்கும்போது கை வலியாவது... ஒண்ணாவது?

() () ()

■ **எழுத்துலகில் மாபெரும் சாதனை நிகழ்த்திவிட்ட நீங்கள் சற்று ஓய்வு எடுத்தால் என்ன?**

● மரம்... ஓய்வை விரும்பினாலும், காற்று அதைச் சும்மா இருக்கவிடாது!

() () ()

■ **உங்களுடைய எதிரிகளை எப்படி அடையாளம் கண்டுகொள்கிறீர்கள்?**

● 'எனக்கு ஒரே ஒரு எதிரிதான்;

எனக்கு மட்டுமல்ல... உங்களுக்கும்தான்!'

எங்கேயோ படித்தது. அந்த வார்த்தைகளை மறக்க முடியவில்லை!

() () ()

■ **நான் எழுதிய சிறுகதையை அனுப்பி வைக்கிறேன். நீங்கள் அதைப் படித்துப் பார்த்துவிட்டு, எழுத்துலகில் நான் பெயர் பெற இயலுமா என்பதைச் சொல்ல முடியுமா?**

● துளசியின் மணமும்... முள்ளின் கூர்மையும் முளைக்கிற போதே தெரியும்!

() () ()

◼ **உங்களால் பதில் சொல்லமுடியாத அளவுக்கு யாரேனும் கேள்வி கேட்டிருக்காங்களா? அப்படிக் கேட்டிருந்தா அது என்ன கேள்விங்க...?**

● இந்தக் கேள்விதாங்க!

() () ()

◼ **சினிமாவில் உங்களால் ஜீரணிக்க முடியாத விஷயம்?**

● கீழே தவறவிடும் புத்தகத்தையோ... பேனாவையோ கதாநாயகியிடம் எடுத்துக் கொடுத்த மறுவிநாடியே இருவருக்கும் காதல் மலருவது!

() () ()

◼ **சமீபத்தில் நீங்கள் ரசித்த கேள்வி – பதில்?**

● சாதாரண திருடனுக்கும், அரசியல் திருடனுக்கும் என்ன வித்தியாசம்?

ஒரு சாதாரண திருடன், தான் திருடப் போகும் வீட்டைத் தேர்ந்தெடுப்பான். நாம் அரசியலில் இருந்தே திருடனைத் தேர்ந்து எடுப்போம்!'

() () ()

◼ **பொய்யை எப்படி அடையாளம் காண்பது?**

● எந்தப் பொய்யும்... 'அவர்கள்தான் சொன்னார்கள்!' என்பதில் இருந்து ஆரம்பிக்கிறது!

() () ()

◼ **வீட்டைக் கட்டிப் பாரு... கல்யாணம் பண்ணிப் பாரு... இந்த லிஸ்ட்டில் அடுத்து எதைச் சேர்க்கலாம்?**

● கட்டிய மனைவியோடு வாழ்ந்து பாரு! (உங்களுக்கு பதில் தெரிந்திருந்தும், கோள் மூட்டும் இந்தக் கேள்வி தேவையா?)

() () ()

■ **'பத்மஸ்ரீ' போன்ற விருதுகள், சில நேரம் தகுதியானவர்களுக்கு கொடுக்கப்படுவது இல்லை என்பது உண்மையா?**

● ஓரளவுக்கு உண்மைதான்! நகைச்சுவை நடிகர் நாகேஷ், 'மெல்லிசை மன்னர்' எம்.எஸ்.வி. ஆகியோர்களை 'பத்ம' விருதுகள் சென்றடையாதபோது, கவிஞர் ஒருவர் மனம் வெதும்பிச் சொன்னது நினைவுக்கு வருகிறது.

'இமயமலைகளைப் பொன்னாடைப் போர்த்தித்தான் சிறப்பிக்க வேண்டும் என்பதில்லை. ஆனாலும், குன்றுகளின் உயரங்களைக் கொண்டாடும்போது மலைகளின் சிகரங்களை மத்திய அரசு மறந்துவிடுவது எந்த வகையில் நியாயம்?'

() () ()

■ **அரசியல் தலைவர்களை மக்கள் விரும்ப வேண்டும் என்றால் அவர்களுக்கு இருக்க வேண்டிய முதல் தகுதி என்ன?**

● ரொம்பவும் சிம்பிள்! அவர்கள் செலவு செய்யாமல் சம்பாதிக்க முடிகிற... தனி மனித ஒழுக்கம்!

() () ()

■ **மவுனவிரதம் இருப்பது நல்லதா? நம் முன்னோர்கள் அதைக் கடைப்பிடிக்கக் காரணம் உண்டா?**

● சத்தத்தை டெசிபல் அளவால் அளக்கிறோம்.

சாதாரண முணுமுணுப்பு 20 டெசிபல்.

அலுவலகச் சத்தம் 30 டெசிபல்.

ஓடும் ரெயில் சத்தம் 80 டெசிபல்.

இடிச் சத்தம் 120 டெசிபல்.

ஆனால்... மவுனம் 1,000 டெசிபல்லைவிட வலிமையானது போலும் (பெண்களைக் கவனியுங்கள்... புரியும்!)

() () ()

புதிது புதிதாய் நகைக்கடைகள் திறந்துகொண்டே இருந்தாலும் பெண்கள் கூட்டம் ஓய்வதே இல்லையே?

- பெண்ணுக்கு மவுனம் தான் எளிய, அழகிய ஆபரணம்! ஆனால்... அதை அவள் அபூர்வமாகவே அணிகிறாள். அப்படி அணியும்போது அவளுடைய அழகு இரண்டு மடங்கு அதிகமாவதாக உடலியல் தத்துவம் சொல்கிறது. சரிங்க... இதையெல்லாம் வீட்ல சொல்ல முடியுமா என்ன?

() () ()

அட்சயத் திரிதியைக்கு தங்க நகைகள் வாங்கினால் நல்லது என்று சொல்லப்படுவது எந்த அளவுக்கு நம்பகமானது?

- முதலில் தங்கத்தைப் பற்றிய ஒரு ஷாக் ரிப்போர்ட்!

இந்தியாவின் முக்கிய தர நிர்ணய நிறுவனங்கள், தங்கத்தின் தரம் பற்றிய மக்களின் சந்தேகங்களை தீர்க்க வேண்டும்.

ஆண்டுக்கு ஒரு தடவை நகை எப்படி எல்லோருக்கும் சாத்தியம்? உண்மையில் மக்களுக்கு தங்கம் பற்றி விழிப்புணர்வு இல்லை!

ஒரு பவுன் தங்கச் சங்கிலிக்கு ஒன்றரை கிராம் செம்பு சேர்த்தால் மட்டும் நகை செய்ய முடியும். இது அனைவருக்கும் தெரிந்தது. ஆனால், 8 கிராம் தங்கத்தில் ஒன்றரை கிராம் கழித்தது போக ஆறரை கிராம் நகை செய்யப்படுகிறது! ஆனால், சாமானியன் நகை வாங்கும்போது ஆறரை கிராம் தங்கம் + ஒன்றரை

கிராம் செம்பு சேர்ந்து 8 கிராம் தங்கமாக 'பில்' போடுகிறார்கள். அதுமட்டுமன்றி... அதற்கு மேலாக சேதாரம் என்று கூறி மேலும் ஒன்றரை கிராம் செம்பை, தங்கம் சேர்க்கப்பட்டதாக கூறி தங்க விலைக்கு விற்கிறார்கள்! இதில் ஆறரை கிராம் தங்கம் + ஒன்றரை கிராம் செம்பு (தங்கமாக) + சேதாரம் செம்பு ஒன்றரை கிராம் = ஒன்பதரை கிராம். ஆக... ஒரு பவுன் நகை வாங்குபவர்கள் வெறும் ஆறரை கிராம் தங்கத்தை மட்டுமல்லாமல் 3 கிராம் செம்பை வாங்க நேர்கிறது! ஒரு பவுன் (8 கிராம்) நகைக்கு ஒன்பதரை கிராமுக்கு பணம் கொடுக்கிறோம்.

தங்கத்தின் விலை என்ன? கணக்குப் போட்டு பாருங்கள்! ஒரு கிராம் தங்கம் ரூ.2,922 எனில்... 8 கிராம் தங்கம் ரூ.23,376 ஒரு கிராம் செம்பு ரூ.4.80 என்றால்... ஒன்றரை கிராம் செம்பு ரூ.7 ஆறரை கிராம் தங்கம் ரூ.18,993 ஆறரை கிராம் தங்கம் + ஒன்றரை கிராம் செம்பு அடக்க விலை ரூ.18993 + 7 = 19,000 பவுனுக்கு தங்கத்தில் லாபம் ரூ.23376 & 19,000 = 4,376. சேதாரம் ஒன்றரை கிராம் = 4,383. எனவே, ஒரு பவுனுக்கு மொத்த லாபம் 4,376 + 4,383 = 8,759. திருமணம் போன்ற விஷேசங்களுக்கு நகை வாங்க வேண்டியதுதான்! ஆனால், 'அட்சயத் திரிதியை', 'ரம்பா திருதியை' போன்றவைகளுக்கு தங்கம்தான் வாங்க வேண்டும் என்கிற அவசியமில்லை. அரிசி, பருப்பு போன்ற தானிய வகைகளை வாங்கினாலே போதுமானது.

நாம் தங்க நகை வாங்கினால்... அது நகைக்கடைக்காரர்களுக்குத்தான் அதிக நல்லது! ஒருவர் புதிய நகைக்கடை திறக்கிறார் என்றால் சில வருடத்தில் வருமானத்தைக் குவிக்கப் போகிறார் என்று அர்த்தம்.

() () ()

■ **எதிர்மறையான விமர்சனங்களை எப்படி எடுத்துக் கொள்கிறீர்கள்?**

● என்னைப் பாராட்டும்போது அதை எப்படி எடுத்துக் கொள்கிறேனோ... அதைப் போலவே என் மீது வைக்கப்படும் விமர்சனங்களையும் எடுத்துக் கொள்கிறேன். ஏனென்றால்... நம்மால் எல்லோரையும் சந்தோஷப்படுத்த முடியாது!

() () ()

■ **சாதாரண நபரின் மூளைக்கும், எழுத்தாளரின் மூளைக்கும் ஏதாவது வித்தியாசம் உண்டா?**

● மூளையின் அமைப்பு எல்லோருக்கும் ஒரே மாதிரிதான் இருக்கும். எந்த வித்தியாசமும் கிடையாது. மனித மூளையில் இடது, வலது என்று இரண்டு பாகங்கள் உண்டு.

ஒருவரின் படிப்பு முழுவதும் இடது பக்க மூளையில் பதிவாகிறது.

மூளையின் வலது பாகத்தில்தான் கலைகளின் ஆட்சி நடக்கிறது. ஒருவர் ஓவியராக இருப்பதற்கும், பாடகராக இருப்பதற்கும், எழுத்தாளராக இருப்பதற்கும் வலது பக்க மூளைதான் காரணம். அங்கே இருக்கும் 'நியூரான் செல்'களில்தான் எல்லாக் கலைத்திறன்களும் தூங்கிக்கொண்டிருக்கும். அதை உபயோகப்படுத்திக்கொள்வது அவரவர் ஆர்வத்தைப் பொறுத்தது!

இறைக்க இறைக்கத்தான் கிணறு ஊறும். அதேபோல் மூளையை உபயோகப்படுத்த உபயோகப்படுத்தத்தான் அதில் துயில் கொள்ளும் கலைத்திறமையைத் தட்டி எழுப்ப முடியும்!

() () ()

ராஜேஷ்குமார்

உங்களால் இன்னமும் புரிந்துகொள்ள முடியாத ஒரு விஷயம் எது?

- 13 ஆண்டுகளுக்கு முன்பு என் நாவல் ஒன்று படமாக்க ஆரம்பிக்கப்பட்டு, நல்ல முறையில் எடுக்கப்பட்டது.

  தலைப்பு: அகராதி.

  ஒரு வருட காலத்துக்குள் படம் முடிக்கப்பட்டு, 'சென்சார்' செய்யப்பட்டு டைரக்டர் பாக்யராஜ் தலைமையில் 'ஆடியோ லாஞ்ச்' சிறப்பாக நடத்தப்பட்டு, விநியோகஸ்தர்களால் பார்க்கப்பட்டு பாராட்டப்பட்ட படம். என்ன காரணத்தாலோ வெளியாகவில்லை.அதில் நடித்த ஓவியா மட்டும் உச்சத்துக்கு போனார்!

() () ()

எல்லாமே விதிப்படிதான் நடக்கும் என்று இருக்கும்போது தெய்வத்திடம் பிரார்த்தனை செய்வதால் பயன் என்ன?

- விதி வலிதுதான்! இருந்தாலும் ஓடிக்கொண்டிருக்கும் வெள்ளத்தை அணை கட்டி நிறுத்துவதைப் போல் பிரார்த்தனையானது, நம் துன்பங்களை நிறுத்துகிறது. இயற்கையாகவே அது ஒரு மன அமைதியை உண்டாக்குகிறது. மனதில் உள்ள பாரம் குறைந்து, உடம்பு லேசானது போல் ஓர் உணர்வு தோன்றுவதால் நம்மால் நம்முடைய அன்றாடப் பணிகளை ஆர்வமாக கவனிக்க முடிகிறது.

  நம் உடம்புக்கு ஏதாவது நோய் வந்து விட்டால் குணப்படுத்திக்கொள்வதற்காக சிகிச்சைக்குப் போகிறோம். டாக்டர் கண்டிப்பாய் நம்முடைய நோயைக் குணப்படுத்துவார் என்று நம்புகிறோம். அந்த டாக்டர், மருந்துக்குப் பதிலாக வெறும் தண்ணீரையே ஊசியில் ஏற்றினாலும், நமக்கு நோய் குறைந்துவிட்டது போன்ற

உணர்வு தோன்றும்.

அந்த உணர்வு தோன்றுவதற்கு நம்பிக்கைதான் பிரதானம். மருந்து பாதி; நம்பிக்கை பாதி! நம்பிக்கையோடு பிரார்த்தனை செய்தால் விதியின் வேகம் குறைந்துவிட்டதாக தோன்றும். இதனால்தான், 'கடவுளை நம்பினோர் கைவிடப் படார்!' என்று நம் முன்னோர்கள் சொல்லி வைத்தார்கள்

இந்த நம்பிக்கைதான் பலரின் வெற்றிக்கும், நிம்மதிக்கும் அடிப்படை.

(இப்படி சொன்னது யார் தெரியுமோ? 'கடவுள் இல்லை' என்று சொல்லி நாத்திகவாதியாக இருந்து...,பிறகு ஆத்திகவாதியாக மாறி சாகாவரம் பெற்ற படைப்புகளைத் தந்த கவியரசர் கண்ணதாசன்).

() () ()

■ **நண்பன் ஒருவர் பணக் கஷ்டத்தில் இருந்தபோது ஜாமீன் கையெழுத்துப் போட்டு வங்கியில் பணம் வாங்கிக் கொடுத்தேன். ஆனால், அவர் கட்ட வேண்டிய பணத்தைக் கட்டாமல் ஏமாற்றிவிட்டார். நான் கஷ்டப்பட்டு சம்பாதித்த பணத்தைக் கட்டிக்கொண்டிருக்கிறேன். நான் உதவி செய்தது சரியா... தவறா?**

● நான் சமீபத்தில் படித்த ஆங்கில கட்டுரையின் தலைப்பு என்ன தெரியுமா?

தயங்காமல் 'நோ' சொல்லுங்கள்.

கட்டுரையின் சாராம்சம் இதுதான்! யார் எது கேட்டாலும் முதலில் 'நோ' சொல்ல பழகிக்கொள்ளுங்கள். காரணம், மனிதாபிமானம் இல்லாத சமுதாயம் இது.

தொண்ணூறு சதவிகிதம் பேர் ஏமாற்றுப் பேர்வழிகள் என்கிறது அந்தக் கட்டுரை. ஒவ்வொரு

மனிதனுக்குள்ளும் இரண்டு பேர் இருக்கிறார்கள். அதில் ஒருவன் கெட்டவன்; இன்னொருவன் நல்லவன். இந்த நல்லவன் உள்ளேயே பதுங்கிக்கொள்ள... அந்தக் கெட்டவன் மட்டும் வெளியே வருகிறான்.

முன்பெல்லாம் மனசாட்சிக்கு பயப்பட்டார்கள். இப்போது அந்த பயம் இல்லை. சட்டத்தில் இருக்கும் ஓட்டைகளை வக்கீல்கள் சொல்லிக் கொடுத்துவிடுவதால், கோர்ட்டுக்கு போக பலரும் பயப்படுவதில்லை. ஏதோ கல்யாண வீட்டுக்குப் போவது போல் பகட்டாகப் போகிறார்கள். இப்படி எல்லாமே மாறிக்கொண்டிருப்பதால், இருக்கும் பத்து சதவிகித நல்லவர்களும் மாற வேண்டியுள்ளது.

நண்பர்கள், உறவினர்கள் கடன் கேட்டால் தயவு தாட்சண்ணியம் பார்க்காமல் 'நோ' சொல்லுங்கள்.

ஜாமீன் கையெழுத்தா...?

'சாரி' சொல்லி ஒதுங்கிக் கொள்ளுங்கள்.

குண்டூசியில் இருந்து கார் வரைக்கும் பக்கத்து வீட்டுக்காரர்கள் இரவல் கேட்கிறார்களா?

'மன்னிக்கவும்... கொடுப்பதற்கு இல்லை!' என்று சொல்லுங்கள்.

இப்படி எல்லோருக்கும் முதலிலேயே 'நோ' சொல்லிவிடுபவர்களுக்கு பின்னால் பிரச்சினைகளே வராது!

() () ()

■ **உலகத்தில் உயர்ந்த வார்த்தை எது?**
● நினைக்கும்போதே உள்ளம் மகிழும். சொல்லும்போதே மனம் இனிக்கும். சாஸ்திரங்கள் கற்றவனும், சாம்ராஜ்ஜியத்தை ஆள்பவனும், வறுமையில் இருப்பவனும், தங்கத் தட்டில் உண்பவனும் போற்றிப்

புகழும் வார்த்தை.

முற்பிறவி, இப்பிறவி, எப்பிறவியாயினும் உருவைக் கருவில் சுமந்து, வலியிலும் மகிழ்ந்து பெற்றெடுத்து, பேணிக் காத்து, கற்றறிந்த மனிதனாக்கி, வித்தகனாய், புகழ் மிக்கவனாய் நம்மை உலகறியச் செய்த புனித பொக்கிஷம்.

ஆயிரம் வார்த்தைகளை நாம் உச்சரித்தபோதும் 'அம்மா' என்னும் அந்த ஒற்றைச் சொல்லுக்கு இணையாக மனதுக்குள் நிரந்தரமாகிவிட எதனாலும் முடியாது! 'அம்மா' என்பது மறந்து போகாத... என்றும் மறைந்து போகாத... நெஞ்சுக்குள் கல்வெட்டாய் பதிந்து போன வார்த்தை! (பின்னணி பாடகர் மலேசியா வாசுதேவன் அவர்கள் சொன்னது).

() () ()

■ **நீங்கள் ரசித்த சில 'ஹைக்கூ' கவிதைகள்?**
● மச்சம்:

அவளுடைய
பவுர்ணமி முகத்தில்
'மினி' அமாவாசை!

கண்கள்:
சதைக் கொத்திப்
பறவைகள்!

ராமாயணம்:
அறுந்து விழுந்தது
சூர்ப்பனகை மூக்கு...
சீதையின் சந்தோஷமும்!

() () ()

■ **நீங்கள் விரும்பி எழுதுவது தொடர்கதையா... நாவல் அல்லது சிறுகதையா?**

● எழுத்து என்பது வெல்லப் பிள்ளையார். எங்கே கை வைத்தாலும் இனிக்கும்!

() () ()

■ **'அட... ஆமால்ல!' என்று உங்களைச் சொல்ல வைத்த வாசகம் ஏதேனும் உண்டா?**

● உண்டு! நீங்களும் படியுங்கள்... "எவ்வளவு மீதம் இருக்கிறது என்று தெரிந்துகொள்ளாமலேயே இஷ்டத்துக்கு செலவு செய்துகொண்டிருக்கிறோம் காலத்தை!"

() () ()

■ **'சேலைக் கட்டிய மாதரை நம்பாதே...' என்கிற பழமொழியை நம்புகிறீர்களா?**

● அது 'சேலை கட்டிய' அல்ல! 'சேல் அகட்டிய மாதர்'.

'சேல்' என்றால் மீன் போன்ற கண்கள்.

கணவனைத் தவிர பிற ஆண்களை, கண்களை விரித்துப் பார்க்கும் பெண்களை நம்ப வேண்டாம் என்று சித்தர் மொழி என்ற நூலில் சொல்லி உள்ளார்கள்!

() () ()

■ **சமீபத்திய விஞ்ஞான வரவுகளில் ஒன்று?**

● 'வீடியோ கூலிங்கிளாஸ்'.....!

இது பார்ப்பதற்கு சாதாரண குளிர் கண்ணாடி போல் இருந்தாலும், வில்லத்தனமான வேலையைப் பார்க்கக் கூடிய அளவுக்கு திறன் கொண்டது. இதை அணிந்திருக்கும்போது யாருக்கும் எந்தவித சந்தேகமும்

வராது. ஆனால், இதில் மற்றவர்களை வேவு பார்க்கும் 'கேமரா' பொருத்தப் பட்டிருக்கும். எதிரே நடக்கும் எல்லா விஷயங்களும் அப்படியே 'வீடியோ' பதிவுகளாக பதிவு செய்துவிடும். இதன் மூலம் தேவையான தகவல்களை எளிமையாக பெற முடியும். இதை ஸ்மார்ட் போனுடன் இணைத்துவிட்டால், இதில் பதிவாகும் அனைத்தையும், அனுப்பவேண்டிய இடத்திற்கு அனுப்பிவிடும். இதன் மூலம் பல அத்துமீறல்கள் மற்றும் சட்ட விரோத செயல்கள் அரங்கேற வாய்ப்புள்ளது.

() () ()

முதியோர் இல்லங்களுக்குப் போய் ஆறுதல் சொல்வது உண்டா?

- உண்டு! அண்மையில் முதியோர் இல்லம் ஒன்றுக்கு சென்றபோது, வாசலில் ஓர் அறிவிப்புப் பலகை கண்ணில்பட்டது. அதில் எழுதப்பட்டிருந்த வாசகங்களைப் படித்து அதிர்ந்து போனேன்.

'இது ஒரு மனிதக் காட்சிச் சாலை. இங்கே உள்ளவர்களைப் பார்க்க சிறுவயதில் பால் குடித்த மிருகங்கள் எப்போதாவது வந்து போவதுண்டு. மிருகங்கள் ஜாக்கிரதை!'

() () ()

அரசாங்கத்தின் பல திட்டங்கள் தோல்வியில் முடிய என்ன காரணம்?

- ஒரு கதை கேட்க நீங்க தயாரா.....?

ஒரு நாட்டில் எலிகளின் பெருக்கம் அதிகமாகிப் போனதால் அரசாங்கத்துக்கு வரியாக வரக்கூடிய தானியங்கள் மிகவும் குறையத் தொடங்கின. இது அரசருக்கு பெரும் பிரச்சினையாகிப் போனதால்,

தீவிரமாய்ச் சிந்தித்து பயிர்களைக் காப்பாற்ற புதிய வழியைக் கண்டுபிடித்தார்.

'எலி ஒன்றுக்குப் பத்து காசு வீதம் நாட்டில் பிடிக்கப்படும் எல்லா எலிகளையும் அரசாங்கமே வாங்கிக்கொள்ளும்' என்று தண்டோரா போடச் செய்தார். அன்று முதல் எலிகள் உயிருடனும், உயிரில்லாமலும் வந்து குவியத் தொடங்கின. காலப்போக்கில் அரசாங்க கருவூலத்தில் கணிசமான தொகையும் காலியானது. ஆனால், அரசுக்கு வரக்கூடிய தானியங்கள் முன்பைவிட வெகுகுறைவாகத்தான் வந்துகொண்டிருந்தன. அரசருக்குத் தலைவலி அதிகமானது.

ஒரு நாள் மாறுவேடமிட்டு... கிராமப் பகுதிகளையும், வயல்களையும் சுற்றிப் பார்க்கப் போனார். வயல்களில் பெரும் பகுதியும் பயிர் செய்யப்படாமல் கிடப்பது கண்டு திடுக்கிட்டார். அந்தப் பக்கமாய்ப் போன குடியானவன் ஒருவனை அழைத்து, "வயல்கள் ஏன் இப்படி தரிசாய் கிடக்கின்றன?" என்று கேட்டார். அதற்கு அந்தக் குடியானவன் சொன்னான். "நீங்க என்ன... ஊருக்குப் புதுசா? இப்பெல்லாம் பயிர் சாகுபடி செய்வதைவிட, எலிகள் பிடிப்பதால்தான் எங்களுக்கு அதிக வருமானம் கிடைக்கிறது. எலி ஒன்றுக்கு தலா பத்து காசு கொடுத்து, அரசாங்கமே வாங்கிக்கொள்கிறது. எனவே, எல்லோரும் எலிப் பண்ணை வைத்துவிட்டார்கள்" என்றான்!

() () ()

◼ **'கிரிக்கெட்' விளையாட்டு பிடிக்குமா?**
● இந்தியா ஜெயிக்கும்போது மட்டும்!

() () ()

ஆங்கிலத்தில் பேசுபவர்கள் மேல்தட்டு, மற்றவர்கள் கீழ்தட்டு என்று பலரும் நினைக்கும் நிலை உள்ளதே–... அது எப்போது போகும்?

- அப்படி நினைப்பவர்களின் புத்தியில்......

  ரெண்டு தட்டு தட்டும்போது!

() () ()

நீங்கள் நேரில் பார்த்த மறக்க முடியாத நிகழ்வு?

- ஐந்தாண்டுகளுக்கு முன்பு என்று நினைக்கிறேன். அது கோவையில் உள்ள பிரபலமான மருத்துவமனை. அங்கே உள் நோயாளியாய்த் தங்கி சிகிச்சை பெற்று வந்த நண்பர் ஒருவரைப் பார்ப்பதற்காக மாலை வேளையில் போனேன்.

  பார்வையாளர் நேரத்துக்கு முன்பாகவே சென்றுவிட்டதால், அரை மணி நேரம் ரிசப்ஷனில் காத்திருக்க வேண்டியதாகிவிட்டது. அங்கிருந்த நாற்காலி ஒன்றில் உட்கார்ந்து பேப்பர் ஒன்றைப் புரட்டிக்கொண்டிருந்த நான், வாசலில் எழுந்த சத்தம் கேட்டுத் திரும்பிப் பார்த்தேன். சற்றே மயக்க நிலையில் காணப்பட்ட பெரியவர் ஒருவரை ஆட்டோவில் கூட்டி வந்திருந்தார்கள் இரண்டு பெண்கள். ஒரு பெண் அவருடைய மனைவியாகவும், இன்னொரு பெண் மகளாகவும் இருக்கலாம் என்று என் மனதுக்குப்பட்டது.

  சுவரோரமாய்ப் போடப்பட்டிருந்த பெஞ்சில் அவரைப் படுக்க வைத்த அந்த இளம்பெண், பதறியடித்தபடி ரிசப்ஷன் கவுன்டரை நெருங்கி அருங்கிருந்த இளம் பெண்ணிடம் சொன்னாள்... “அப்பாவுக்கு ஹார்ட் அட்டாக் மாதிரி தெரியுது. உடனடியா டாக்டரைப் பார்க்கணும்.”

  கவுன்டரில் இருந்த பெண் சாவகாசமாக ஒரு

காகிதத்தையும், பேனாவையும் எடுத்து வைத்துக் கொண்டு, "எங்கிருந்து வர்றீங்க...? உங்க அட்ரஸைச் சொல்லுங்க..." என்றாள்.

"கணபதியில் இருந்து வர்றோம்... தெய்வநாயகி நகர்."

"அப்பாவுக்கு என்ன வயசு... பேர் என்ன?"

"வயசு அம்பத்தேழு. பேர் முத்துசாமி."

"இப்படி வர்றது இதுதான் முதல் தடவையா?"

"ஆமா..."

"அப்பா வேலைக்குப் போறாரா... இல்ல பிசினஸ்ஸா?"

"வேலைக்குப் போறார். கட்டிட காண்டிராக்டர்."

"நீங்க வேலைக்குப் போறீங்களா?"

"ஆமா... நர்சரி ஸ்கூல்ல டீச்சரா இருக்கேன்."

"அது யாரு... உங்க அம்மாவா?"

இதையெல்லாம் பார்த்தபடி கேட்டுக்கொண்டிருந்த எனக்குக் கோபம் வந்து ரிசப்ஷனிஸ்ட் பெண்ணை நான்கு வார்த்தைச் சூடாய்க் கேட்க நினைத்த விநாடி, எனக்குப் பக்கத்தில் உட்கார்ந்திருந்த நபர் எழுந்தார். சற்றே அழுக்கான வேட்டி-சட்டை, கலைந்த தலைமுடி. ரிசப்ஷனிஸ்ட் பெண்ணை நெருங்கினார். குரலை நிறுத்தி நிதானமாய்க் கேட்டார். "நீயென்ன இந்த ஹாஸ்பிடல்ல வேலை பார்க்கிற பெண்ணா... இல்லை, சென்சஸ் எடுக்க வந்த பெண்ணா? அங்கே மனுஷன் மயக்கமாகிக் கிடக்கிறார். நீ பாட்டுக்குச் சாவகாசமா ஊரு, பேரு, வயசுன்னு கேள்வி கேட்டுக்கிட்டு இருக்கே! மொதல்ல பெரியவரை ஐ.சி.யூக்குக் கொண்டு போய் ட்ரீட்மெண்ட் கொடுக்கிறதுக்கு ஏற்பாடு பண்ணு..."

"அப்படியெல்லாம் உடனடியாய் ஐ.சி.யூனிட்டுக்கு

பேஷண்ட்டைக் கொண்டு போயிட முடியாது சார். பணத்தை உடனடியா கட்டக்கூடிய நிலைமையில அந்த ஃபேமிலி இருக்கா... இல்லையான்னு தெரிஞ்சிக்க தான் இந்தக் கேள்விகள். ஹாஸ்பிடல் நிர்வாகம் எங்களுக்கு என்ன சொல்லிக் கொடுத்திருக்கோ அதைத்தான் நாங்க ஃபாலோ பண்ணணும்."

"அதுக்குள்ளே பேஷண்ட்டுக்கு ஏதாவது ஆகிட்டா?"

அதற்கு ரிசப்ஷனிஸ்ட் பெண் மவுனம் சாதிக்க... அவர் கேட்டார். "அவரை உடனடியா ஐ.சி.யூவில் அட்மிட் பண்ண எவ்வளவு பணம் கட்டணும்?"

"குறைஞ்சது இருபதாயிரம்."

"இந்தா... அந்தப் பணத்தை நான் கட்டுறேன்." சொன்னவர், தன் கையில் வைத்திருந்த பையைத் திறந்து, நூறு ரூபாய் நோட்டுக் கட்டுகள் இரண்டை எடுத்து வைத்தார். "இந்தப் பணம் இன்னும் மூணு நாள்ல என்னோட அம்மாவுக்கான ஆப்ரேஷனுக்காகக் கட்ட வேண்டிய முன்பணம். இதை அந்தப் பெரியவருக்காகக் கட்டுறேன். உடனே அவரை ஐ.சி.யூவுக்குக் கொண்டு போயிடுவாங்களா?"

"பணத்தைக் கட்டினா... உடனடியா இன்ஃபார்ம் பண்ணிடுவோம்."

"இதோ கட்டிட்டு ரசீதோடு வர்றேன்." அவர் சொல்லிக்கொண்டே வேகமாய் நகர முயல, பெரியவரோடு வந்த இளம்பெண் கைகூப்பினாள். "சார்... அப்பா மயங்கி விழுந்ததுமே ஏதோ அவசரத்துல ஆட்டோ பிடிச்சு ஹாஸ்பிட்டலுக்கு வந்துட்டோம் . கையில பணம் ரெண்டாயிரமோ... மூணாயிரமோதான் இருக்கு. இனிமேதான் பணத்துக்கு ஏற்பாடு பண்ணனும்."

அந்த நபர் ஒரு விரக்தியான புன்னகையோடு

சொன்னார்: "இதோ பாரும்மா... நீ யாருன்னு எனக்குத் தெரியாது. இந்தப் பணத்தை உன்னோட அப்பாவுக்காக கட்டப் போறேன். நான் ஒண்ணும் வசதியானவன் கிடையாது. நீ இந்தப் பணத்தை எனக்கு ரெண்டு நாள்ல திருப்பிக் கொடுத்தா சந்தோஷம். திருப்பிக் கொடுக்க முடியலையா... அதுக்காக கவலைப்படவும் மாட்டேன். உங்க அப்பாவை இப்ப ஐ.சி.யூக்குக் கொண்டு போயிடுவாங்க. தைரியமா இரு." என்று சொல்லிவிட்டுப் பணத்தைக் கட்டுவதற்காக ஓடிய அந்த நபரை பிரமிப்போடு பார்த்துக்கொண்டிருந்தேன்!

() () ()

■ **எழுத்தாளர் சுஜாதாவோட பயங்கர வாசகர் நான். உங்களிடம் ரொம்ப நாள் கேட்க வேண்டுமென்று நினைத்தேன். அவர் நூற்றுக் கணக்கில் நாவல்களும், சிறுகதைகளும், கட்டுரைகளும் எழுதி இருக்கிறார். அவருடைய படைப்பில் உங்கள் சாய்ஸாக... மாஸ்டர் பீஸாக ரசிப்பது எது?**

● அவரது படைப்புகளில் முதன்மையானது... மற்றவைகளைவிட பெஸ்ட் என்றால் அது 'நைலான் கயிறு'. முதல் நாவலான இதில் வாசகர்களை அப்படியே கட்டிப் போட்டார். அதிலிருந்து கடைசி வரை யாராலும் விடுபட முடியவே இல்லை. பலமுறை... பல மணிநேரம் அவருடன் பேசி இருக்கிறேன். அவர் ஒரு லெஜெண்ட். அவரை மிஸ் பண்ணிட்டோம்!

() () ()

■ **க்ரைம் நாவல் எழுத எத்தனை நாட்கள் எடுத்துக்கொள்கிறீர்கள்?**

● அது என்ன ராஜரகசியமா? ஒரு நாவல் எழுதி முடிக்க எனக்கு எப்படியும் 15 நாட்கள் பிடிக்கும். கதையின் கரு

எனக்கு திருப்தியாக இருந்தால் மட்டுமே எழுதுவேன். 'கதையை இப்படி கொண்டு போனால் நன்றாக இருக்குமா...?' என்று மனைவியிடம் ஆலோசனை கேட்பதும் உண்டு.

கதையை விறுவிறுப்பாகவும், லாஜிக் சிதையாமலும் பார்த்துக்கொள்வது அதிமுக்கியம் என்பதால் சில நேரங்களில் மணிக்கணக்கில் பேனாவுக்கு ஓய்வு கொடுத்துவிட்டு யோசிப்பதும் உண்டு. சீக்கிரம் முடிக்க வேண்டுமே என்று அவசர அவசரமாக எழுதவே மாட்டேன். அவசரமாக சாப்பிடுவது வயிற்றுக்கு கெடுதல்! அவசரமாக எழுதுவது மனதுக்கு நெருடல்!!

() () ()

■ **பணத்துக்கு ஓட்டுகளை விற்கும் அவலத்தை ஒழிக்க என்னதான் வழி?**

● என்னிடம் பேசிக்கொண்டிருந்த பக்கத்து வீட்டுப் பெரியவர் ஒருவர் (90 வயது) ஓட்டுக்கு பணம் கொடுக்கும் முறையை அறவே ஒழிக்க ஒரு வழி இருக்கிறது என்று சொன்னார்.

நான் கேட்டேன். "என்ன வழி......?"

"நம்மை ஆண்ட வெள்ளைக்காரன் அந்தக் காலத்துல பள்ளிக்கூடப் படிப்பை முடித்தவர்களுக்கும், சொத்து வரி, வருமான வரி கட்டுபவர்களுக்கு மட்டுமே ஓட்டுப் போடும் உரிமையைக் கொடுத்தான். அதேபோல், இப்போதும் அந்த முறையைக் கொண்டு வந்தால் பணத்துக்கு மசியாமல் நல்ல வேட்பாளர்களை தேர்ந்தெடுப்பார்கள்."

நான், "இது ஜனநாயக நாடு அல்லவா?" என்றேன்.

"என்ன ஜனநாயகம்...? நம் ஜனாதிபதியையும், பிரதமரையும்

மக்கள் ஓட்டு போட்டா தேர்ந்தெடுக்கிறார்கள்?" என்று கேட்டார். என்னிடம் பதில் இல்லை.

() () ()

நாம் சந்தோஷமாக இருப்பதும், இல்லாததும் எதைப் பொறுத்தது?

- நம்மில் 90 சதவிகிதம் பேர் சந்தோஷமாக இல்லாமல் இருப்பதற்குக் காரணம், 'நம்மைப் பற்றி மற்றவர்கள் என்ன நினைத்துக்கொண்டிருக்கிறார்களோ?' என்று நினைப்பதுதான்!

() () ()

நீங்கள் வியக்கிற அதிசயம்?

- இந்த பூமிதான்! ஒரு பெரிய மண் உருண்டையானது கடல்களுடனும், மலைகளுடனும் 700 கோடி மக்களையும் சுமந்துகொண்டு ஓயாமல் தானும் சுற்றி... சூரியனையும் சுற்றிக்கொண்டிருக்கிறது. யாரோ ஒருவரின் கையில் இருக்கும் பிரம்புக்குக் கட்டுப்பட்டு எல்லாமே துல்லியமாய் நடந்துகொண்டிருகின்றன. பூமி ஒரு சுவாரசியமான மர்ம நாவல் என்று வர்ணிக்கிறது 'ஜர்னல் பப்ளிக் லைப்ரரி ஆஃப் சயின்ஸ் பயாலஜி' என்னும் அமைப்பு. பூமியில் உள்ள எவ்வளவோ உயிரினங்கள் இன்னமும் கண்டுபிடிக்கப்படவே இல்லையாம். கடலில் காணப்படும் உயிரினங்களில் நமக்குத் தெரிந்தவை 10 சதவிகிதம் மட்டுமே! நாம் புகவே முடியாத அடர்ந்த காடுகள் இருக்கின்றன. நம் பார்வைக்குத் தட்டுப்படாத உயிரினங்கள் மட்டும் 10 கோடி உள்ளன. மனிதன் பூமியில் ஏதாவது ஓர் இடத்தில் ஓரமாய் பிறந்து வாழ்ந்துவிட்டுப் போய்விடுகின்றான். ஆனால், பூமி மட்டும் புரியாத

புதிர்களோடு... மவுனப் புன்னகையோடு மர்மமாய் சுற்றிக்கொண்டிருக்கிறது.

() () ()

■ **உங்கள் கல்லூரி நாட்களில் என்ன 'ஸ்பெஷல்'?**

● எல்லாமே ஸ்பெஷல்தான்!

அது கோ-எஜுகேஷன் கல்லூரி என்பதால் நிறைய ஒருதலைக் காதல்கள், மரத்தடியில் உட்கார்ந்து சாப்பிடும்போது நடக்கும் உணவுப் பரிமாற்றங்கள், உறவே இல்லாவிட்டாலும் 'மாமா'... 'மாப்ளே'... 'மச்சான்' என்று சொந்தம் கொண்டாடும் உள்ளங்கள், உயிரைக் கொடுத்து பேராசிரியர் பாடம் நடத்திக்கொண்டிருக்கும்போது மத்தியானம் சாப்பிட்ட தயிர் சாதத்தின் உபயத்தில் கடைசி பெஞ்சில் தூங்கும் கிராமத்து மாணவர்கள், ஸ்பெஷல் வகுப்புகளை கட் அடித்துவிட்டு நாயர் டீக்கடைக்கு போய் தெருவோர பெஞ்சில் உட்கார்ந்து மசால் வடையைக் கடித்துக்கொண்டே டீ சாப்பிட்ட அந்த சந்தோஷ நேரங்கள், பிறந்தநாள் பார்ட்டி'கள், பக்கத்தில் பரீட்சை வர வர... முகத்தில் தெரிய ஆரம்பிக்கும் பதற்றமும்... பயமும், கல்லூரி கடைசி நாளன்று ஃபேர்வெல் பார்ட்டி முடிந்ததும் குழந்தைகளாய் மாறி அழ ஆரம்பித்துவிட்ட சோகங்கள்... இப்படி சொல்லிக்கொண்டே போகலாம். அவை கல்லூரி நாட்கள் அல்ல... கல்வெட்டுகள்!

() () ()

■ **பத்திரிகைகளில் எழுதிப் புகழ் பெறும் எழுத்தாளர்கள் சினிமாவில் அவ்வளவாகப் புகழ் பெற முடியாமல் போவதற்கு என்ன காரணம்?**

● மறைந்த எழுத்தாளர் சுஜாதா ஒரு முறை விழா ஒன்றில் பேசும்போது இப்படிச் சொன்னார்: "நான்

இப்போது எழுத்துலகைவிட்டு சினிமாவுக்குள் நுழைந்திருக்கிறேன். இதில் எனக்கு சந்தோஷம் இல்லை... வருத்தமும் இல்லை. ஆனால், ஒரே ஒரு விஷயத்தை மட்டும் புரிந்துகொண்டேன். அதை மற்ற எழுத்தாளர்களுக்கும் தெரிவிப்பதில் தவறு இல்லை என்று நினைக்கிறேன். உங்கள் அருமை தெரியாத இடத்தில் நீங்கள் இருந்தால் உங்கள் பெருமை தெரியாமல் போய்விடும்!"

() () ()

■ **நமக்கு வரும் துன்பத்தை எப்படி எதிர்கொள்ள வேண்டும்?**

● ஒருவர் நம்மிடம் ஒரு ஜோக் சொல்கிறார் என்றால்... அதைக் கேட்டு நம்மால் ஒரு தடவை மட்டுமே சிரிக்க முடியும். மறுபடியும் மறுபடியும் சிரித்துக்கொண்டிருக்க முடியாது. அதைப் போலத்தான் நமக்கும் துன்பம் என்று வந்தால் அதற்காக ஒரு தடவை மட்டுமே வருத்தப்பட்டுவிட்டு, அடுத்தக் கட்டத்துக்கு போய்விட வேண்டுமே தவிர அதையே நினைத்து நினைத்து வருத்தப்பட்டுக்கொண்டிருக்கக்கூடாது!

() () ()

■ **ஒரே வேலையை ஒருவர் செய்தால் ஒருவருக்கு வெற்றியும், இன்னொருவருக்கு தோல்வியும் ஏற்படுவதும் ஏன்?**

● அந்த வெற்றிக்கும், தோல்விக்கும் இடையில் இருக்கும் ஒரு சின்ன வித்தியாசம்தான் காரணம். ஒரு வேலையைக் கடமையாய் நினைத்துச் செய்தால் வெற்றி! அதே வேலையைக் கடமைக்குச் செய்தால் தோல்வி!!

() () ()

■ **உங்களின் 'உன்னை விடமாட்டேன்' முதல் சிறுகதையைப் பிரசுரித்த பத்திரிகைக்கு இப்போதும் கதை எழுதுவது உண்டா?**

● அவர்கள் என்னையும் விடவில்லை. நான் அவர்களையும் விடவில்லை. எழுதிக்கொண்டுதான் இருக்கிறேன். நான் ஏறி வந்த ஏணி அது! மறக்க முடியுமா?

() () ()

■ **உங்களை யாராவது ஏமாற்றி இருக்கிறார்களா? நீங்கள் யாரையாவது ஏமாற்றி உள்ளீர்களா?**

● நான் ஏமாற்றப்பட்டதை பட்டியல் போட உட்கார்ந்தால் 24 மணி நேரம் போதாது. 'ஓவர் டைம்' பார்க்க வேண்டியது இருக்கும். நான் யாரையும் ஏமாற்றியது இல்லை. இனியும் ஏமாற்றமாட்டேன். காரணம்... அதன் வலி எனக்கு மட்டுமே தெரியும்!

() () ()

■ **நம்மால் எதையுமே செய்ய முடியாத இரண்டு நாட்கள் எது என்று சொல்ல முடியுமா?**

● நேற்றும்... நாளையும்!

() () ()

■ **மனம் என்ற குரங்கை நம் வழிக்கு கொண்டு வர என்ன வழி?**

● வேறு வழி இல்லை. நாம் குரங்காட்டியாக மாற வேண்டியதுதான்!

() () ()

■ **இயற்கையின் அற்புதங்களில் உங்களை ஆச்சரியப் படுத்திய விஷயம்?**

ராஜேஷ்குமார் | 155

- நாம் மூக்குக்கண்ணாடி போட்டுக்கொள்வோம் என்பதை உணர்ந்து நமக்கு இரண்டு காதுகளைப் படைத்தது!

() () ()

மக்களிடம் சகிப்புத்தன்மை குறைந்து வருகிறதே?

- என்றைக்கும் இல்லாத அளவுக்கு இப்போது நாம் சகிப்புத்தன்மைப் பற்றி நிறையவே கவலைப்பட்டுக் கொண்டிருக்கிறோம், முன்பெல்லாம் ஏதோ நிறையவே சகிப்புத் தன்மையோடும்... கோபமே படாத உத்தமர்களாக வாழ்ந்துகொண்டிருந்ததாக எல்லோருக்கும் நினைப்பு.

நாட்டின் பிரதமரில் இருந்து, அடித்தட்டு குடிமகன் வரை ஏதோவொரு விதத்தில் கோபப்பட்டும், பொறுமை இழந்து உணர்வுகளை வெளிப்படுத்திக்கொண்டும் இருக்கத்தான் செய்கிறாம்.

நான் அரசியலுக்குள்ளும், மதத்துக்குள்ளும் நுழைய விரும்பவில்லை. பொதுவாகவே யாரும் எதையும் சகித்துக்கொள்ளும் மனப் பக்குவத்தை வளர்த்துக்கொள்ள தயாராக இல்லை.

அண்மையில் ஒரு சாதாரண நிகழ்வு.

சாலையில் நடந்து போய்க்கொண்டிருந்தபோது ஒருவரின் தோள்பட்டை, இன்னொருவரின் தோள்பட்டையோடு லேசாய் உரசிவிட்டது, இருவரும் திரும்பிப் பார்த்தபடி முறைத்துக் கொண்டு, "ஏய்... பார்த்துப் போ!" என்று பேச்சை ஆரம்பித்து, கடினமான வார்த்தைகளோடு மோதலுக்கு தயாரானார்கள். அருகில் இருந்த போக்குவரத்துக் காவலர், அவர்கள் இருவரையும் விலக்கி விட்டார். மோதிக்கொண்ட இருவரில் யாராவது

ஒருவர் 'ஸாரி' சொல்லி இருந்தால் அங்கே மோதல் சூழல் உருவாகி இருக்காது. மனிதர்கள் நிறைய மாற வேண்டும்!

() () ()

◆ முகநூல் பதிவுகள் உங்கள் பார்வையில்...?

● இரு புறமும் கூர்மை கொண்ட கத்தி போன்றது முகநூல். கவனமாக கையாண்டால் அது அற்புத அறிவியல். நிறைய கற்றுக்கொள்ளலாம். அருமையான பதிவுகளை பலர் பதிவிடுகிறார்கள்.

அண்மையில் நான் படித்து நெகிழ்ந்த பதிவு இது:

தந்தைக்கு மரியாதை செய்யுங்கள்! பொதுவாக தந்தைகளின் இறுதிக்காலம் பெரும்பாலும் மவுனத்திலும், தனிமையிலும் சில நேரம் ஒதுக்கி வைக்கப்பட்டும், புறக்கணிப்பிலும் கழிய நேரிடுகிறது என்பது வருத்தத்துக்குரியது. இதனால்தான் தந்தைமார் தாம் உழைத்துக்கொண்டே இருக்க வேண்டும் என்றும், முற்றாக ஓய்வு பெற்று மூலைக்கு செல்வதற்கு முன்னர் மரணித்துவிட வேண்டும் எனவும் நினைக்கின்றனர்.

குடும்பத்துக்காக உழைத்து உழைத்து ஓடான பின்னர் அவரை கவுரவமாக வாழ வழி செய்ய வேண்டும். மூலையில் இருத்தி, மவுனத்தில் ஆழ்த்தி, மூன்று வேளையும் சாப்பிட்டுவிட்டு பேசாமல் கிடந்தால் போதும் என்ற மனப்பான்மையுடன்தான் பல பிள்ளைகள் தந்தைமாரை நடத்தி வருகின்றனர். வயதான தந்தை தன் குடும்பத்தினரிடம் இருந்து மிகக் கொஞ்சமாகத்தான் கேட்பார். ஏனெனில், கேட்டுப் பழகாத குடும்பத் தலைவராக இருந்தவர்; கொடுக்க மட்டுமே தெரிந்து வைத்திருந்தவர். எனவே, வயதான காலத்தில் வாய் திறந்து கேட்கமாட்டார். குடும்பத்தினர்தான் அவரின்

தேவைகளை அறிந்து நிறைவேற்றி வைக்க வேண்டும்.

வாசிக்கும் பழக்கம் உள்ளவரானால் குறைந்தபட்சம் பத்திரிகை, புத்தகங்களாவது வாங்கிக் கொடுங்கள். சில்லறைச் செலவுகளுக்காக கொஞ்சம் பணமும் கொடுங்கள். மூலையில் அமர்த்தாமல் சிறிய வேலைகளைக் கொடுங்கள் பேரன் - பேத்திகளை அவரிடமிருந்து பிரிக்காதீர்கள். அவர்கள் தாத்தாவால் கொண்டாடப்படும் செல்வங்கள். குடும்பத் தேவைகளைப் பார்த்துப் பார்த்து செய்தவருக்கு... இப்போது உங்கள் காலம், பார்த்துப் பார்த்துச் செய்வதற்கு!

ஒருவர் மறைந்த பின்னர், அதைச் செய்யவில்லையே... இதைச் செய்திருக்கலாமே என்று எண்ணிப் புலம்புவதைவிட அவர் உயிருடன் இருக்கும்போதே தந்தையின் இறுதிக்காலம் அமைதியாகக் கழிவதற்கு வழி செய்யுங்கள். வயதானவர்களுக்கு தனிமை மிகக் கொடுமையானது! சிறிய வானொலியை வாங்கிக் கொடுங்கள். முடிந்தால் தனி 'டிவி' இல்லையேல் உங்களுடன் அமர்ந்து தொலைக்காட்சி நிகழ்ச்சிகளைப் பார்க்க விடுங்கள். தன் மனைவியை இழந்தவரின் தனிமை மிக மிகக் கொடுமையானது என்பதை உணர்ந்துகொள்ள வேண்டும். பெண் தன் கணவனை இழந்தால் அவரால் அதை ஜீரணித்து பிள்ளைகளுடன் போய்ச் சேர்ந்துகொள்வாள். வீட்டுச் சூழலுக்கு ஏற்ற மாதிரி வளைந்து கொடுப்பாள். குடும்பத் தலைவரோ அதிகாரம் செலுத்தியவர், சம்பாதித்தவர், பிறர் மதிப்புக்குரியவர் என்றெல்லாம் வாழ்ந்துவிட்டவர்... தன் அதிகாரமும், அன்பும், நெருக்கமும், காட்டக் கூடிய மற்றும் எது வேண்டுமானாலும் பகிர்ந்துகொள்ளக் கூடிய மனைவியை இழந்தபின் கையறு நிலைக்கு ஆளாகிவிடுகிறார் என்பதை உணர்ந்துகொள்ளுங்கள்.

இவற்றை உணர்ந்து தந்தைக்கு மரியாதை செய்யுங்கள். அவர் கவுரவிக்கப்பட வேண்டியவர்.

() () ()

■ **சீனா நமக்கு எதிரான நாடு. இருந்தாலும் அதை பாராட்டுவதாக இருந்தால் எதற்காகப் பாராட்டுவீர்கள்?**

● சீனப் பிரதமர் இந்திய வருகையின்போது தனியார் 'டிவி' நிருபர் ஒருவர் இந்தக் கேள்வியை அவரிடம் கேட்டார்.

"சீனாவில் இனியாவது கிரிக்கெட் விளையாடப்படுமா?"

அதற்கு லீகியாங் சொன்ன பதில்: "ஒருபோதும் இல்லை! நாங்கள் ஒரு நாளில் ஒரு மணி நேரத்தைத்தான் விளையாட்டுக்கென எடுத்துக்கொள்வோமே தவிர, ஒரு நாளையே விளையாட்டுக்காக எடுத்துக்கொள்வதில்லை. அதுவும், இங்கு மாதக் கணக்கில் ஐ.பி.எல். கிரிக்கெட் ஆடுவதையும், அதற்காக கோடிக் கணக்கான இளைஞர்கள் தங்கள் நேரத்தை அர்ப்பணிப்பதையும் பார்த்தால் எனக்கு ஆச்சரியமாக இருக்கிறது!"

() () ()

■ **எங்கள் ஊரான ஊட்டி... உங்கள் பார்வையில்...?**

● 'மலைகளின் அரசி' தன்னுடைய இயற்கை அழகைத் தொலைத்துவிட்டு மேக்கப் போட்டுக்கொள்ள ஆரம்பித்து பல ஆண்டுகளாகிவிட்டன. வீசும் குளிர் காற்றில் அந்த 'யூகலிப்டஸ்' தைல மரங்களின் மணம் மிஸ்ஸிங்! பெருகி வரும் சுற்றுலாப் பயணிகளுக்கு ஈடு கொடுக்க முடியாமல் மூச்சுத் திணறுகிறது இன்றைய உதகை. குறுகலான சாலையோரங்களில் தாறுமாறாக பார்க்கிங் செய்யப்பட்ட வாகனங்கள். சீசன் நேரத்தில் போக்குவரத்து விதிகள் தடாலடியாக

மாற்றப்படுவதால் வாகனங்கள் வெகு தூரத்திலேயே நிறுத்தப்பட... வயதான பயணிகளும், குழந்தைகளும் இறங்கி நடக்க வேண்டிய கட்டாயம். எல்லாவற்றையும் விட உள்ளூர் மக்கள், சுற்றுலாப் பயணிகள் மீது காட்டும் ஒரு விதமான கோபம், சிடுசிடுப்பு. காரணம் புரியவில்லை!

() () ()

படித்ததும் மனதில் தைத்த பதிவு எது?

- இரவு என் கனவில் இறைவன் வந்தான். "நலமா?" என்றான். அப்படி கேட்டதும் என்னுள் எழுந்தது ஒரு கோபமான கேள்வி... கேட்டேன்.

"காசு இல்லா பக்தனுக்கு தூரத்திலும், காசுள்ள மனிதனுக்கு அருகிலும் காட்சி அளிக்கிறாயே இறைவா... இது என்ன நியாயம்?" என்றேன். புன்முறுவல் பூத்தபடி இறைவன் சொன்னான்.

"'தாயில் சிறந்ததொரு கோயிலுமில்லை' என்றேன். நீங்களோ தாயை வணங்கவில்லை. 'தந்தை சொல்மிக்க மந்திரமில்லை' என்றேன். நீங்கள் அவரது பேச்சை கேட்கவில்லை. தூணிலும் இருக்கிறேன்... துரும்பிலும் இருக்கிறேன் என்றேன் . நீங்கள் நம்பவில்லை! 'ஏழைகளுக்கு உதவுங்கள். அது எனக்கே செய்வது' என்றேன். நீங்கள் செய்யவில்லை.

எனக்கான இடத்தை, எனக்கான நேரத்தை, எனக்கான விழாக்களை, என்னை வணங்கும் முறையை எல்லாம் நீங்களே முடிவு செய்தீர்கள். இப்போது என்னைப் பார்க்க கட்டணத்தை நிர்ணயித்து காட்சிப் பொருளாக மாற்றிவிட்டு, என்னையே இப்படியொரு கேள்வி கேட்பது என்ன நியாயம்?" என்று கேட்ட இறைவனுக்கு நான் என்ன பதிலைச் சொல்ல...?

() () ()

◼ **வதந்தி, பொய்... இரண்டுக்கும் என்ன வித்தியாசம்?**
● வதந்திக்கு இறக்கைகள் முளைத்திருக்கும்!

() () ()

◼ **'ஸாரி' என்கிற வார்த்தை உருவாகாமல் இருந்தால்...?**
● ஸாரி... இந்தக் கேள்விக்கு என்ன பதில் சொல்றதுன்னே தெரியல!

() () ()

◼ **விஞ்ஞானம் எந்த அளவுக்கு விஸ்வரூபம் எடுத்தாலும் சாதிக்க முடியாத இரண்டு விஷயங்கள் என்ன?**
● முதலில் சின்ன விஷயம்... தாய்ப்பாலுக்கு நிகரான பாலைத் தயாரிப்பது! இரண்டாவது பெரிய விஷயம்... போன உயிரை வரவழைப்பது!

() () ()

◼ **'குடி'மகனுக்கு நீங்கள் சொல்லும் அறிவுரை?**
● ஒரு டாஸ்மாக் கடைக்கு பக்கத்தில் குட்டிச் சுவரில் கரித்துண்டால் கிறுக்கப்பட்டிருந்த வைரவரிகள்:

நீ போதை என்னும் இருட்டில் விழுந்துவிட்டால் மானம், மரியாதை என்ற பகல்நேரங்களை எப்போதும் பார்க்க முடியாமலேயே போய்விடும்...

இப்படிக்கு...

அந்த பகல் நேரங்களைத்

தொலைத்தவன்

() () ()

◼ **நீங்கள் படித்து திடுக்கிட்ட 'த்ரில்லர்' சம்பவம்?**
● நான் படித்த பத்து விநாடி த்ரில்லர் இது!

சென்னை வடபழநியில் கூட்டம் இல்லாத துணிக்கடை. திடுதிடுவென ஒரு பெண் உள்ளே நுழைந்தார். “ஏங்க... வன்னியர் குழந்தைக்கு டிரெஸ் கிடைக்குமா?”

“இருக்கும்மா!.. அந்த செக்ஷனுக்குப் போங்க.” பீதியில் திடுக்கிட்டு திரும்பிப்பார்த்த என்னை கடைக்காரர் சமாதானப்படுத்தினார். “சார்... அவங்க கேட்டது ‘ஒண் இயர்’ குழந்தைக்கு டிரெஸ்! நீங்க ஒண்ணும் பதறாதீங்க...”

இது சாதி பிரச்சினையோன்னு பார்த்தேன். நல்ல வேளை... மொழி பிரச்சினை!

() () ()

எனக்கு ரொம்ப நாளாவே ஒரு சந்தேகம்.‘மஞ்சள் பத்திரிகை’ என்று ஏன் சொல்கிறார்கள்? மஞ்சள் என்பது மங்களகரமான நிறமாச்சே?

- 1950 களில் ஆபாச பத்திரிகைகள் நடத்துபவர்களுக்கு மத்திய அரசின் நல்ல தரமான ‘பேப்பர் கோட்டா’ கிடைக்காது. அந்த காரணத்தால்... அது மாதிரியான பத்திரிகைகள் நடத்துபவர்கள் வெளிமார்க்கெட்டில் கிடைக்கும் பழுப்பு நிறமான மட்ட ரக காகிதங்களில் பத்திரிகைகளை அச்சடித்து வெளியிட்டு வந்தார்கள். அந்தப் பத்திரிகைகளை வாங்குபவர்கள் அவற்றின் பெயரை நான்கு பேர் நடுவில் பகிரங்கமாக சொல்ல வெட்கப்பட்டு, சங்கேத மொழியில் ‘மஞ்சள் பத்திரிகை’ என்று சொல்ல ஆரம்பித்தார்கள்.

என்ன... உங்களுக்கு மாபெரும் சந்தேகம் தீர்ந்ததா?

() () ()

ஆங்கில நாவல்களை நீங்கள் படிப்பதில்லை என்கிறார்களே... அது உண்மையா?

- உண்மைதான்! ஆங்கில நாவல்களைப் படிப்பதை கடந்த 20 வருஷ காலமாகவே நிறுத்திவிட்டேன். காரணம்... ஒரு எழுத்தாளன் மற்ற மொழி நாவல்களைப் படிக்க ஆரம்பித்தால், அவன் சுயமாய் சிந்திப்பது குறைந்து போய்விடும். 'அந்தக் கதையைப் போல் எழுதலாமா... இந்தக் கதையைப் போல் எழுதலாமா?' என்று நினைக்க தோன்றும். எதற்கு வம்பு? நம் கையே நமக்கு உதவி என்பது போல் நமது சொந்த மூளையே நமக்குப் போதும்!

() () ()

வி.ஐ.பிக்களில் சிலர் தற்பெருமை கொண்டவர்களாக இருக்கிறார்களே?

- பகவான் சத்ய சாய் பாபா என்ன சொல்கிறார் தெரியுமா?

எக்காரணத்தை முன்னிட்டும் நம்முள் தற்பெருமை நுழையக் கூடாது. இந்தப் பரந்த உலகில் நம் நாடு சிறியதாகத் தோன்றுகிறது. இந்திய தேச வரைபடத்தில் மைசூரின் பிருந்தாவனத்தை சுட்டிக் காட்ட நினைத்தால் ஒரு புள்ளியே மிஞ்சும். அதுபோல மனிதர்களிடையே ஒருவர் தன்னைத்தானே மிகப் பெரிதாக நினைக்கலாம். உண்மையில் தன் அளவீட்டை அறிய விரும்பினால் மிக மிக சிறியவனாகவே இருப்பான். அவனைச் சுற்றிலும் உள்ள பிரமாண்டமான பிரபஞ்சத்தில் அவ்வளவு சிறிய மனிதன் தன்னைப் பெரியவனாக நினைத்துப் பெருமைப்படுவது அர்த்தமற்றது.

எவரெஸ்டும்... எறும்பும் ஒன்றாகுமா?

தற்பெருமை கொண்ட வி.ஐ.பிகள் காலப்போக்கில் காணாமல் போய்விடுவார்கள். இது சரித்திரம் சொல்லும் உண்மை!

() () ()

■ **பொறுமை, பொறாமை பற்றி...?**

● பொறுமை... வாழ்க்கையை அழகாக்கும்! பொறாமை... வாழ்க்கையை அழிக்கும்!!

() () ()

■ **கணவன்-மனைவி உறவு நீடிக்க 'நச்' என ஒரு வரி சொல்லுங்கள் பார்க்கலாம்?**

● ஒடிந்து போவதைவிட... வளைந்து கொடுப்பது மேல்!

() () ()

■ **உங்களுடைய பொழுதுபோக்கு என்ன?**

● ஊரிலிருந்து பேரன், பேத்திகள் வந்துவிட்டால் அவர்களோடு விளையாடுவது மட்டுமே! அவர்களின் லெவலுக்கு இறங்கி விளையாடுவது முக்கியம். குழந்தைகளுடன் விளையாடும்போது இரண்டு அரிய விஷயங்களை அவர்களிடமிருந்து நாம் கற்றுக்கொள்ளலாம்.

1) எந்த ஒரு காரணமும் இல்லாமல் குழந்தைகள் சந்தோஷமாகவே இருப்பார்கள்.

2) எப்போதும் பிஸியாக இருப்பதற்கு ஏதாவது ஒன்றை செய்துகொண்டே இருப்பார்கள்.

இந்த இரண்டையும் அவர்களிடமிருந்து நான் கற்றுக்கொண்டேன்!

() () ()

■ **வாழ்க்கையில் மறக்க நினைக்கும் விஷயங்கள்?**

● உங்கள் ஊரில் 'ஹாயாக' உட்கார்ந்துகொண்டு அந்தக் குப்பைகளைக் கிளறாதீர்கள்!

() () ()

■ முகநூலில் எப்படி இவ்வளவு பிஸியாக இருக்கிறீர்கள்? எழுத்துப் பணி பாதிக்காதா?

● சொன்னால் நம்ப மாட்டீர்கள்! நான் ஒரு நாளில் சீரான இடைவெளியில் ஒரு மணி நேரம் மட்டுமே முகநூலுக்காக ஒதுக்குகிறேன்.

முகநூல் என்பது இன்றைய இளையதலைமுறையின் ஜாதகம்.

இளைஞர்கள் எப்படி இருக்கிறார்கள்... எப்படி இருக்கப்போகிறார்கள் என்பதைத் தெரிந்துகொள்ளவே முகநூலில் இருக்கிறேன். விஞ்ஞானம் எந்த வடிவத்தில் வந்தாலும் வரவேற்பவன். ஆனால், அது அமிர்தமே என்றாலும் ஒரே ஒரு ஸ்பூன் மட்டுமே!

() () ()

■ நீங்கள் கோபித்துக்கொள்வதாக இருந்தால் அந்தக் கணை யார் மீது பாயும்?

● கொஞ்சமும் பயமோ... வெட்கமோ... தயக்கமோ இல்லாமல் பட்டப்பகல் நேரத்தில், 'டாஸ்மாக்' கடைக்குள் நுழையும் இளைஞன் மீது எனக்கு நிறையவே கோபம் வரும். மது என்பது மனிதனின் அத்தியாவசியமான உணவுப் பொருள் அல்ல. அது தேவையற்ற குப்பை.

மூளையை மழுங்கடித்து, கல்லீரலைக் கொத்துக்கறியாக்கி வேக வைக்கும் கொடிய நஞ்சு. குடிப்பவர்கள் போதை என்னும் அற்ப சந்தோசத்துக்காகத்தான் குடிக்கிறார்கள் என்பது வேதனையான உண்மை. அவர்களுக்கு ஒரு வேண்டுகோள்... போதை உங்களுக்கு ஆரோக்கியமற்ற சந்தோசத்தைக் கொடுக்கும் என்றால் அந்தப் போதை... ஆரோக்கியமாக வேறு வழிகளிலும் கிடைக்க வாய்ப்பு இருக்கிறது. குழந்தைகளின் மழலைப் பேச்சைக்

கேட்டுப் பாருங்கள். அதில் இல்லாத போதையா மதுவில் கிடைத்துவிடப் போகிறது?

உங்களாலான சின்னச் சின்ன உதவிகளைப் பிறருக்கு செய்து பாருங்கள். அதன் மூலம் அவர்கள் அடையும் சந்தோசத்தைப் பார்த்தால் போதை கிடைக்கும்.

அமைதியான இரவில் படுக்கையில் சாய்ந்தபடி பழைய திரைப்படப் பாடல்களைக் கேளுங்கள். கண்கள் சொக்கிப் போய் நிறையவே போதை கிடைக்கும்.

மொட்டை மாடியில் நன்றாக காற்று வீசும் ராத்திரி வேளையில் வானத்தில் தெரியும் நட்சத்திரக் கூட்டத்தை ரசித்துப் பாருங்கள். வியப்பில் கிண்ணென்று போதை ஏறும்.

இலவசமாய் கிடைக்கும் இவ்வளவு போதைகளையும் அனுபவித்துப் பாருங்கள். அதற்குப் பிறகு உங்களுக்கு மதுவைப் பார்க்கும்போது அது சாக்கடைத் தண்ணீர் மாதிரி தெரியும்!

() () ()

வைரம் அணிவது நல்லதா?

- இது பற்றி ஜெகலோக சஞ்சாரி அஷ்டபூஷண ஜெம்மானந்தா என்ன சொல்கிறார் என்று பார்ப்போம்! அது வைரமாக இருந்தாலும் சரி... வேறு ரத்தினக் கல்லாக இருந்தாலும் சரி... நகைக்கடையில் இருந்து வாங்கி அப்படியே அணியக்கூடாது. அவைகளை அணியப் போகிறவரின் பெயர், ராசி, நட்சத்திரப்படி... என்ன நோக்கத்துக்காக அணியப் போகிறோமோ அதன்படி மந்திர உச்சாடனம் செய்து உருவேற்றிய பின்பே அது அணியப்பட வேண்டும். குறைந்தது லட்சத்து எட்டு முறையாவது உச்சாடனம் செய்வது நல்லது. உங்களுக்கு வசதி எப்படி?

() () ()

■ **ஒரே கல்லில் இரண்டு மாங்காய் அடித்த அனுபவம் உண்டா?**

● நான் அடித்தால் இலைகள்தான் உதிரும். மாங்காய் விழுந்ததில்லை! உங்கள் கேள்வியைப் படித்ததும் நான் படித்த ஒரு குட்டிக்கதை நினைவுக்கு வந்தது. நீங்களும் படியுங்கள்.

ஒரு சிறைக்கைதிக்கு அவனுடைய மனைவி கடிதம் எழுதியிருந்தாள்.

அன்புள்ள கணவருக்கு... நீங்கள் கடத்தல் வழக்கில் சிறை சென்ற பிறகு நானும், குழந்தைகளும் வருமானமின்றி தவிக்கிறோம். நம் வீட்டின் பின்னால் உள்ள கற்பாறை மண்டிய நிலத்தைப் பண்படுத்தி, தோட்டம் அமைத்து காய்கறி பயிரிட்டு குடும்பத்தை நடத்திச் செல்லலாம் என்று கருதுகிறேன். ஆனால், நிலத்தை தோண்டும் வழிதான் தெரியவில்லை!

கைதி பதில் எழுதினான்:

அன்பே... குடும்பச் செலவுக்காக வேறு ஏதாவது வழி செய்துகொள். பின்னால் உள்ள நிலத்தில் கை வைக்காதே! அங்குதான் நான் கடத்திய தங்கக் கட்டிகளைப் புதைத்து வைத்துள்ளேன். நீ ஏதாவது செய்யப் போக... பிறகு, வைத்த இடம் எனக்கு மறந்துவிடும்.

ஒரு வாரத்துக்குப் பின், மனைவியிடமிருந்து மறுபடியும் ஒரு கடிதம்:

அன்புள்ள கணவருக்கு... யாரோ ஒரு கூட்டத்தினர் 'பொக்லைன்' சகிதம் வந்து நம் கொல்லைப்புறத்தைத் தோண்டி பாறைகளையெல்லாம் அகற்றினர். இப்போது நிலம் சீராகிவிட்டது. ஆனால், தங்கக் கட்டிகள் எதுவும் இல்லையே?

கைதி திரும்பவும், மனைவிக்கு எழுதினான்:

அன்பே... அவர்கள் காவல் துறையினர். நான் உனக்கு எழுதிய கடிதத்தைப் படித்துவிட்டு, தங்கத்தைத் தேடும் ஆவலில் தோண்டி இருப்பார்கள். ஆனால், உண்மையில் தங்கம் எதுவும் நான் புதைத்து வைக்கவில்லை. இப்போது நீ காய்கறித் தோட்டம் பயிரிடு. உனக்கு செலவு மிச்சம்!

புத்திசாலி எங்கிருந்தாலும் தன் காரியத்தை சாதிப்பான்!

() () ()

தம்பதியர் சந்தோஷமாய் இருக்க 'டிப்ஸ்' எதாவது சொல்லலாமே?

● கணவனுக்கு இதோ 'டிப்ஸ்'...

நடிகைகளையும், தெரிந்த பெண்களையும் மனைவியிடமே, புகழ்ந்து பேசாதீர்கள்.

மனைவிக்கு ஜுரம் வந்தால் கழுத்தையும், நெற்றியையும் தொட்டுப் பார்த்துவிட்டு... 'ஆமாம்... காய்ச்சல்தான்!' என்று சொல்லி ஒரு மாத்திரை எடுத்துக் கொடுங்கள். அதோடு உங்கள் கடமை முடிந்துவிட்டது என்று டி.வி பார்க்கப் போய்விடாதீர்கள். பக்கத்திலேயே உட்கார்ந்து மனைவி புலம்புவதை அக்கறையோடு கேளுங்கள். இதற்கு அசாத்தியமான பொறுமை வேண்டும்.

இதில் நீங்கள் தேறிவிட்டீர்கள் என்று வையுங்கள்... வீட்டில் சந்தோஷம்தான்! (இப்படிச் சொல்வது நான் இல்லை. 'இனிய இல்வாழ்க்கை இருபது முதல் எழுபது வரை' என்ற புத்தகம் கொடுத்துள்ள 'டிப்ஸ்'.)

() () ()

◼ 'என்ன வாழ்க்கை இது?' என்ற சலிப்பு ஏற்படுவதைத் தடுக்க வழி?

● சுவாமி சுகபோதானந்தா என்ன சொல்றாருன்னு கொஞ்சம் கேட்போமா?

'இந்த உலகத்தில் நான் ஏன்தான் பிறந்து தொலைத்தேனோ?' என்று சலிப்பு அடைவதை முதலில் விட்டொழியுங்கள். அனாவசியமாக சிறு கல்லைக்கூட ஆண்டவன் உருவாக்கவில்லை என்பதைப் புரிந்துகொள்ளுங்கள். மனிதப் பிறவி எடுத்ததற்கு ஓர் அர்த்தம் இருக்கிறது. நீங்கள் மட்டுமே செய்வதற்கென்று சில வேலைகள் உள்ளன. கோடானு கோடி மனிதக் கூட்டத்தில் ஒரு 'ஸ்பெஷல்' மனிதர். ஆனால், நம்முடைய பலகீனம்... நாம் யார் என்பதை அறிந்துகொள்ள முடியாமல் இருப்பதுதான்! இதுதான் நம்முடைய கஷ்டங்களுக்கும், துன்பங்களுக்கும் அடிப்படைக் காரணம். (இந்த பதிலை தினசரி இரண்டு தடவையாவது படியுங்க...!)

() () ()

◼ உலக அதிசயங்களில் உங்கள் பார்வையில் எது மிகப் பெரிய அதிசயம்?

● நம் உடலுக்குள்ளேயே 700 அதிசயங்களை வைத்துக் கொண்டு இப்படியொரு கேள்வி கேட்கலாமா?

இதோ.... ஒரு சாம்பிள்!

மனிதனின் மூளை 40 ஆயிரம் ஆண்டுகளாக இதே அளவில்தான் இருக்கிறது. இந்த காலத்தில் மூளையின் மேல் 'மையலின்' என்ற மெலிதான ஜவ்வு மட்டுமே புதிதாய் வளர்ந்துள்ளது. நம் மூளையின் எடை 1.20 கிலோ. 10 ஆயிரம் கோடி நியூரான் என்ற நரம்பு செல்களைக் கொண்டுள்ளது. இந்த நியூரான்கள்

விநாடிக்கு ஒரு கோடி பதிவுகளைச் செய்து முடிக்கிறது.

100 கிராம் இருதயம், ஐந்தரை லிட்டர் ரத்தம். ரத்தத்தில் உள்ள சிவப்பு அணுக்கள் விநாடிக்கு 30 லட்சம் புதுப்பிக்கப்படும்.

மனிதனின் கண்... உயிருள்ள கேமரா. இரண்டரை கிலோ மீட்டர் தூரம் வரை சாதாரணமாக பார்க்க முடியும்.

உடலில் இன்னொரு அதிசயம்... மனிதன் இறக்கும் வரை வளரும் உறுப்பு காது மட்டுமே! மனிதன் 200 ஆண்டு வாழ்ந்தான் என்றால் காது, இதைவிட பெரிதாக வளர்ந்திருக்கும்.

மனிதனை எரித்து சாம்பலாக்கி பல ஆண்டுகள் ஆனாலும்கூட பற்கள் அப்படியே வடிவம் மாறாமல் இருக்கும். இதற்கு பல் மீது இருக்கும் 'எனாமல்'தான் காரணம்.

14 ஆண்டுகளுக்கு ஒருமுறை 206 எலும்புகளில் உள்ள கால்சியம் புதுப்பிக்கப்படுகிறது.

மனிதன் தன் வாழ்நாளில் 20 வருடங்கள் தூங்குகிறான். 3 லட்சம் கனவுகள் காண்கிறான்.

உலகிலேயே அதிநவீன இயற்கை ரசாயன தொழிற்சாலை நமது கல்லீரல் மட்டுமே!

அது மட்டுமா... எத்தனை கோடி ஆண்டுகளானாலும் சரி... நமது மூளைக்கு இணையான கணினியை உருவாக்கவே மு...டி...யா...து! என்ன... எந்திரிச்சு ஓடுறீங்க?

() () ()

உங்கள் எழுத்துகளை எதிர்மறையாக விமர்சிப்பவர்களுக்கு நீங்கள் சொல்லும் பதில்?

- திரைப்பட இளம் இயக்குநரும், ஆர்வமிக்க வாசகருமான ம.தொல்காப்பியன் அவர்கள் தன் முகநூல் பக்கத்தில் போட்ட பதிவே இந்த கேள்விக்கு சரியான பதிலாக இருக்கும் என்று நினைக்கிறேன். இதோ... அவரின் பதிவு:

எழுத்தில் உயர்வென்றும், தாழ்வென்றும் எதுவும் இல்லை என்பதே எனது கருத்து. நான் ஒரு காலத்தில் அனைத்துப் புத்தகங்களைப் படிக்கும் அதி தீவிர வாசகனாக இருந்தேன். எனது முதல் வாசிப்பு பொதுவுடைமைப் புத்தகங்களாக இருந்தன. மலிவு விலையில் கார்ல் மார்க்ஸ், எங்கெல்ஸ், லெனின், ஸ்டாலின், கம்யூனிச தத்துவங்கள் என்று எனது சிறு வயதில் போராடிக்கொண்டிருந்தேன். அப்படிப்பட்டவர்களின் எழுத்துநடை புரியததாலால் சிலகாலம் புத்தகங்களையே தொடாமல் இருந்தேன். பிறகு, எழுத்து நடையில் என்னை அசத்தியவர்... அசத்திக்கொண்டிருப்பவர் திரு.ராஜேஷ்குமார் அவர்கள்தான்! நான் அதிவேகமாக படிப்பவன். எனது வேகத்துக்கு எழுத்து வர வேண்டும். அது என்ன மாதிரி புத்தகம் என்பது முக்கியமில்லை. அந்த எழுத்து என்னை, என் கவனத்தை என்னையும் அறியாமல் இழுத்துச் செல்ல வேண்டும். ராஜேஷ்குமாரின் 'கிரைம்' நாவலைத் தொட்டுவிட்டால் அதை முடிக்காமல் வைக்க முடியாது.

முதல் பத்தியிலேயே, முதல் வாக்கியத்திலேயே, ஏன் முதல் வார்த்தையிலேயேகூட வாசகரின் கவனத்தை பிடித்து வைத்துக் கொள்வார். கல்லூரிக் காலத்தில் மட்டுமல்ல... அதற்குப் பின்னரும்கூட... ஏன் இன்றைக்கும்கூட அவரிடம் தோற்றே போகின்றேன்.

‘கிரைம்’ என்றாலும், குடும்ப நாவல் என்றாலும், தத்துவம் அல்லது இலக்கியத் தரம் என்றாலும் விஷயம் ஒன்றுதான். வாசக சுவைதான் அது. கையில் எடுத்துவிட்டால் வாசகர்களை ஒரு புத்தகம் தனக்குள் இழுத்துச் சென்றுவிட வேண்டும். அந்த சுவாரசியம் அல்லது சுவை ராஜேஷ்குமார் எழுத்துகளுக்கு உண்டு. நான் சுவைக்காத எழுத்துக்களோ... எழுத்தாளர்களோ தமிழில் இல்லை.

இந்த வேகத்துக்கு என்னால் உயர முடிந்தது என்றால் அதற்குக் காரணம் ராஜேஷ்குமார் எனக்குள் ஊட்டிய சுவை அரும்புகள்தான்! ஒவ்வொரு புத்தகத்தைத் தொடும்போதும் ராஜேஷ்குமாரைத்தான் அளவுமானியாக பயன்படுத்துகிறேன். எழுத்தாளர் யாராக இருந்தாலும், எழுத்துகள் எத்தகையதாக இருந்தாலும் ஒரே அளவுகோள்தான் என்னுடையதாக இருக்கிறது. அது... என்னை என்னையறியாமல் தனக்குள் இட்டுச் செல்கிறதா? அதுதான் எனது அளவுகோள். ஒரு புத்தகம் அதன் முதல் பக்கத்திலேயே அப்படிச் செய்யவில்லை என்றால் நான் அதைக் கடந்து வெளியேறிவிடுகிறேன்.

வாசிப்பு என்பது என்னைப் பொறுத்தவரை அதன் ‘வழங்கல்’ முறையில் உள்ள சுவாரசியத்தைப் பொறுத்தது. மற்றவை எல்லாம் அதற்குப் பிந்தையதுதான்! ராஜேஷ்குமாரிடம் பரிச்சயம் இல்லாதவர்கள்தான் படிப்பதில் நாட்டம் இல்லாமல் கிடக்கிறார்கள் என்பது எனது கருத்து. ராஜேஷ்குமாரை சுவைத்த எவரும் படிப்பதை பாதியில் விட்டதில்லை! தி.ஜா., கு.அழகிரிசாமி, புதுமைப்பித்தன், அசோகமித்திரன், கல்கி போன்றவர்களை தொடவும்... புரிந்துகொள்ளவும், அவர்களை சுவைக்கவும் உங்களுக்கு ராஜேஷ்குமார் தேவைப்படுகிறார்.

முதலில் அவரிடம் பயிற்சி எடுத்துக்கொள்ளுங்கள் நண்பர்களே!

() () ()

■ உங்களுக்கு ஏற்பட்ட பழைய கசப்புகளையும், அவமானங்களையும் நினைத்துப் பார்ப்பது உண்டா?

● அந்த வலிகளை எல்லாம் 'மறதி' என்னும் மருந்தால் எப்போதோ குணப்படுத்திவிட்டேன். இனி நினைத்தாலும் அந்த கடந்தகாலம் காலியாகத்தான் இருக்கும்!

() () ()

■ தங்கள் வாட்ஸ்அப்க்கு வரும் எல்லா செய்திகளையும் படிப்பீர்களா?

● ஒரு நாளைக்கு எவ்வளவோ பதிவுகள் வருகின்றன. வீடியோக்களைப் பார்ப்பதில்லை. மிக நீண்ட பதிவுகளையும் தவிர்த்துவிடுவேன். காரணம்... நேரம். மற்ற பதிவுகளைப் பார்த்துவிடுவேன்.

ஒரு குட்டிப் பதிவு:

பென்ஷன் என்றால் என்ன?

பெண்ணும், சன்னும் கைவிட்ட காலத்தில் உதவுவதே பென்ஷன் எனப்படும்.

() () ()

■ உங்களுக்குப் பிடித்த பழமொழி எது?

● அன்று காலையில் நண்பர் ஒருவரோடு காரில் பயணித்தேன். கதவோர இருக்கை. சந்தோஷ மனநிலையில் காட்சிகளை ரசித்துப் பார்த்துக்கொண்டிருந்தபோதே கார் ஓரிடத்தில் போக்குவரத்துக் காரணமாய் ஒரு நிமிடம் நின்றது.

நின்ற இடம் முதியோர் இல்ல வாசல்.

'காம்பவுண்ட் கேட்'டில் ஓர் அறிவிப்புப் பலகை. அதில் இருந்த வாசகங்கள் என் இதயத்தை ரணமாய் கீறியது.

'குஞ்சுகள் மிதித்த கோழிகள் இங்கே முடங்கிக் கிடக்கின்றன!'

எனக்குப் பிடித்த பழமொழி தலைகீழாக மாறியிருக்க... அதற்குப் பிறகு பயணம் எனக்கு சுமையாகிப் போனது!

() () ()

கணவன், புத்திசாலி கணவன்... என்ன வித்தியாசம்?

பட்டிமன்றத்தில் கேட்டது......

இல்லறம் என்றும் நல்லறமாகட்டும்.

இங்கே இரு வேறு பார்வைகள்.

வீட்டிலே காப்பி கொடுத்தாள் மனைவி. உள்ளே ஓர் எறும்பு கிடந்தது. அதைக் கண்ட கணவன், காப்பியைவிட சூடாக ஆரம்பித்துவிட்டான். விளைவு... சண்டை. சந்தோசமான வீடு, மூன்று நாள் சண்டை வீடாக மாறிவிட்டது.

இதே சம்பவம் இன்னொரு வீட்டிலும் நடந்தது. அங்கே கணவன், காப்பியில் செத்து மிதந்த எறும்பை எடுத்தான். தன் மனைவியைப் பார்த்து மெதுவாகச் சொன்னான். "உன் காப்பிக்கு என்னைவிட தீவிர ரசிகன் இந்த எறும்புதான்! தன் உயிரையே கொடுத்துவிட்டது பாரு. இதே போல் ரசிகர்களை வீணாய் இழந்துவிடாதே!" மனைவி தனது கவனக்குறைவை உணர்ந்தாள். அதன்பிறகு காப்பியில் எறும்பு சாகவில்லை. அவர்கள் வீட்டின் மகிழ்ச்சியும் சாகவில்லை.

குறைகள் என்பது இயல்பு. அதை பெரிதுபடுத்தாமல்

கையாளப் பழக வேண்டும். சண்டை போட்டு மகிழ்ச்சியைத் தொலைத்துக்கொள்ள அல்ல!

() () ()

■ **உங்களுக்குப் பிடித்தது வெயில் காலமா... குளிர் காலமா...?**

● வெயில் காலத்தில் குளிர் காலம்! குளிர் காலத்தில் வெயில் காலம்!!

() () ()

■ **அது வேண்டும்... இது வேண்டும்' என்று கடவுளிடம் வேண்டுதல் வைப்பது சரியா?**

● நூறு தரம் கேட்டாலும்கூடத் தன் கையில் உள்ளதைக் கொடுக்க மறுக்கும் குழந்தை, வேறு ஒருவருக்கு கேட்ட மாத்திரத்திலேயே கொடுத்துவிடலாம். அது போன்றதுதான் ஆண்டவன் அருளும். நமக்கு எது கிடைக்க வேண்டுமோ அது கண்டிப்பாக கிடைக்கும். என்ன... கடவுளின் ஒரே கண்டிஷன். நாம் கொஞ்சமாவது நல்லவர்களாக இருப்பது ரொம்ப ரொம்ப முக்கியம்!

() () ()

■ **'மெல்லவும் முடியாமல், விழுங்கவும் முடியாமல்' என்கிறார்களே! அத்தகைய அனுபவம் உங்களுக்கு ஏற்பட்டது உண்டா?**

● இல்லை! ஏனென்றால் சாப்பிடுவதற்கு முன்பே இதை நம்மால் மெல்ல முடியுமா... விழுங்க முடியுமா என்று மனதுக்குள் ஒரு பட்டிமன்றம் நடத்திப் பார்ப்பவன் நான்!

() () ()

■ **காலம் செய்த கோலங்களில் எது உச்சபட்சம் என்று நினைக்கிறீர்கள்.?**

● "பொன் வைக்கிற இடத்தில் பூ வைக்கிறேன்" என்று சொன்ன காலம் ஒன்று உண்டு. காரணம்... பூ அவ்வளவு மலிவு. ஆனால், சில நேரம் மல்லிகைப்பூ ஒரு முழம் ஏக விலை. நம்ம தாய்க்குலம் சின்ன முணுமுணுப்புகூட இல்லாமல் வாங்கிச் செல்வதுதான் வியப்பின் உச்சம்

() () ()

■ **மனிதர்களின் குறைகளில் மிகப் பெரியது?**

● தன்னிடம் உள்ள குறையை ஒத்துக்கொள்ளாமல் பிறரைக் குறை சொல்வது! பெரும்பாலான மனிதர்கள் தங்களிடம் வண்டி வண்டியாய் குறைகளையும், பொய்களையும் வைத்துக்கொண்டு... அடுத்தவர்கள் மேல் பழியைப் போட்டு தப்பித்துக்கொள்ள நினைக்கிறார்கள்.

ஒரு மனிதன் வாழ்க்கையில் தோல்வி அடையும்போது சொல்வது என்ன? 'என்னைப் பெற்றவர்கள் சரியில்லை. எனக்கு வாய்த்த மனைவி சரியில்லை. எனக்குப் பிறந்த பிள்ளைகளும் சரியில்லை. நண்பர்கள் சரியில்லை. எனக்குக் கிடைத்த வேலையும் சரியில்லை. எனக்கு வாய்த்த முதலாளியும் சரியில்லை'... இப்படி அடுத்தவர்கள் மீது பழியைப் போட்டுவிட்டு, தங்கள் குறைகளை அப்படியே வைத்துக்கொள்கிறார்கள். பொதுவாக தம்மிடம் உள்ள குறைகளை ஒத்துக்கொள்வது யாருக்கும் கடினம்தான்! அப்படியும் மீறி ஒத்துக்கொள்ளும்போதுதான் அவர்கள் ஒரு வகையான மனவலிமை பெறுகிறார்கள். அந்தக் குறைகள் நிறைகளாக மாறுகின்றன. அவர்களுக்குள் நிறைகள் அதிகமாகும்போது மற்றவர்களிடம்

இருக்கும் நிறைகளும், நல்ல அம்சங்களும் முதலில் தெரிய ஆரம்பிக்கும். அந்த நல்ல அம்சங்களைக் கற்றுக்கொள்ளும்போதுதான் பலாச் சுளையாக இனிக்கிறது வாழ்க்கை!

() () ()

◼ ஒரு குட்டி ஆன்மிகக் கதை 'பிளீஸ்'...?

● நெடுந்தூரம் பயணம் செய்து அந்த நாட்டுக்கு வந்தார் முனிவர் ஒருவர். அரண்மனை வாசலில் மன்னரைச் சந்தித்தார்.

"மன்னா... பயணம் செய்து களைத்துப் போய்விட்டேன். நீ தங்கியுள்ள இந்த சத்திரத்தில் நான் இரண்டு நாட்கள் தங்கி ஓய்வு எடுத்துக்கொண்டு போகலாம் என்று இருக்கிறேன். தங்கள் அனுமதி வேண்டும்."

மன்னன், தன்னுடைய அரண்மனையை சத்திரம் என்று சொன்ன முனிவர் மீது கடும் சினம் கொண்டான்.

"முனிவரே... உங்கள் பார்வையில் ஏதோ கோளாறு போலும்! என்னுடைய பிரமாண்டமான அரண்மனையைப் பார்த்து சத்திரம் என்று சொல்கிறீரே! என்னைக் கேவலப்படுத்திய உங்களைத் தண்டித்தால் என்ன?"

முனிவர் சிரித்தார். "உண்மையைத்தானே சொன்னேன். அதற்கு ஏன் தண்டனை?"

"எது உண்மை... இந்த அரண்மனை சத்திரமா?"

"ஆம்... சத்திரம்தான்! அரண்மனையில் வசித்த உன் மூதாதையர்கள் இறந்துவிட்டனர். நீயும் ஒரு நாள் இறக்கப் போகிறாய். எல்லாருமே தற்காலிகமாகவே தங்க முடியும். நிரந்தரமாக யாரும் இங்கே தங்க முடியாது. தற்காலிகமாக தங்கும் இடம் சத்திரம்தானே!

உன் அரண்மனை என்று நீ கூறும் இடம், உலகம் என்ற பெரிய சத்திரத்துக்குள் இருக்கும் மிகச் சிறிய சத்திரம்."

முனிவரின் பேச்சைக் கேட்ட மன்னன், கர்வம் ஒழிந்து மனம் தெளிந்தான். "மன்னித்துவிடுங்கள் முனிவரே!" என்று சொல்லி அவரது காலடியில் விழுந்து வணங்கினான்.

() () ()

வெளிநாட்டு சாஃப்ட்வேர் நிறுவனங்கள் இந்தியர்களை மட்டும் விரும்பி வேலைக்கு எடுக்கும் காரணம்?

- அமெரிக்கா, ஜப்பான், ஜெர்மனி, ஆஸ்திரேலியா போன்ற நாடுகள் தங்கள் கம்பெனி வேலைகளை தங்களது நாட்டுக்காரர்களை வைத்தே முடித்துக்கொள்ள வேண்டும் என்று நினைத்தால் அதிக சம்பளம் தர வேண்டியது இருக்கும். அது தவிர கடின உழைப்பு, நேர்மை, வேலையில் திறமை போன்றவற்றை அந்த நாட்டவர்களிடம் அத்தனை சிறப்பாக எதிர்பார்க்க முடியாது. குறிப்பிட்ட நேரத்துக்கு மேல் வேலை செய்ய மாட்டார்கள். நிர்வாகம் சிறு தவறு செய்தாலும்கூட அதை கோர்ட்டுக்கு கொண்டு போய்விடுவார்கள். அதே வேளை... இந்தியர்களை வேலைக்கு வைத்துக்கொண்டால், அதிக ஊதியம் கொடுக்க வேண்டியதில்லை. தங்கள் நாட்டவர்களுக்கு கொடுக்கும் சம்பளத்தில் 50 சதவிகிதம் கொடுத்தால் போதும். அதைப் பெரிய தொகையாக நினைத்து வாங்கிக்கொள்வார்கள். அதோடு, இந்தியர்கள் நேரம் காலம் பார்க்காமல் கடினமாய் உழைப்பவர்கள் என்பதால் 100 சதவிகித பெர்ஃபெக்ஷன் இருக்கும். நிர்வாகத்தோடு எந்தவித பிரச்சினையும் வைத்துக்கொள்ளாமல் மனம் இசைந்து ஒத்துப் போவார்கள். அப்படியே பிரச்சினை ஏற்பட்டாலும் கோர்ட்டுக்கு போகவே மாட்டார்கள்.

இப்போது 'சாஃப்ட்வேர்' துறையில் ஏற்பட்டுள்ள சரிவு, பெரிய பெரிய 'ஐ.டி. கம்பெனி'களுக்கு பிரச்சினை கொடுத்திருப்பதால் இந்தியர்களின் வேலைவாய்ப்பு பாதிக்கப்பட்டிருக்கிறது. இருந்தாலும், 'டிவிட்டர்' போன்ற 'இன்டர்நெட் சர்வீஸ் கம்பெனி'கள் வெற்றிகரமாய் இயங்கிக்கொண்டிருக்கின்றன. பிசினஸ் பிராசசிங் அவுட்சோர்ஸ் எனப்படும் BPO தற்போது பழசாகிவிட்டது. அதற்குப் பதிலாக KPO (நாலேட்ஜ் பிராசஸ் அவுட்சோர்ஸ்ஸிங்) என்ற புதிய முறையானது படுவேகமாக வளர்ந்து வருவதால், இந்தியர்களின் அறிவுக் காட்டில் எப்போதும் அடைமழைதான்!

() () ()

'காதல்' என்கிற வார்த்தையே உங்களுக்குப் பிடிக்காதபோது காதல் கவிதைகளை மட்டும் எப்படி ரசிக்கிறீர்கள்?

● முதலில் நீங்கள் ஒன்றைப் புரிந்துகொள்ள வேண்டும். காதல் என்கிற வார்த்தைக்கு நான் எதிரானவன் அல்ல! அரை இருட்டான உணவகங்களிலும், தியேட்டர்களிலும், கடற்கரையில் படகுகளின் மறைவிடங்களிலும் திருட்டுத்தனமாக வளரும் காதல் எனக்குப் பிடிக்காது. அதே போல் பிளஸ் 2 மாணவியும், கல்லூரியில் படிக்கும் மாணவனும் படிப்பையும், தங்களைப் பெற்று வளர்த்த பெற்றோர்களையும் இரண்டாம் இடத்துக்கு தள்ளிவிட்டு காதல் என்கிற கயமைத்தனத்துக்கு முதலிடம் கொடுப்பது எந்த வகையில் நியாயம்?

மனம், உடம்பு.....இரண்டுமே பக்குவப்பட்டு, எதிர்காலத்தை நினைத்து திட்டமிட்டு, வெளிச்சத்தில் கண்ணியமாக காதலை வளர்க்கும் நிறைய காதலர்களை வாழ்க்கையில் பார்த்திருக்கிறேன். அப்படிப்பட்ட காதல் எனக்குப் பிடிக்கும். பெற்றோர்களைக் கண்ணீர் சிந்த

வைக்காத காதல் ரொம்ப ரொம்ப பிடிக்கும். அந்தக் காதலர்கள் எழுதிக்கொள்ளும் கவிதைகளும் அதிகம் பிடிக்கும். அதில் அண்மையில் படித்த கவிதை.. இதோ!

என் அன்பே...

நீ வெயிலில்

நடந்து சென்றால்

நான் இரண்டு குடைகள்

கொண்டு வருவேன்.

ஒன்று உனக்கு...

இன்னொன்று

உன் நிழலுக்கு!

() () ()

மனமுருகி பிரார்த்தனை செய்தால், கடவுள் அவற்றை நிறைவேற்றி வைக்கிறார் என்பது உண்மையா?

- உண்மையோ உண்மை! ஆனால், அந்த பிரார்த்தனைகள் நியாயமானதாக இருக்க வேண்டும். உதாரணத்துக்கு... இந்த சம்பவத்தைப் பாருங்கள்.

ஓர் இளைஞன் வேண்டினான். “கடவுளே... எனக்கு வேலையும், பை நிறைய பணமும், பெரிய வாகனமும், என்னைச் சுற்றிலும் எப்போதும் பெண்களும் நிறைந்திருக்க வேண்டும். அப்படிப்பட்ட ஒரு வாழ்க்கையைத் தா” என்று பிரார்த்தித்தான்.

கடவுள் அவனுடைய பிரார்த்தனையை அப்படியே ஏற்றுக்கொண்டு, அந்த இளைஞனுக்கு லேடீஸ் பஸ்சில் கண்டக்டர் வேலையை வாங்கிக் கொடுத்தார்!

() () ()

◼ என் வாழ்க்கையில் அடுக்கடுக்காய் துன்பங்கள் தொடர்கின்றன. சமாளிக்க என்ன வழி?

● ஒரு சுலபமான வழி இருக்கிறது. உங்களுக்கு என்ன துன்பம் வந்தாலும் சரி... அதையெல்லாம் பிடித்து உங்கள் சட்டைப் பாக்கெட்டில் போட்டுக் கொள்ளுங்கள். ஆனால், அந்த பாக்கெட்டில் பெரிதாக ஓர் ஓட்டை இருக்க வேண்டும்!

() () ()

◼ மனிதனால் முடியாதது எது?

● மனிதனாகவே இருப்பதுதான்!

() () ()

◼ நம் நாட்டைப் பற்றி பேசும்போது எதைப் பற்றியாவது ஆதங்கப்பட்டது உண்டா?

● சிறுநீர் கழிக்கக்கூட கட்டணம் செலுத்துகிறோம். அப்படி இருந்தும் நமது நாடு கடன்கார தேசமாக இருக்கிறதே?

() () ()

◼ ஒரு கதையின் சாயல் வராமல் எப்படி...இத்தனை கதைகள் எழுதுகிறீர்கள்?

● இசைக்கு ஏழு ஸ்வரங்கள்தான். எத்தனை பாடல்கள். ஆனால், ஒவ்வொரு மனிதனும் ஒவ்வொரு ஸ்வரம். கற்பனை உயிர்ப்போடு இருந்தால், கதைகளுக்கென்ன பஞ்சம்?

() () ()

◼ மருத்துவ விஞ்ஞானம் வளர்ந்திருந்தாலும் இளைய தலைமுறையினர் பலருக்கு 40 வயதிலேயே மூட்டுவலி... கவனித்தீர்களா?

- டாஸ்மாக் கடைகள் அண்ணன் என்றால், வண்ண வண்ண பன்னாட்டு குளிர்பானங்கள் அதன் உடன் பிறவாத தம்பிகள்!

உடல் ஆரோக்கியத்தைப் பதம் பார்ப்பதில் இந்த அண்ணனுக்கு தம்பிகள் சளைத்தவர்கள் இல்லை. பூச்சிக்கொல்லி மருந்துகள் கலந்த அவை வயிற்றுக்குள் என்னென்ன விளைவுகளை ஏற்படுத்துகின்றன என்பதை ஒரு மருத்துவ ரிப்போர்ட் விவரித்தபோது என் இதய மையத்தில் 8.5 ரிக்டர் அளவுக்கு பூகம்பம்.

இந்த குளிர் பானங்களால் முதலில் பாதிக்கப்படுவது நமது கல்லீரல்தானாம். பின்னர் எலும்புகளை குறி வைத்து அதில் உள்ள சுண்ணாம்புச் சத்தை சிறிது சிறிதாய் சுரண்டி எடுக்குமாம். முப்பது வயது இளைஞர்களுக்கு மூட்டுவலியும், இடுப்பு வலியும் வருவதற்கு காரணம் இந்தப் பானங்கள்தான். இவை எல்லாவற்றையும்விடக் கொடுமை... புற்றுநோய்க்கு முக்கிய காரணியான கார்சினோஜென், இக்குளிர்பானங்களில் அதிகம் உள்ளது என்று சத்தியம் செய்கிறது அந்த மருத்துவ ரிப்போர்ட்! எந்தக் காரணத்தை முன்னிட்டும் உங்கள் குழந்தைகளுக்கு குளிர்பானங்களை வாங்கித் தரவே தராதீர்கள்!

() () ()

■ **உறவுகளில் தாய்க்கு மட்டும் ஏன் இவ்வளவு முக்கியத்துவம்? ஒரே வரியில் பதில் தரலாமா?**

- எதையும் மன்னித்துவிட்டு அதையும் மறந்துவிடும் நீதிமன்றம் தாயின் இதயம் மட்டுமே!

() () ()

■ **எதையாவது செய்து சாதிக்க வேண்டும் என்று நினைத்து செயல்படும்போது உறவினர்களும், நண்பர்களும் பேசும்**

கேலிப் பேச்சுகள் மனதை சோர்வடையச் செய்கின்றன. எனக்கு ஆறுதலாக சில வார்த்தைகள்?

- நிலத்தில் வளரும் களைகள் பெரிய விருட்சங்களாக மாறுவதில்லை. கேலிப் பேச்சுகளையும் அந்தக் களைகளாகவே எண்ணிச் செயல்படுங்கள். நீங்கள் ஜெயிக்கும்போது இந்த களைகளுக்குச் சொந்தக்காரர்கள் உங்களை அண்ணாந்துப் பார்ப்பார்கள். கோ... அஹெட்!

() () ()

ஓய்வு நேரத்தில் என்ன செய்வீர்கள்?

- குளிப்பது, சாப்பிடுவது, தூங்குவது போன்றவற்றை ஓய்வு நேரத்தில் முடித்துக் கொண்டு, மற்ற நேரங்களில் எழுதிக்கொண்டிருப்பேன். இன்னொன்று... இன்னமும் பேனா, பேப்பர்தான்!

() () ()

கைதிக்கு விதிக்கப்படும் சாதாரண தண்டனைக்கும், கடுங்காவல் தண்டனைக்கும் என்ன வித்தியாசம்?

- சாதாரண தண்டனை கைதி, சீருடை அணிய வேண்டிய அவசியம் இல்லை. வீட்டில் அணியும் உடைகளையே பயன்படுத்தலாம். சிறையில் எந்த வேலையையும் செய்ய வேண்டியதில்லை. விரும்பினால் மட்டும் வேலை செய்யலாம்.

கடுங்காவல் தண்டனைக் கைதி, சீருடை அணிய வேண்டும். கண்டிப்பாக ஏதாவது வேலையைச் செய்ய வேண்டும். (காலை 7.30 முதல் மாலை 4 மணி வரை).

கோவை சிறையில் பெரிய பஞ்சாலையே உள்ளது. கைதி நல்ல முறையில் நடந்துகொண்டால் தண்டனை காலம் குறையும். சினிமாவில் காட்டுவது போல் கல்

உடைக்கும் வேலையெல்லாம் இப்போது இல்லை. அணியும் சீருடையில் எண்ணும் இருக்காது!

() () ()

■ நீங்கள் சரித்திரக் கதை எழுதினால் என்ன?

● இதே கேள்விக்கு பல முறை பதில் சொல்லிவிட்டேன். இருந்தாலும் உங்களுக்காகவும் ஒரு முறை. என்னைச் சந்திக்கும் வாசகர்களில் பெரும்பாலோர் என்னிடம் ஒரு கேள்வியைக் கேட்பது வழக்கம். 'கல்கி, சாண்டில்யன் போல் நீங்கள் சரித்திர நாவல் எழுதினால் என்ன?' இந்த கேள்விக்கு நான் புன்னகையோடு தலையாட்டிவிட்டு போய்விடுவேன். ஆனால், உண்மையான பதில், அடைப்பு குறிக்குள் இருப்பதுதான்! (எழுதினால் நாளைய சரித்திரம் என்னை மன்னிக்காது!)

() () ()

■ குட்டிக் கதையெல்லாம் சொல்லமாட்டீர்களா?

● இதோ... நான் படித்த ஒரு வில்லங்கமான குட்டிக் கதை.

அக்பரிடம் ஒருவர் சவால் விட்டார். "என் வேலைக்காரன் நல்லா சாப்பிடுவான். அவனை ஒரு மாதம் வைத்திருந்து நிறைய நல்ல உணவுகளைக் கொடுங்கள். அவன் வேலையோ... உடற்பயிற்சியோ செய்யக்கூடாது. ஆனால், ஒரு கிலோகூட எடை கூடக் கூடாது." அக்பர் யோசித்தார். பீர்பாலை பார்த்தார். அரசர் சார்பாக அந்த சவாலை ஏற்றார் பீர்பால். மூன்று வேளைகளும் வேலைக்காரனுக்கு மகத்தான விருந்து படைக்கப்பட்டது. மாதக் கடைசியில் அவனுடைய எடையும் அப்படியே இருந்தது. அக்பருக்கு ஆச்சரியம்! "எப்படி இது சாத்தியம்?" என்றார். பீர்பால் சொன்னார்: "அவனுடைய இரவுப் படுக்கையை சிங்கக் கூண்டுக்கு அருகே

அமைத்தேன். 'கூண்டின் கதவு சரியாக இல்லை'" என்று சொன்னேன். பயம் காரணமாக உடலில் சத்து ஒட்டவில்லை. அதனால் எடை ஏறவில்லை. பயம் ஒரு பெரிய நோய். அச்சமின்மையே ஆரோக்கியம்!"

பின்குறிப்பு:

இந்த கதையை எனக்கு நெருங்கிய நண்பர் ஒருவர் சொன்னார். அவரை மேலும் கீழும் பார்த்தேன். அவர் கல்யாணத்துக்கு முன் எப்படி இருந்தாரோ அப்படியேதான் இப்போதும் இருந்தார்.

'சரிதான்... சிங்கத்துடன் வாழ்க்கை நடத்துகிறார் போல!' என்று நினைத்துக்கொண்டேன்.

() () ()

■ **உங்களுடைய தேசபக்தி சிந்தனை என்ன?**

● என்றைக்காவது ஒரு நாள் மது இல்லாத மாநிலமாக நமது தமிழகம் மாறும் என்கிற ஆசையில் ஆயிரம் 'டன்' மண் விழுந்துவிட்டது. காரணம், நாளிதழ் ஒன்றில் நான் படித்த புல்லரிக்க வைத்த புள்ளிவிபரம்.

உளவியல் நிபுணர் டாக்டர் என்.எஸ்.மோனி தெரிவித்துள்ளார்: மது குடிப்பவர்களின் எண்ணிக்கை நாளுக்கு நாள் அதிகரித்து வருகிறது. தமிழ்நாட்டில் 2003ஆம் ஆண்டு மது விற்பனை ரூ.2,828 கோடிக்கு நடைப்பெற்றது. தற்போது ரூ.24,681 கோடியாக உயர்ந்துள்ளது. இது சமுதாயத்தின் ஆரோக்கியத்தை பதம் பார்க்கக் கூடிய படுபாதகமான புள்ளிவிபரம்.!

பெண்கள் மற்றும் கல்லூரி மாணவர்களிடம் 'பப்' என்ற பெயரில் மது அருந்தும் பழக்கம் வேகமாக பரவி வருகிறது. 10 இளைஞர்களில் 9 பேர் 'பீர்' குடிக்கிறார்கள். இந்த பீர்... விஸ்கி, பிராந்தியாக மாற ஒரு வருஷம் போதும். கூடிய சீக்கிரமே மது

அரக்கனிடம் இருந்து நூற்றுக்கு நூறு மார்க் வாங்கப் போகிறோம். ஜெய்ஹிந்த்!

() () ()

■ **ஒரு சின்ன சந்தேகம். சந்திரனின் ஒரு பக்கம் மட்டுமே நமக்கு தெரிவதாக சொல்கிறார்கள். சந்திரன் சுழலும்போது அதன் மறுபக்கமும் தெரிய வேண்டுமே?**

● பூமி தன்னைத்தானே சுற்றிக்கொண்டு சூரியனைச் சுற்றி வருவதைப் போல சந்திரனும் தன்னைத் தானே சுற்றியபடி பூமியைச் சுற்றி வரத்தான் செய்கிறது. ஆனால், சந்திரன் பயணம் செய்யும் பாதை வட்டமாக இல்லாமல் நீள் வட்டமாக இருக்கும். இந்தப் பாதையில் சந்திரன், பூமியைச் சாவகாசமாக சுற்றி வருவதால்தான் அது ஒரே அளவில் தெரியாமல் பக்கவாட்டில் வரும்போது சற்று பெரிதாக தெரியும்.

சந்திரன் தன் பாதையில் தன்னைச் சுற்ற எவ்வளவு நேரம் எடுத்துக்கொள்கிறதோ அதே நேரம்தான் பூமியைச் சுற்றவும் எடுத்துக்கொள்கிறது. அதனால்தான் சந்திரனின் ஒரு பக்கம் மட்டுமே நமக்கு 59 சதவிகிதம் தெரிகிறது. இன்னொரு பக்கம் 41 சதவிகிதம் தெரிவதில்லை. இதை ஆங்கிலத்தில் சின்கோரனைஸ்ட் ரொட்டேஷன் என்று சொல்கிறார்கள்.

ஒரு தடவை படித்தால் புரியாது.

இரண்டாவது தடவை படித்தால்தான் புரிகிற மாதிரி இருக்கும் மர்ம நிலா.

() () ()

■ **"அரசியல் ஊழல் தலைவர்கள் யாராக இருந்தாலும் சரி... இயற்கை அவர்களை தண்டித்தே தீரும்" என்று சட்டத்**

துறை அமைச்சர் பேசி உள்ளார். அப்படியென்றால் சட்டத்துக்கு என்ன வேலை?

- ஆஹா... அருமையான கருத்து; ஆழ்ந்த புலமை. எனது மாபெரும் சந்தேகத்தை தீர்த்து வைத்த புலவர் தருமி... சாரி... உங்களுக்கு ஆயிரம் பொற்காசுகள்!

() () ()

■ ஆண், பெண் இருவரில் யார் சந்தேகப் பேர்வழி?

- மனைவி: "அட பாவி மனுஷா... இவளா உன்னோட சின்ன வீடு? பார்க்க பிச்சைக்காரி மாதிரி இருக்கா! இவளை 'போட்டோ' எடுத்து சுவத்துல வேற மாட்டி வெச்சிருக்கியே... உனக்கு என்னா தைரியம்?"

கணவன்: "அட அறிவு கெட்டவளே... காலங்காத்தால தூக்கக் கலக்கத்துல வந்து, நிலைக்கண்ணாடியைப் பார்க்காதேன்னு உன்கிட்ட எத்தனை தடவைதான் சொல்றது?"

பின்குறிப்பு:

கணவன் தனக்கு மட்டுமே உரியவன் என்று நினைப்பதுதான் பெண்ணின் பெருமைக்குரிய குணங்களில் ஒன்று!

() () ()

■ 'உலகம் ஒரு நாடக மேடை' என்பது சரியா?

- சரிதான்... ஆனால், மேடையில் நடிக்காமல் வாழ வேண்டும்!

() () ()

■ 'நான் இதை உணர்கிறேன்...' என்று சொல்லும்போது அது தலையில் உள்ளதா அல்லது இருதயத்தில் இருக்கிறதா?

- மூளைதான் நம் உடம்பின் ஒட்டுமொத்த உணர்ச்சிகளின் கட்டுப்பாட்டு அறை. இந்த கேள்வி - பதிலைப் படிக்கும்போது நீங்கள் சந்தோஷத்தை உணர்கிறீர்கள் என்றால் அதற்குக் காரணமும் தலையில் இருப்பதுதான். மூளைக்கு இன்னொரு பெயர் மனம். இருதயம் ரத்தத்தை 'பம்ப்' செய்யும் ஒரு கருவி மட்டுமே! ஆனால், 'உனக்கு இருதயமே இல்லையா... அது என்ன கல்லா... இரும்பா?' என்று ஒருவரிடம் திட்டு வாங்கிக்கொள்வது என்னவோ இருதயம்தான்!!

() () ()

லஞ்சம் குறைய என்ன வழி?

- குறைவாக கொடுக்கவும், வாங்கவும் பழகிக்கொள்வதைத் தவிர வேறு வழி இல்லை! ('லஞ்சம் ஒழிய என்ன வழி?' என்று கேள்வி கேட்கக்கூட உங்களால் முடியவில்லை!)

() () ()

ஞானோதயம் என்றால் என்ன? உங்களுக்கு அது மாதிரியான அனுபவம் ஏற்பட்டதுண்டா?

- நம்பமாட்டீர்கள்... இருந்தாலும் சொல்கிறேன். தூக்கம் சட்டென்று அறுந்து போன நேரத்தில் நாட்டின் நடப்புகள் நினைவுக்கு வந்து, மனதுக்குள் ரணமாய் ஊர்வலம் போயிற்று. 'நாத்திகம் சொல்வது போல் கடவுள் என்பது கற்பனையோ?' என்று வலியோடு மனம் யோசித்தது. ஒருவேளை அப்படி இருந்துவிட்டால், இல்லாத கடவுளிடமும் இப்படியொரு கோரிக்கை வைத்தேன்:

' சேர, சோழ, பாண்டிய மன்னர்களின் காலத்தில் மின்சாரம் இல்லை. இன்டர்நெட், செல்போன் இல்லை. ஆனால், இப்போது அதெல்லாம் இருக்கிறது. அதைப்

போல் இன்று நீ இல்லாமல் போனாலும் பரவாயில்லை. எதிர்காலத்தில் தானாக உருவாகி... நல்லவர்களுக்கு துணையாய் இருக்க வேண்டும். கடவுள் கற்பனை என்ற எண்ணம் காணாமல் போக வேண்டும்!'.

இப்படி பிரார்த்தனை செய்தபடியே புரண்டு படுத்தேன். 'த்தட்'டென்று எதுவோ என் மீது விழுந்தது. பதற்றத்தோடு எழுந்து உட்கார்ந்தேன். 'என்ன விழுந்தது?' என்று பார்த்தேன். ஜன்னல் வழியே பலமாய் வீசிய காற்றில்... சுவரில் மாட்டி இருந்த முருகன் பட காலண்டர் என் மார்பில்!

() () ()

■ **எனக்கு அதிக பய உணர்வு உள்ளது. இதைப் போக்க என்ன வழி?**

● பயம் என்பது கோழைத்தனமான உணர்ச்சி அல்ல. மனிதன் தீங்கில் இருந்து தன்னைத் தானே தற்காத்துக்கொள்வதற்காக இறைவனால் தரப்பட்ட பரிசு.

மனித குலம் இந்த அளவுக்காவது நியாயம், நேர்மை, தர்மம் என்று கட்டுக்கோப்பாக இருப்பதற்கு மிக முக்கியமான காரணங்களில் இந்த பயமும் ஒன்று. அதுதான் மனிதனுக்கு அனுபவங்களைக் கற்றுத் தருகிறது. எப்படி உணவில் உப்பு கூடினாலும், குறைந்தாலும் அது ருசிக்காதோ... அப்படித்தான் பயம் கூடினாலும் சரி, குறைந்தாலும் சரி... வாழ்க்கை நரகம்தான்! பயம் அளவுக்கு மீறினால் அதற்குப் பெயர் பீதி! பயமே இல்லாமல் அலட்சியமாக செயல்பட்டால் அதற்குப் பெயர் அசட்டுத் தைரியம்!!

() () ()

ராஜேஷ்குமார் | 189

■ **இறப்பு இயற்கையானது. அதை 'தீட்டு' என்பது சரியா?**

● மூடநம்பிக்கையின் உச்சம்.

உங்கள் கேள்விக்கான பதில், முகநூல் பதிவு ஒன்றில் இருந்தது.

படியுங்கள் கீழே...

இறந்து போனவரின் உடலைப் பார்த்துவிட்டு வந்தாலே தீட்டு என்று நினைத்து வீட்டுக்குள் நேரடியாக நுழையாமல் பின்பக்கமாக போய் குளிக்கும் மனிதர்கள்... ஆடு, கோழிகளின் மாமிசத்தை பணம் கொடுத்து வாங்கி வீட்டின் சமையல் அறைக்கே கொண்டு வந்து சமைத்து, ருசித்து உண்பது தீட்டாகாதா?

() () ()

■ **ஞானி, விஞ்ஞானி... என்ன வித்தியாசம்?**

● ராமகிருஷ்ணர் சொன்னது:

விறகில் தீ இருக்கிறது என்பதை அறிந்தவன் ஞானி!

ஆனால், விறகில் தீ மூட்டி, உணவு சமைத்து உண்பவன் விஞ்ஞானி!!

() () ()

■ **நாவலில் நீங்கள் எழுதிய கற்பனையான சம்பவம் ஏதாவது நிஜமாகி இருக்கிறதா ?**

● 2001 ல் நான் எழுதிய நாவல் 'மின்சார நிலா'. நிலவில் உள்ள வாயுவை வைத்து மின்சாரம் தயாரிக்கும் முயற்சி வெற்றி பெற்றதா... இல்லையா என்பதுதான் நாவலில் கரு.

அன்று அது கற்பனை... இன்று நிஜமாகிறது.

நிலவில் இருந்து மின்சாரம் தயாரிக்கும் திட்டத்தை

இந்திய அறிவியல் தொழில்நுட்பமானது, விரைவில் சாத்தியப்படுத்த இருப்பதாக இஸ்ரோ தெரிவித்துள்ளது.

() () ()

■ அது என்ன... 'பிடிவாரண்ட்' கைது?

● 'பிடிவாரண்ட்' என்று சொன்னால் பிடித்துக்கொண்டு போவது என்று அர்த்தம் அல்ல! குற்றம் சாட்டப்பட்ட நபர், குறிப்பிட்ட நாளில் கோர்ட்டில் ஆஜர் ஆகவில்லை என்றால் அவரைக் கைது செய்ய நீதிபதி 'பி.டி. வாரண்ட்' பிறப்பிப்பார். இதற்கு ஆங்கிலத்தில் PRISONER'S TRANSIT WARRANT என்று பெயர். இந்த உத்தரவின் பேரில் ஒருவர் கைது செய்யப்பட்டால் அந்த நபர், ஜாமீனில் வெளியே வர முடியாது. அரசியல்வாதிகளுக்கு இந்த 'பி.டி. வாரண்ட்' எல்லாம் 'சுவீட் பீடா' மாதிரி!

() () ()

■ வர வர மக்கள் சுதந்திர தின விழாவை சந்தோஷமாகக் கொண்டாடுவதில்லையே?

● யார் அப்படிச் சொன்னது?

என் வீட்டுக்குப் பக்கத்தில் உள்ள குடிசைகள் நிறைந்த பகுதியில் சுதந்திர தின விழாவைக் கொண்டாடினார்கள். நானும் போயிருந்தேன். ரோட்டோரத்தில் வைத்திருந்த கரும்பலகையில் இப்படி எழுதி வைத்திருந்தார்கள்... 'துன்பத்தைக் கண்டு துவண்டுவிட்டால், கிடைத்த வாழ்க்கையைத்தான் வாழ முடியும்; பிடித்த வாழ்க்கையை வாழ முடியாது. இந்தியாவின் 130 கோடி மக்களுக்கும் பிடித்த வாழ்க்கை கிடைக்க எங்களுடைய சுதந்திர தின நல்வாழ்த்துகள்! (இவர்கள் வாழும் இடம் குடிசைகளாக இருந்தாலும், உள்ளங்கள் தங்கச் சுரங்கங்கள்!)

() () ()

◼ **பக்திக்கும், பயபக்திக்கும் என்ன வித்தியாசம்?**

● தப்பு செய்யாதவர்கள் பக்தியோடு கடவுளைக் கும்பிடுவார்கள்!

தப்பு செய்தவர்கள் சம்பந்தப்பட்ட மனிதனை பயபக்தியோடு கும்பிடுவார்கள்!!

() () ()

◼ **முக்கியமான நெடுஞ்சாலைகளில் வாகனங்களில் பயணிக்கும்போது நுழைவு வரி என்ற பெயரில் பணம் வசூலிப்பது எந்த விதத்தில் சரி?**

● என்னுடைய 'இன்பாக்ஸ்'ல வந்த செய்தி இது!

இந்தியாவில் சாலைகள் போட... சாலையைப் பராமரிக்க என்று அரசாங்கம் மக்களிடம் நிறைய வரி வசூல் செய்கிறது. ஆனால், சாலைகளை தனியார் 'கார்ப்ரேட்' நிறுவனங்கள் போடுகின்றன. அவற்றில் நாம் ஒவ்வொரு முறை பயணம் செய்யும்போதும் பணம் கொடுத்துதான் போகிறோம். பிறகு, நாம் கொடுத்த சாலை வரி எதற்கு?

ஒருவேளை...கடலில் கப்பல் போவதற்கும், ஆகாயத்தில் விமானம் பறப்பதற்கும் நம் அரசாங்கம் தார் ரோடு போட்டு கொடுக்கிறதோ?

() () ()

◼ **'பெண்ணாசை' இல்லாமல் வாழ என்ன வழி?**

● கல்யாணம் செய்துகொள்ள வேண்டியதுதான்!

() () ()

◼ **'சீனியர் சிட்டிசன்' என்பது எப்போது நிரூபணமாகிறது?**

● நமக்கு எதெல்லாம் சாப்பிட பிடிக்குமோ அதையெல்லாம் விட்டுவிட்டு... எதெல்லாம் சாப்பிட பிடிக்காதோ அதையெல்லாம் நாம் சாப்பிட ஆரம்பித்துவிட்டால்

சந்தேகம் இல்லாமல் 'சீனியர் சிட்டிசன்' விருது நமக்குத்தான்!

() () ()

■ **'உண்டிற் சுருங்கின் பெண்டிர்க்கு அழகு' என்பது என்ன நியாயம்? பெண்கள் அதிகம் சாப்பிடக் கூடாது என்பது சரியா?**

● பழமொழியை தவறாக புரிந்துகொண்டால் இப்படித்தான் சகோதரி. 'உண்டிற் சுருங்கின்' என்றால் குறைவாக சாப்பிட வேண்டும் என்று அர்த்தம் அல்ல! சமைக்கும் உணவு வீணாகாமல் அளவோடு சமைப்பது மட்டுமல்லாமல், சீக்கிரமே சமையல் வேலையை முடித்துவிட்டு மற்ற வேலைகளைக் கவனிப்பதுதான் ஒரு பெண்ணுக்கு அழகு. பழமொழியை மறுபடியும் படியுங்கள்... இது புரியும்!

() () ()

■ **வளர்பிறையில் கிழக்கில் இருந்து வரும் சந்திரன், தேய்பிறையில் மேற்கில் இருந்து வருகிறதே?**

● சந்திரன், பூமி, சூரியன்... இந்த மூன்றும் வரிசையாக ஒரே கோட்டில் நிற்கும்போது சந்திரன் நம் பார்வைக்கு தட்டுப்படாத நாள்தான் அமாவாசை. அப்போது சந்திரன் மேற்குத் திசையில் இருக்கும். அதற்கு அடுத்த நாளில் இருந்து அது நேர்கோட்டில் இருந்து விலகி, கிழக்கு திசையை நோக்கி நகர ஆரம்பிக்கும்.

15 டிகிரி விலகிய நிலையில் ஒரு கீற்று போல் நாம் பார்ப்பது முதல் பிறை. அதாவது, மூன்றாம் பிறை. பிறகு, சந்திரன் சிறிது சிறிதாக விலகி 90 டிகிரி விலகிய நிலையில் பாதி சந்திரன், வானத்தின் உச்சியில் இருக்கும். அன்றைக்கு அஷ்டமி. அதாவது 8 ஆவது நாள். அது 105 டிகிரி, 120 டிகிரி என்று விலகி... 180

டிகிரி விலகிய நிலையில் சந்திரனை முழுவதுமாக கிழக்கு திசையில் நாம் பார்க்கும் நாள், பவுர்ணமி. இதற்கு மறுநாளில் இருந்து சந்திரன் 15 டிகிரி விலகிய நிலையில் நமது பார்வையில் இருந்து கொஞ்சம் கொஞ்சமாக தேய்ந்து, மேற்கு நோக்கி பயணிக்கும். மேற்கு திசையில் அது மறையும்போது மறுபடியும் அமாவாசை. உண்மையில் சந்திரன் வளர்வதும் இல்லை... தேய்வதும் இல்லை.

அப்பாடா... ஒரு தம்ளர் தண்ணீர் ப்ளீஸ்!

() () ()

■ **முகநூல் பற்றி இரண்டு வரி?**

● முகநூல் என்பது நமது எண்ணங்களுக்கான வடிகால் மட்டுமே! லைக்ஸ் விரும்பிகள் அங்கே நீண்ட காலம் மனநிறைவாக வாழ முடியாது!

() () ()

■ **உங்கள் எழுத்து வளர்ச்சிக்கு உறுதுணையாக இருந்தவர்கள் யார் யார்... டாப் -10 லிஸ்ட் சொல்ல முடியுமா?**

● தாராளமாக!

1. வாசகர்கள்...
2. வாசகர்கள்...
3. வாசகர்கள்...
4. வாசகர்கள்...
5. சாவி சார்!
6. எஸ்.ஏ.பி. சார்!
7. 'விகடன்' பாலன் சார்!
8. தம்பி ஜி.அசோகன்!

9. தற்போதைய பத்திரிகை ஆசிரியர்கள்!

10. மறுபடியும் வாசகர்கள்!

() () ()

■ **ஓர் உண்மையும் பொய்யாகுமா?**

● கெட்ட நோக்கத்துடன் சொல்லப்படும் உண்மை, ஆயிரம் பொய்களுக்கு சமம்!

() () ()

■ **எனக்கு ரொம்ப நாளாகவே ஒரு சந்தேகம். திருக்குறள் முதலில் எப்போது அச்சில் வந்தது?**

● ஆஹா... அறிவுபூர்வமான கேள்வி. இதோ... பதில்.

திருக்குறள் முதன்முதலில் 1812ஆம் ஆண்டு ஓலைச்சுவடியில் இருந்து எடுத்து அச்சிடப்பட்டது.

1330 பாக்கள் உடைய குறள்களில் மொத்தம் உள்ள எழுத்துக்கள் 42194.

திருக்குறளுக்கு முதலில் உரை எழுதியவர் மணக்குடவர். திருக்குறளை முதன்முதலில் பிறமொழியில் மொழி பெயர்த்து வெளியிட்டவர் கான்ஸ்டன்டைன் ஜோசப் பெஸ்கி என்று அழைக்கப்படும் வீரமா முனிவர்.

திருக்குறளில் இல்லாத உயிர் எழுத்து 'ஔ' மட்டுமே!

() () ()

■ **அடி உதவுவது போல் அண்ணன், தம்பிகள் உதவ மாட்டார்கள் என்கிற பழமொழி வன்முறையாக தெரிகிறதே... உங்கள் பதில் என்ன?**

● அது அந்த அடி அல்ல...ஆண்டவனின் அடி... அதாவது திருவடி. அண்ணன், தம்பிகள் உதவாவிட்டாலும் ஆண்டவனின் அடியைப் பற்றிக்கொண்டால் அவன்

உதவுவான் என்பதே அர்த்தம்.

() () ()

◼ **உங்களுக்குப் பிடித்த மர்ம நாவல் எது?**

● தலைப்பு: மனிதன்.

ஆரோக்கியமான மனிதன், நாள் ஒன்றுக்கு 23,040 தடவை சுவாசிக்கிறான். தடையின்றி பேச வேண்டுமென்றால் ஒவ்வொரு வார்த்தைக்கும் 72 தசைகள் வேலை செய்ய வேண்டும்.

நமது நுரையீரல் 3 லட்சம் துவாரங்களையும், ரத்தக் குழாய்களையும் கொண்டதாக இருக்கிறது. இந்தக் குழாய்களை ஒன்றோடு ஒன்றாக நீளமாக இணைக்க முயன்றால் 2,500 கி.மீ. வரை இருக்கும்.

கண்களில் உள்ள லென்ஸ், ஆயுள் முழுவதும் வளரும். நாம் சிந்திக்கும் வேகம் நிமிடத்துக்கு 500 சொற்கள், பேசும் வேகம் நிமிடத்துக்கு 100 சொற்கள் என்று கணக்கிடப்பட்டுள்ளது. உடம்பில் ரத்தம் பாயாத பகுதி கருவிழி மட்டுமே!

நாக்கில் சுவை உணரும் மொட்டுகள் 9 ஆயிரம் முதல் 10 ஆயிரம் வரை உள்ளன. எலும்புகளின் துணையின்றி தானாகச் செயல்படுவது நாக்கு மட்டும்தான்! வாழ்வில் உணவும், பேச்சும் மிக முக்கியமானவை. இந்த இரண்டுக்குமே முக்கியத் தேவை நாக்கு. அது இல்லையென்றால் நம்மால் பேசவும் முடியாது; உணவின் சுவையை உணரவும் முடியாது.

மண்ணீரலில் சுரக்கும் ஒரு வகை நீர், ரத்தத்தில் கலந்து மூளைக்குச் சென்று நியூரான் செல்களைப் பாதிக்கிறது. இதனால்தான் மனிதனுக்கு கோபம் வருகிறது.

மனித மூளையில் தாமிரத்தின் அளவு 6 கிராம்.

‘அட்ரினல்’ சுரப்பி அளவுக்கு அதிகமாக நீரை சுரக்கத் தொடங்கிவிட்டால் ஆணுக்கு பெண் குணமும், பெண்ணுக்கு ஆண் குணமும் ஏற்படும்.

மண்ணீரல் ஒரு முக்கியமான உறுப்பாக இருந்தாலும்கூட அதில் ஏதாவது தொற்றுநோய் ஏற்பட்டு அதை அகற்ற வேண்டிய நிலை ஏற்பட்டாலும்கூட உயிருக்கு எந்த ஆபத்தும் ஏற்படாது என்பது மனித உடலின் ரகசியங்களில் ஒன்று.

கால் பெருவிரல்கள் தலா இரண்டு எலும்புகளையும், மற்ற விரல்கள் ஒவ்வொன்றும் மூன்று எலும்புகளையும் கொண்டிருக்கும். கட்டை விரலின் நீளமும், மூக்கின் நீளமும் சமமாக இருக்கும். கால்களில் டிரில்லியன் (லட்சம் கோடி) வரையிலான பாக்டீரியாக்கள் இருக்கும்.

மனிதன் உயிரிழந்த பின் உறுப்புகள் செயல் இழக்கும் நேரம் கீழ்க்கண்டபடி கணக்கிடப்பட்டுள்ளது: மூளை 10 நிமிடங்கள், இருதயம் 15 நிமிடங்கள், கண்கள் 30 நிமிடங்கள், கால்கள் 4 மணி நேரம், தசைகள் 5 நாட்கள்.

கைரேகைப் போலவே நாக்கில் உள்ள ரேகைகளும் ஒவ்வொருவருக்கும் வேறுபடும். 900 பென்சில்களைத் தயாரிக்கும் அளவுக்கு மனித உடலில் கார்பன் இருக்கிறது. மனித உடலில் மிகவும் பலமானது விரல் நகங்களே! அதில் ‘கெராடின்’ சத்து உள்ளது. இது காண்டாமிருகத்தின் கொம்புகளுக்கு இணையானது.

நமது மூளை 80 சதவிகிதம் நீரால் ஆனது. மூளையின் செயல்திறன் பகலைவிட இரவில் அதிகமாக இருக்கும். 35 ஆவது வயதை அடைந்தது முதல் மூளையில் தினமும் 7,000 நரம்பு ‘செல்’கள் இறக்கின்றன. அதற்கு பதிலாக புதிய ‘செல்’கள் தோன்றுவதில்லை. நாம் சுவாசிக்கும் மொத்த உயிர்க் காற்றில் (ஆக்சிஜன்) 20

சதவிகிதத்தை மூளை எடுத்துக்கொள்கிறது. படிக்க படிக்க மர்மம்தான்... மர்ம தேகம்தான்!

() () ()

◼ **மகாத்மா காந்தி...?**

● ஏதாவது ஒரு சாலைக்கோ, பூங்காவுக்கோ, பேருந்து அல்லது விமான நிலையத்துக்கோ பெயர் வைக்க உபயோகப்படும் வார்த்தை.

ரூபாய் நோட்டுகளில் இடம் பெறாமலும், அக்டோபர் 2 ஆம் தேதி விடுமுறை தினமாக அறிவிக்கப்படாமலும் இருந்திருந்தால் இன்றைய தலைமுறைக்கு இந்தப் பெயர் இந்த அளவுக்கு தெரியாமலேயே போயிருக்கும்!

() () ()

◼ **காமராஜர் போன்ற தலைவர் இனி உருவாக வாய்ப்பு உண்டா?**

● காமராஜர் மறைந்தபோது 'துக்ளக்' சோ வெளியிட்ட அறிக்கையைப் படியுங்கள்:

'ஒரு சரித்திரம் முடிந்தது' என்று சொல்வார்கள். 'ஒரு சகாப்தம் முடிந்தது' என்றும் சொல்வார்கள். 'ஒரு தியாக பரம்பரை முடிந்தது' எனவும் சொல்வார்கள். 'எல்லாமே முடிந்துவிட்டது!' என்று சொல்வதுதான் உண்மை. வருடத்துக்கு ஒரு முறை நாம் நினைத்துப் பார்க்கும் நல்லவர்கள் பட்டியலில் அவரும் சேர்ந்தாகிவிட்டது. காமராஜ் அவர்களின் மறைவு நம்மை ஒரு சூனியத்தில் ஆழ்த்தி இருக்கிறது. இதை இப்போது உணர மாட்டோம். வருங்காலத்தில், 'அவர்மட்டும் இப்போது இருந்திருந்தால்...?' என்ற வருத்தம் அடிக்கடி தோன்றத்தான் போகிறது. சந்தேகமில்லை! காலம் நமக்குப் புகட்டாத பாடத்தை, காலதேவன் நமக்கு

சொல்லிக் கொடுத்துவிட்டான். 'எடுத்துச் செல்கிறேன் இவரை... அனுபவியுங்கள் இனி!' என்று அவன் சாபமிட்டிருக்கிறான்.

() () ()

■ **எந்த பழமொழியைச் சொன்னாலும் அதற்கான சொல்வழக்கு தவறு என்று ஏதாவது விளக்கம் சொல்லிவிடுகிறீர்கள். 'உப்பில்லா பண்டம் குப்பையிலே!' – இந்தப் பழமொழியில் என்ன தவறு என்று சொல்லுங்கள் பார்ப்போம்?**

● இதுவும் தப்புதாங்க! உப்பை குறைத்துச் சாப்பிட்டால் உடலுக்கு நல்லது. அதனால் நம்ம பெரியவங்க 'உப்பில்லா பண்டம் தொப்பையிலே'ன்னு வயிற்றைக் குறிக்கும் வகையில் சொன்னதை தப்பா எடுத்துகிட்டு தொப்பையைக் குப்பையாக்கிடுறோம்!

() () ()

■ **புத்தருக்கு ஞானம் தந்த போதிமரம் இருக்கிறதா?**

● இருக்கிறதே! ஆனால், இப்போது அதனுடைய பெயர் போதிமரம் அல்ல... போதும் என்கிற மனம்!

() () ()

■ **நல்ல நண்பர்களை அடையாளம் காண்பது எப்படி?**

● நம்மிடம் பணம் இல்லை என்று தெரிந்த பிறகும் நம் வீட்டுக்கு வந்து வாசல்படியில் நின்று, 'மச்சி' என்று பழையபடி உற்சாகக் குரல் கொடுக்கும் நண்பர்களை மனசுக்குள் ஓர் ஓரமாய் 'டிக் செய்யுங்கள்!

() () ()

■ **முதுமையில் ஆண், பெண் இருவரில் யாருடைய தனிமை கொடுமையானது?**

- இணையதளத்தில் வலம் வந்த பதிவு இது:

 காப்பியா இது... கழுநீர் தண்ணி மாதிரி இருக்கு. நாப்பது வருஷமா சமைக்கிறே... இன்னும் ஒழுங்கா சாம்பார் வைக்கத் தெரியல! என்னடி... இட்லியா இது? உளியும், சுத்தியலும் கொண்டு வா. செதுக்கி செதுக்கி சாப்பிட்டுடுறேன். என்னிக்குத்தான் மீனை நீ சரியா பொரிப்பியோ...? இப்படியெல்லாம் உரிமை எடுத்துக்கொண்டு உன்னிடம் கோபப்பட்டுவிட முடிந்த என்னால்.... உனக்குப் பிறகான நாட்களில் பசிக்கிறது என்றுகூட யாரிடமும் எளிதாக சொல்ல முடியவில்லை. அவ்வளவு ஏன்... 'பசிக்குதா?' என்று கேட்கக்கூட ஆள் இல்லை!

 என்ன... உங்கள் கேள்விக்கு பதில் கிடைத்ததா?

 () () ()

■ **பிறப்பும், இறப்பும், பூப்பும் 'தீட்டு' என்று சொல்வதை ஏற்றுக்கொள்கிறீர்களா?**

- இல்லை! இவை இயற்கையின் நிகழ்வுகள்.

 இது தீட்டு என்றால் அடிக்கிற வெயிலும், பெய்கிற மழையும்கூட தீட்டுதானே? நம்மில் பெரும்பாலோர் மாதவிடாயைக்கூட தீட்டு என்று சொல்வார்கள். தாய்மையின் முதல் படியே அதுதான். அதை தீட்டு என்று சொல்வதைவிட தீமையான வார்த்தை உலகில் கிடையாது. உண்மையில் தீட்டு என்பது மனிதனின் கெட்ட எண்ணங்களே தவிர வேறு ஏதுவுமில்லை!

 () () ()

■ **உண்மையில் நல்ல நேரம், கெட்ட நேரம் உண்டா?**

- நான் படித்ததை உங்களோடு பகிர்ந்துகொள்கிறேன். தெய்வத்தின் பார்வையில் நேரங்கள்:

எது நல்ல நேரம்?
நல்லதை நினைக்கும்போது...
நல்லதைப் பார்க்கும்போது...
நல்லதைக் கேட்கும்போது...
நல்லதைப் பேசும்போது!

எது ராகு காலம்?

அகங்காரம் கொள்ளும் நேரம்.

பாசம் கண்களை மறைக்கும் நேரம்.

ஆசைகள் எல்லையை மீறும் நேரம்.

கோபங்கள் உச்சத்தைத் தொடும் நேரம்.

தேகம் கவர்ச்சியில் மூழ்கும் நேரம்.

எது குளிகை?

கவலைப்படும் நேரம்.

பயப்படும் நேரம்.

கலங்கும் நேரம்.

முற்சிக்காத நேரம்.

எது எமகண்டம்?

பொறாமைப்படும் நேரம்.

புறம் கூறும் நேரம்.

கோள் சொல்லும் நேரம்.

சதி செய்யும் நேரம்.

எது பிரம்ம முகூர்த்தம்?

தாய், தந்தையரை ஆன்மா என உணர்ந்து அவர்களை மதித்து நினைக்கும் நேரம்.

கடமையில் வழுவாத நேரம்.

அறவழியில் பொருள் சேர்க்கும் நேரம்.

எது சுபமுகூர்த்தம்?

சுயநலம் கருதாது பிறருக்கு உதவி செய்யும் நேரம். சம்பாதிப்பதில் கொஞ்சமாவது தானம் செய்யும் நேரம்.

() () ()

சமகாலத்து எழுத்தாளர்களைச் சந்திப்பது உண்டா?

- அடிக்கடி இல்லாவிட்டாலும் எப்போதாவது சந்திப்போம். என்னுடைய 50 ஆண்டு கால எழுத்துப் பணியைப் பாராட்டி 13-10-2019 அன்று சென்னையில் நடந்த விழாவில்... 44 ஆண்டுகளுக்குப் பிறகு மீண்டும் எங்களைத் திருமண கோலத்தில் நிற்க வைத்து அழகு பார்த்து வாழ்த்திய அன்பு நெஞ்சங்கள் 'நக்கீரன்' கோபால், இந்திரா சௌந்தர்ராஜன், பட்டுக்கோட்டை பிரபாகர், சுபா (சுரேஷ்), தேவிபாலா, வேதா கோபாலன், பாமா கோபாலன், பா.ராகவன், கே.என்.சிவராமன், யுவகிருஷ்ணா, ஜி.அசோகன், மனுஷ்யபுத்திரன்.

() () ()

நம்மில் பெரும்பாலோர் விரக்தி மனப்பான்மையோடு இருப்பதற்கு என்ன காரணம்?

- அதிகப்படியான எதிர்பார்ப்புகள்தான்!

நாம் தேடும் விஷயங்கள் தேடும்போது கிடைப்பதில்லை. அது கிடைக்கும்போது நமது தேடல் அதுவாக இருப்பதில்லை. அப்போது கிடைக்கும் ஏமாற்றம்தான் விரக்தியாக மாறுகிறது. நம்முடைய எதிர்பார்ப்புகளைக் குறைத்துக்கொண்டாலே போதும். வாழ்க்கை முழுவதும் சந்தோஷமாக இருக்கலாம். இந்த உண்மையை யார் விழுங்கி ஜீரணித்துக்கொள்கிறார்களோ அவர்கள் இருக்கும் பக்கம் விரக்தி, ஓரப்பார்வைகூட பார்ப்பதில்லை!

() () ()

■ **வயதாகிறதே என்று கவலைப்பட்டது உண்டா?**

● வயதானவர்கள் மட்டுமே கவலைப்பட வேண்டிய விஷயம் அது!

() () ()

■ **1,500 நாவல்களுக்கு மேல் எழுதி உள்ளதால் அனைத்து கதைகளின் கருக்களும் மனதில் பதிந்துள்ளதா? ஏற்கெனவே எழுதிய கதையின் கருவைத் தொடாத வண்ணம் புதிய நாவல் உருவாவதை தங்களால் எவ்வாறு உறுதிப்படுத்திக்கொள்ள முடிகிறது?**

● நல்ல கேள்வி. இதோ என் பதில்... முதலில் ஒரு நாவலை எழுத ஆரம்பிக்கும் முன் அந்த கதையின் கரு எனக்கே புதியதாக இருக்கும்படி பார்த்துக்கொள்வேன். பிறகு, அந்தக் கதையில் வரும் விஞ்ஞான உண்மை, எதிர்காலத்தில் நடக்கும் சாத்தியம் உள்ளதா என்பதை இணையத்தில் 'கூகுளில்' போய்த் தேடுவேன். அது கிடைத்துவிட்டால் என் மனைவியிடம் நாவலின் ஒரு வரி கதையைச் சொல்லி, 'இது மாதிரியான கதையை நான் எழுதி இருக்கிறேனா?' என்று கேட்டு 'தடையின்மை சான்றிதழ்' (NO OBJECTION CERTIFICATE) வாங்கிக்கொண்டு நாவலை எழுத ஆரம்பித்துவிடுவேன். நாவலை எழுதி முடித்ததும் அவரிடமே படித்து 'ஹோம் சென்சார்' செய்ததும்... அதாவது, பெண்களுக்குப் பிடிக்காத வார்த்தைகள் இருந்தால் நீக்கி, ஸ்கேனரில் ஸ்கேன் செய்து பத்திரிக்கைகளுக்கு அனுப்பிவிடுவேன். தட்ஸ் ஆல் யுவர் ஆனர்!

() () ()

■ **அதிசயம்... ஆனால் உண்மை! ஏதாவது உதாரணம்?**

● பத்து ஆண்டுகளுக்கு முன் சுத்த பகுத்தறிவாளர்களாக இருந்த பலர், இந்த தீபாவளி அன்று அதிகாலையில்

அவரவர் வீட்டு வாசலில் பட்டாசு வெடித்து அந்த பண்டிகையை ஏற்றுக்கொண்டதை என்னால் பார்க்க முடிந்தது. காலம் ஓர் ஊமை டீச்சர். ஆனால், காலதாமதம் ஆனாலும் எல்லாவற்றையும் தெளிவாக சொல்லிக் கொடுத்துவிடுகிறது!

() () ()

■ **நன்றாக கதை எழுத மூடு வேண்டும் என்கிறார்கள். உங்களுக்கு கதை எழுத சரியான 'மூடு' எது?**

● வாழ்க்கையில் முன்னேற வேண்டும் என்கிற எண்ணம் இல்லாத சோம்பேறிகள் கண்டுபிடித்துள்ள பல வார்த்தைகளில் இதுவும் ஒன்று. எனக்கு கதை எழுத பேப்பர், பேனா போதும். 'மூடு' என்ற ஒன்று வேண்டியதில்லை!

() () ()

■ **பெற்றோர் சொன்ன அறிவுரைகளில் உங்களால் என்றுமே மறக்க முடியாதவை?**

● உன்னுடைய மனைவியை சந்தோஷமாக வைத்திரு. யார் எதிரிலும் அவளை மட்டம் தட்டிப் பேசாதே!

நாங்கள் உயிரோடு இல்லாதபோது உன்னோடு பிறந்த சகோதரிகளுக்கு மறக்காமல் வாரம் ஒரு தடவையாவது போன் செய்து நலம் விசாரி. பண்டிகை நாட்களில் அவர்களுக்கு நீயும், உன் மனைவியும் எங்கள் ஸ்தானத்தில் இருந்து வாழ்த்துக்களைச் சொல்லி ஆசீர்வாதம் செய்...' என்பதே!

() () ()

■ **ரசிகர்களுக்கும், வாசகர்களுக்கும் என்ன வித்தியாசம்?**

● தாங்கள் விரும்பும் நடிகரையே எல்லோரும் விரும்ப

வேண்டும் என்று நினைப்பவர்கள் ரசிகர்கள்! ஆனால், எல்லா எழுத்தாளர்களின் படைப்புகளையும் படிக்க வேண்டும் என்று விரும்புகிறவர்கள் வாசகர்கள்!!

() () ()

■ **தாய் சொல்லைத் தட்டாதே, மனைவி சொல்லே மந்திரம்... இந்தப் பழமொழிகளில் எதை பின்பற்றுவது?**

● இப்படியெல்லாம் சிலருக்கு சந்தேகம் வரும் என்றுதான் 'தாய்க்குப் பின் தாரம்' என்ற பழமொழியையும் முன்யோசனை உணர்வோடு நம் பெரியவர்கள் சொல்லி வைத்திருக்கிறார்கள்!

() () ()

■ **'இந்த காலத்தில் இப்படியும் ஒருவரா?' என்று யாரையாவது பார்த்து வியந்தது உண்டா?**

● நான்கு ஆண்டுகளுக்கு முன்பு ஒரு சம்பவம். என்னுடைய வாசகர் ஒருவர் (50 வயது), தான் கட்டிய புது வீட்டுக்கு வர வேண்டும் என்று அன்போடு வற்புறுத்தியதால் போனேன். வீட்டைச் சுற்றிக் காண்பித்துவிட்டு தன்னுடைய அறைக்கு கூட்டிப் போனார். அங்கே சுவரில் காலமாகிவிட்ட அவருடைய தாய், தந்தை படங்கள் ரோஜா மாலைகளால் அலங்கரிக்கப்பட்டிருக்க... நான் கேட்டேன். "இன்றைக்கு உங்கள் பெற்றோருக்கு நினைவு நாளா?" அவர் சொன்னார்: "இல்ல சார்... எனக்கு வருஷம் பூராவும் 365 நாளும் அவங்க நினைவு நாள்தான். ஒவ்வொரு நாளும் புது மாலைகளைப் போட்டுட்டுத்தான் என்னோட வேலைகளை ஆரம்பிப்பேன்" என்றார்!

() () ()

உங்கள் வாசகர்கள் எப்படி இருக்க வேண்டும் என்று நினைக்கிறீர்கள்?

- தாயையும், தந்தையையும் மதித்து வாழ்ந்தவர்கள் எல்லாம் ஏதாவது ஒரு காலகட்டத்தில் மிகப்பெரிய அளவில் பேரும், புகழும் பெற்று வாழ்ந்திருக்கிறார்கள். இது கண்கூடாக நான் பார்த்த... இப்போதும் பார்த்துக் கொண்டிருக்கிற மகத்தான உண்மை. அதேபோல் என்னுடைய வாசகர்களும் எப்போதும் பெற்றவர்களை மதிப்பவர்களாக இருக்க வேண்டும் என்று மனதார விரும்புகிறேன்!

() () ()

நீங்கள் எதிர்பார்க்கும் நாளைய நல்ல செய்தி?

- 'ஓர் உயிர் போனால்தான் அரசு நடவடிக்கை எடுக்க வேண்டுமா?' என்று இப்போது கொந்தளித்து கேள்வி கேட்கும் நீதிபதிகள், 'பல குடும்பங்கள் குடும்பத் தலைவனை இழந்து நடுத்தெருவுக்கு வந்துவிட்டது. எப்போது டாஸ்மாக் கடைகளை மூடப்போகிறீர்கள்?' என்று கேள்வி கேட்கும் திருநாளை!

() () ()

'அரசனை நம்பி புருஷனை கைவிட்டது போல்!' இது பழமொழி என்றாலும், பெண்களுக்கு இழுக்கு சேர்ப்பது போல் இருக்கிறதே?

- 'ஹலோ'... இங்கே அரசன் என்பது அரச மரம். 'குழந்தை பாக்கியத்துக்காக புருஷனை நம்பாமல், அரச மரத்தை மட்டும் சுற்றி வந்தால் பயன் இல்லை' என்பதற்காக சொல்லப்பட்ட வாசகம்!

() () ()

◼ **பூனை குறுக்கே போவது அபசகுனமா?**

● உண்மைதான்! ஆனால், அது எலிகளுக்கானது!!

() () ()

◼ **'பத்தாம் பசலி' என்பதற்கு என்ன அர்த்தம்?**

● 'பசலி' என்பது உருது சொல். விளைநிலம் குறித்த ஆண்டுக் கணக்கு. வருவாய்த் துறையால் பின்பற்றப்படுவது. அதாவது, விளைநிலம் குறித்த அரசு கணக்குகளில் பயன்படுத்தப்படும் நில வருவாய் ஆண்டு. ஆடி மாதம் ஒன்றாம் தேதி தொடங்கியது. ஆங்கிலேயர் ஆட்சிக் காலத்தில் ஜூலை முதல் ஜூன் வரையிலான காலம் என இது வரையறுக்கப்பட்டது. ஆங்கிலத்தில் பத்து வருடங்களை 'DECADE' என்கிறார்கள் அல்லவா? அது போல பத்து ஆண்டுகளை குறிப்பதற்கு 'பசலி கணக்கு' என்று பெயர். ஆனால், காலத்துக்கு ஏற்ற புதிய கருத்துகளை ஏற்றுக்கொள்ளாமல் பழைய சம்பிரதாயங்களைக் கைவிடாத பழம்போக்கு; பழமைவாதம் இருக்கிறதே! அப்படி தற்காலத்து விஷயங்களைப் புரிந்துகொள்ளாமல் பல ஆண்டுகளுக்கு முந்தைய விஷயங்களை மட்டுமே பிரதானமாக பேசுகிறவர்களுக்கு நடைமுறையில் நம்மால் கொடுக்கப்படும் பட்டம்தான் 'பத்தாம் பசலி'!

() () ()

◼ **ஒரு மனிதர் எப்படி இருக்க வேண்டும் என்று நினைக்கிறீர்கள்?**

● 19 ஆண்டுகளுக்கு முன் நண்பர் லேகா ரத்னகுமாருடன் மெல்லிசை மன்னரை ஒரு படப்பிடிப்பில் சந்தித்தேன். எம்.எஸ்.வியை நடுவில் நிறுத்தி புகைப்படம் எடுக்க முயற்சி செய்தபோது அவர் தடுத்து, "நீங்க எழுத்தாளர். உங்க பக்கத்துல நான் நின்னு போட்டோ

எடுத்துகிட்டாத்தான் சரியாக இருக்கும்" என்று சொன்ன... 'தான்' என்கிற அகந்தை இல்லாதவர். மனிதர்கள் அப்படி இருக்க வேண்டும்!

() () ()

▪ உங்கள் இளமைக்கால நினைவுகளில் நீங்காத இடம் பிடித்த நிகழ்வு எது?

● என்னுடைய பத்தாவது வயதில்... எனக்குப் பிடிக்காத நிறத்தில் பேண்ட்- சர்ட் துணி எடுத்து, பார்வை மங்கலான திண்ணைக் கடை டெய்லரிடம் கூட்டிப் போய் அளவு எடுத்த பிறகு, 'எவ்வளவு லூசா தைக்க முடியுமோ அவ்வளவு லூசா தைத்து குடு' என்று என் தாத்தா சொன்னது!

() () ()

▪ இலக்கியம், ஜனரஞ்சகம்... என்ன வித்தியாசம்?

● ஒரு சிறுகதையோ, நாவலையோ இரண்டு தடவை படித்தும் புரியவில்லை என்றால் இலக்கியம். ஒரு தடவை படித்ததும் புரிந்துவிட்டதென்றால் அது ஜனரஞ்சகம்!

() () ()

▪ முதுமை சுமையா...?

● அது... குழந்தை பார்ட் 2.0! ஆரோக்கியம் கை கொடுத்தால் அதிஅற்புதம்! 60 சஷ்டியப்தபூர்த்தி, 70 பீமசாந்தி, 80 சதாபிஷேகம், 90 பூர்ணாபிஷேகம் என கொண்டாட்டம். பேரப்பிள்ளைகளோடு ஒரு குழந்தையாக மாறும் பாக்கியம் எத்தனை பேருக்கு கிடைக்கும்? முதுமை ஒரு வரம்!

() () ()

■ **எழுத்தாளராக இருக்கும் நீங்கள் யாருக்காவது புத்திமதி சொல்லி அவர்கள் அதை கேட்டிருக்கிறார்களா?**

● முகநூலில் நான் போட்ட பெற்றோர்கள் பற்றிய ஒரு பதிவைப் பார்த்துவிட்டு, மூன்று முகநூல் நண்பர்கள்... முதியோர் இல்லத்தில் விட்டிருந்த தங்கள் பெற்றோர்களை திரும்பவும் வீட்டுக்கு கூட்டி வந்துவிட்டதாக எனக்கு போன் செய்து சொன்னார்கள். நான்... இறைவனுக்கு நன்றி சொன்னேன்!

() () ()

■ **வசதி, வாய்ப்புகள் சென்னைக்கு அழைத்தும் கோவையைவிட்டு இன்னும் அசைய மறுப்பது ஏன்?**

● எழுத்துலகில் அசையாமல் இருக்க வேண்டும் என்பதற்காகத்தான்

() () ()

■ **எல்லோருக்கும் பிடித்த மாதிரி என்னால் நடந்துகொள்ள முடியவில்லையே?**

● எல்லோருக்கும் பிடித்த மாதிரி இருக்க வேண்டும் என்றால் ஒரேயொரு வழிதான் உண்டு. மனிதனாக பிறக்கக் கூடாது. நாட்டில் பணத் தாளாக அச்சாக வேண்டும்!

() () ()

■ **உங்கள் கதைகளை சினிமா இயக்குநர்களோ... தயாரிப்பாளர்களோ திருடினால் அவர்கள் மீது சட்டபூர்வமான நடவடிக்கை எடுத்தால் என்ன?**

● முதல் இரண்டு கதைகளை பறிகொடுத்தபோது சம்பந்தப்பட்ட சினிமா தயாரிப்பாளர்களுக்கும், அவற்றின் டைரக்டர்களுக்கும் வக்கீல் நோட்டீஸ் அனுப்பினேன். அவர்கள் பதிலுக்கு எனக்கு நோட்டீஸ் விட்டார்கள். அதில் அவர்கள் என்ன

குறிப்பிட்டிருந்தார்கள் தெரியுமா?

'ராஜேஷ்குமாரா... யார் அவர்? அப்படி ஒரு எழுத்தாளர் இருப்பது இப்போதுதான் எங்களுக்குத் தெரியும்!' என்பதுதான்!

என்னுடைய வக்கீலே நொந்து போய் தலையில் கை வைத்துக்கொண்டார். அதற்குப் பிறகு என்னுடைய கதைகள் களவு போகும்போதெல்லாம் சுப்ரீம் கோர்ட்டுக்கு, அதாங்க... பக்கத்தில் இருக்கிற கோயிலுக்குப் போய் முறையிடுவதோடு சரி!

() () ()

■ **நாத்திகம் பேசுபவர்களும் கறுப்பு உடை அணிகிறார்கள். அய்யப்ப பக்தர்களும் கறுப்பு ஆடை அணிகிறார்கள். இதிலிருந்து என்ன தெரிகிறது?**

● கடவுளுக்குப் பிடித்த நிறம் கறுப்பு என்று!

() () ()

■ **ஒரு நாள் முழுவதும் உங்களோடு இருக்க ஆசை. அது நிறைவேறுமா?**

● எனக்கும் ஆசைதான். ஆனால், ஒரு நாளைக்கு 24 மணி நேரம் என்பதுதான் பிரச்னையே!

() () ()

■ **நம் பெரியோர்கள் சொல்லிவிட்டுப் போன பொன் மொழிகளை அப்படியே கடைபிடித்தால் நமக்கு இளிச்சவாயன் என்கிற பட்டம்தான் கிடைக்கும் போலிருக்கிறதே?**

● அதனால் என்ன... 'அவன் மோசக்காரன்' என்று சொல்வதைவிட 'இளிச்சவாயன்' என்பது விருதுக்கு சமம். பெரியோர்கள் சொல்லிவிட்டுப் போன பொன்மொழிகளைவிட இணையதளத்தில் சிலர்

உதிர்க்கின்ற வார்த்தைகள் அர்த்தம் நிறைந்தவை. அவைகளைப் படித்தாலே போதும். இந்த உலகில் 70 சதவிகிதம் நல்லவர்களாக வாழ்ந்துவிட முடியும்.

இவற்றில் எடுத்துக்காட்டுக்கு சில...

1. வாழ்க்கையில் தோற்றவர்கள் இருவகை. ஒன்று: யார் பேச்சையும் கேட்காதவர்கள்! இரண்டு: எல்லோர் பேச்சையும் கேட்பவர்கள்!

2. நமக்கு வேண்டியது எதுவும் நம்மைவிட்டுப் போகாது. நம்மைவிட்டுப் போன அது நமக்கு வேண்டியதில்லை!

3. மகள்களைப் பெற்ற அப்பாக்களுக்கு மட்டுமே தெரியும்... மரண காலத்தில் அவள் தன் தாயாக இருப்பாள் என்று!

4. தேவை இல்லாத சின்னச் சின்ன செலவுகளைக் குறையுங்கள். காரணம், எவ்வளவு பெரிய கப்பலையும் சிறிய ஓட்டை மூழ்கச் செய்துவிடும்!

() () ()

நான் ஒரு வக்கீல். கடந்த சில ஆண்டுகளாக ஆண்களும், பெண்களும் என்னிடம் கொண்டு வருவதில் பெரும்பாலானவை விவாகரத்து வழக்குகளே! இப்படியொரு நிலைமை உருவாவது எதனால்?

- இப்போதைய தலைமுறை ஆண்களுக்கும் சரி... பெண்களுக்கும் சரி... பொறுமையும், சகிப்புத்தன்மையும் என்பதே வெகு குறைவு. கணவனும், மனைவியும் சுமுகமான உறவோடு சந்தோஷமான வாழ்க்கையை விரும்பினால் முதலில் அவர்கள் ஓர் உண்மையைப் புரிந்துகொள்ள வேண்டும்.

ஒருவரை ஒருவர் கணவன்,மனைவி என்ற

கண்ணோட்டத்தில் பார்ப்பதை விடுத்து, பரஸ்பரம் உணர்ச்சியுள்ள மனிதர்களாகப் பார்க்க வேண்டும். அப்படி பார்த்துக்கொள்ள ஆரம்பித்தாலே பாதி பிரச்சினைகள் காணாமல் போய்விடும். 'இந்த உயிர் என்னோடு உறவாக இணைந்திருப்பதை தேர்வு செய்திருப்பது எவ்வளவு அற்புதமான விஷயம்?' என்று இருவரும் மனதார உணர்ந்தால் மட்டுமே அங்கு உண்மையான அன்பு குடியிருக்கும். இரண்டு பேருமே பரஸ்பரம் பாராட்டிக்கொண்டும், ஒருவர் உணர்வுகளை இன்னொருவர் புரிந்துகொண்டும் வாழ்ந்தாலே போதும். பிரிவு அங்கே எட்டிப் பார்க்காது.

மனைவி என்பவள் மகத்தான உறவு என்பதை ஆணும், 'கணவன் என்பவன் கண் நிறைந்த பாதுகாவலன்' என்பதைப் பெண்ணும் புரிந்துகொள்ள வேண்டும். யாருக்கும் யாரும் அடிமை கிடையாது என்பதை உணர்த்தும் தத்துவம்தான் அர்த்தநாரீஸ்வரர். கடவுள் நம்பிக்கை இல்லாதவர்கள்கூட அர்த்தநாரீஸ்வரர் சிலையைப் பார்க்க நேர்ந்தால்... கணவன்,மனைவி இருவருமே ஈருயிராக இருந்தாலும் ஓர் உடலே என்பதை புரிந்துகொள்ளும் பக்குவத்துக்கு வந்துவிட வேண்டும்.

பெற்று வளர்த்த தாய்கூட ஓர் எல்லை வரைதான் மகனின் சுதந்திரத்தில் தலையிட முடியும். ஆனால், மனைவிக்கோ வருடத்தின் 365 நாட்களும் சுதந்திர திருநாள்தான்! மனைவியும் அந்த சுதந்திரத்தை சரியான முறையில் பயன்படுத்திக்கொண்டால் வாழ்க்கை என்றென்றும் வசந்தமே!

() () ()

■ **தமிழ்நாட்டில் உள்ள விமான நிலையங்களில் பணிபுரியும் பலஅதிகாரிகளுக்கும், பணியாளர்களுக்கும் தமிழ்**

தெரிவதில்லை. இதனால் ஆங்கிலம் தெரியாத பயணிகள் சிரமப்படுவதை நேரில் பார்த்தேன். விமான நிலையங்களில் ஆங்கிலம், இந்தி மொழி தெரிந்தவர்கள் மட்டுமே பணியாற்ற வேண்டும் என்ற விதி இருக்கிறதா?

- அப்படி எந்த விதியும் இல்லை. அண்மையில் நான் சென்னை விமான நிலையம் சென்றபோது ஒரு சம்பவம் நடந்தது.

இளைஞர் ஒருவர் விமான நிலையத்தில் உள்ள தகவல் மையத்தை நெருங்கி, அங்கிருந்த அதிகாரியிடம் ஏதோ தமிழில் கேட்க, அவர் அதற்கு ஆங்கிலத்தில் பதில் சொனார். இவர் பேசுவது அவருக்குப் புரியவில்லை. அவர் பேசுவது இவருக்குப் புரியவில்லை. இப்படியொரு போராட்டம் நடந்து கொண்டிருக்கும்போதே தமிழ் தெரிந்த ஊழியர் அங்கு வந்து, அந்த மொழி பிரச்சினையை தீர்த்து வைத்தார். அதைப் பார்த்துகொண்டிருந்த பத்திரிகையாளர் ஒருவர் கோபத்தோடு வந்து அதிகாரியிடம் பேசினார். "இது தமிழ்நாட்டின் தலைநகரம். தினந்தோறும் 90 சதவிகிதம் தமிழ் தெரிந்த பயணிகள்தான் இங்கே வருகிறார்கள். அவர்களில் பாதி பேருக்கு ஆங்கிலம் தெரியாது.

முன்பெல்லாம் மேட்டுக்குடி மக்கள் மட்டுமே விமானத்தில் பயணம் செய்தார்கள். இன்றைக்கு நிலைமை அப்படி இல்லை. சாதாரண மக்களும் விமானப்பயணங்களை மேற்கொள்கிறார்கள். ஆனால், அவர்களுக்கு தெரிந்த ஒரே மொழி தமிழ்தான்! நிலைமை இப்படி இருக்கும்போது... தமிழ் தெரிந்த அதிகாரிகளை தகவல் மையத்தில் உட்கார வைப்பதுதானே முறை" என்று ஆதங்கமாகக் கேட்க... அந்த அதிகாரி சொன்ன பதில் என்ன தெரியுமா? "இப்போதெல்லாம் தமிழ் பயணிகள் விமான நிலையத்துக்குள் வந்துவிட்டால், அவர்கள் ஆங்கிலம்தான் பேசுகிறார்கள். தமிழில்

பேசுவது இல்லை. அதனால் தமிழ் தெரியாத அதிகாரிகள் இங்கே பணியாற்றுகிறார்கள்!"

இந்த பதிலை கேட்டு உஷ்ணமான பத்திரிகையாளர் பதிலுக்கு சூடாய் கேட்டார்: "இப்படித்தான் டெல்லி, மும்பை போன்ற விமான நிலையங்களில் உள்ள தகவல் மையங்களில் இந்தி தெரியாத அதிகாரிகளும் நியமிக்கப்பட்டுள்ளார்களா?"

பத்திரிகையாளர் கேட்ட இந்தக் கேள்வியால் அதிர்ந்து போன அதிகாரி மவுனம் சாதிக்க... பத்திரிகையாளர் அதே இடத்தில் உட்கார்ந்து விமான நிலைய இயக்குநருக்கு புகார் கடிதம் எழுத ஆரம்பித்தார். அது எந்த அளவுக்கு பயன் தரும் என்று தெரியவில்லை. (உபரி தகவல்: ஜப்பான் நாட்டில் எல்லா விமான நிலையங்களில் பணியாற்றும் அதிகாரிகளும், பணியாளர்களும் முதலில் பயணிகளிடம் ஜப்பானிய மொழியில்தான் பேச வேண்டும். ஜப்பான் மொழி தனக்கு தெரியாது என்று அந்த பயணி சொன்னால்தான் ஆங்கிலம் பேச வேண்டும்!)

() () ()

■ **உங்கள் மனைவியின் சமையலை நீங்கள் குறை கூறுவது உண்டா?**

● குறை சொல்லும்படி இருக்காது. அப்படியே குறை இருந்தாலும், நான் சாப்பிட்டுக்கொண்டே... "நேற்று வைத்த சாம்பார், ரசம்... 'சான்ஸே இல்லை. ஒரு படி தூக்கல்" என்று சொன்னாலே போதும், அடுத்த நாள் சமையல் கூடுதல் அயிட்டத்தோடு அமர்க்களமாக இருக்கும்!

() () ()

■ உங்களுக்குப் பிடித்த ஆங்கிலப் பொன்மொழிகள் எவை?

● தோற்றுப் போக நேர்ந்தால், கவலைப்படாதீர்கள்; காரணங்களை ஆராய்ந்தால் குறைகள் தெரியும். மீண்டும் முயற்சியுங்கள்! - சி.பி.மிக்லிவர்

பாவத்துக்கு பல கருவிகள் உண்டு. ஆனால், அவற்றுக்கெல்லாம் பொருத்தமான பொய் என்னும் கைப்பிடி தேவை! - உட்வெல்

செய்த தவறை ஏற்றுக்கொள்வதே தன்மானத்தின் சிகரமாகும்! - ஜான் டிரைடன்

உழைப்பு என்பது வாழ்க்கை; சோம்பல் என்பது தற்கொலை! - பெர்ட்ரண்ட் ரசல்

() () ()

■ உங்களுக்கு ஹைக்கூ கவிதை பிடிக்குமா?

● எனக்குப் பிடித்த கவிதை இது.....

மதுபானக் கடையின்

மறைமுக 'ஏஜெண்ட்'

காதலி!

() () ()

■ உங்கள் ஊரான கோவையைப் பற்றி கொஞ்சம் அதிகப்படியாக பெருமையடித்துக்கொள்வது சரியா?

● என்னுடைய ஊர் பெருமையை நான் பேசவில்லை சென்னைவாசி ஒருவர் என்னிடம் சொன்னது இது..

தலைநகர் அந்தஸ்தில் இருக்கிறது சென்னை; மதுரையைக் கடக்கிறது வைகை; நெல்லையை தழுவிச் செல்கிறது தாமிரபரணி; தூத்துக்குடியிலே

துறைமுகம் இருக்கிறது; திருச்சியிலே பெல் (பாரத் ஹெவி எலக்ட்ரானிக்ஸ் நிறுவனம்) இருக்கிறது; என்.ஐ.டி. இருக்கிறது; என்னதான் இருக்கிறது இந்த கோவையில்...?

பேர் சொல்லும்படி எந்த ஒரு ஆறுமில்லை; வானளாவிய கோயிலுமில்லை; இதிகாசத்திலே இடமுமில்லை; இன்னும் சொல்வதானால், 1927ஆம் ஆண்டு ஆங்கிலேயரின் ஆவணப்படி, குடிநீரும், சுகாதாரமும் இல்லாத இந்த ஊரில், மக்கள் வாழத் தகுதியே இல்லை. அப்புறம் எப்படி இந்த ஊரிலே குடியேறினார்கள் இத்தனை லட்சம் பேர்?

() () ()

■ **தலைவர்கள் இருப்பதால், தலைநகருக்குக் கவனிப்பு அதிகம்; மற்ற ஊர்களுக்காக பரிந்து பேச ஆங்காங்கே ஒரு தலைவர் இருக்கிறார். இந்த கோவை மண்ணுக்காக குரல் கொடுக்க, இன்று வரை ஒரு நல்ல அரசியல் தலைவர் இங்கே இல்லை; ஆனாலும், இந்த நகரம் இத்தனை கம்பீரமாய் வளர்ந்து நிற்கிறதே... எப்படி?**

● விரக்திகளும் வேதனைக்குரிய கேள்விகளும் நிறைய இருந்தன; இப்போதும் இருக்கின்றன; ஆனால், எல்லாவற்றையும் வெற்றிச் சரித்திரமாக்குவதுதான் இந்த கோவை மண்ணின் மகத்துவம். இருநூறு ஆண்டுகளுக்கு முன்னால் இது ஒரு நகரமில்லை; இன்றைக்கு இந்த நகரைத் தவிர்த்து தமிழக வரலாறே இல்லை. கோவையில் எளிதாய்ப் பிழைக்கலாம்; உழைத்தால் செழிக்கலாம்! வந்தாரை மட்டுமல்ல; வாழ்வில் நொந்தாரையும், தாயாய்... தந்தையாய் அரவணைத்து, வாழ வழி கொடுக்கும் உழைப்பின் பூமி இது! எந்த அரசின் ஆதரவுமின்றி, இந்த நகரம் இத்தனை பெரிதாய் வளர்ந்ததன் ரகசியமும் இதுவே! 'பஞ்சாலை நகரம்' என்ற பெயரையும் கொஞ்சம் கொஞ்சமாய் இழந்து வந்தாலும், இந்த டெக்ஸ்டைல்

சிட்டி, சமீபகாலமாய் ஹைடெக் சிட்டியாய் மாறி வருகிறது என்பதுதான் உண்மை.

உயர் கல்விச் சாலைகள், தகவல் தொழில் நுட்பப் பூங்காக்கள், அதிநவீன மருத்துவமனைகள், அகில உலகுக்கும் சவால் விடும் ஆட்டோமொபைல் தொழிற்சாலைகள். அரசு அமைத்து சோபிக்காமல் போன டைடல் பார்க் தவிர இந்த நகருக்கு இத்தனை பெரிய வளர்ச்சியை வாரிக் கொடுத்தது இங்குள்ள தனியார் தொழில் முனைவோர்தான்.

எத்தனை வேகமாய் வளர்ந்தாலும், இன்னும் கட்டமைப்பு வசதிக்காகப் போராடுகிற நிலைதான் இங்கே! ஆனாலும், சோதனைகளைக் கடந்து தமிழகத்தின் இரண்டாவது தலைநகரம் என்ற சாதனை படைக்கிறது கோவை நகரம்.

இடையிலே ஒரு தடவை மதம் பிடித்தாலும், அதிலும் பீனிக்ஸ் பறவையாய் மீண்டெழுந்து, இன்று ஒற்றுமையின் ஊராக பெயர் பெற்றிருக்கிறது கோவை. குளங்களைக் காக்க குரல் கொடுக்கிறது சிறுதுளி; மரங்களை வெட்டினால், ஓடோடி வருகிறது ஓசை; ரெயில் சேவைக்காக போராடுகிறது ராக்.

மரியாதைக்குரிய கொங்குத் தமிழ், அத்துப்படியான ஆங்கிலம், இதமான காலநிலை, சுவையான சிறுவாணி, அதிரடி இல்லாத அரசியல், இவற்றையெல்லாம் தாண்டி... அமைதியை விரும்பும் மக்கள் இங்கே இருக்கிறார்கள். சாதி, மதங்களைக் கடந்து, உழைப்பால் ஒன்றுபட்டு நிற்கும் கோவை மண்ணின் மைந்தர்களே... ஆலமரமாய் எழுந்து நிற்கும் இந்த நகரத்தின் ஆணிவேர்கள்.

புதுப்புது நுட்பங்களால் கண்டுபிடிப்புகளில் கலக்கும் தொழில் முனைவோராலும்... சமூக அக்கறையும், சமத்துவ நேசமும் கொண்ட மனிதர்களாலும்

கோயம்புத்தூர் நகரம் தினமும் புத்துணர்வோடு புகழின் சிகரம் நோக்கி நடை போடுகிறது... என்ர ஊரு கோயமுத்தூருங்கோ!

() () ()

■ **டாஸ்மாக்கை கடுமையாக சாடுகிறீர்கள். பலன் கிடைக்குமா?**

● கிடைக்காது என்று தெரியும். இருந்தாலும் என் மனக்கு முறல்களை வெளிப்படுத்த தயங்கமாட்டேன்.

இதோ ஒரு லேட்டஸ்ட் மனக்குமுறல்...

அன்று காலை 8 மணி அளவில் தடாகம் ரோட்டில் பயணித்துக்கொண்டிருந்தேன். திடீரென்று என் காரை முந்திக்கொண்டு ஒரு பைக் வேகமாகச் சென்றது. பைக்கில் இரண்டு இளைஞர்கள். பின்னால் உட்கார்ந்திருந்த இளைஞனின் கையில் பீர் பாட்டில். நான் பார்த்துக்கொண்டிருக்கும் போதே அவன் ஒரு வாய் பீர் குடித்துவிட்டு, பைக் ஓட்டிக் கொண்டிருந்தவனிடம் கொடுக்க... அவனும் வாங்கிக் குடித்துவிட்டு பைக்கை விரட்டினான். கடவுளே... அது சாதாரண தண்ணீராக இருக்க வேண்டும் என்று பல பாஷைகளிலும் வேண்டிக்கொண்டேன்!

() () ()

■ **விவேகானந்தரின் பொன்மொழிகளில் உங்களுக்குப் பிடித்தது?**

● நாம் இப்போது இருக்கும் நிலைக்கு நாமே பொறுப்பு. நாம் எப்படியெல்லாம் இருக்க வேண்டும் என்று விரும்புகிறோமோ அப்படி அமைத்துக்கொள்ளும் ஆற்றல் நம்மிடம் இருக்கிறது. ஒன்று நடக்கிறதோ இல்லையோ... 'அப்படி நடந்துவிடுமோ... இப்படி

நடந்துவிடுமோ? அப்படி இருக்குமோ... இப்படி இருக்குமோ?' என்ற பயமே மனிதனை நிம்மதி இல்லாமல் ஆக்கிவிடுகிறது. பிரச்சினைகளை தூரத்தில் வைத்துப் பழகுங்கள். நிம்மதி பக்கத்திலேயே இருக்கும்!

() () ()

▪ தமிழகத்தில் வெற்றிடம் இருக்கிறது என்பது உண்மையா?

● தமிழகத்தில் மட்டுமல்ல... உலகத்தில் எந்த இடத்திலும் வெற்றிடம் இருக்க வாய்ப்பு இல்லை. ஏனென்றால், எந்த இடத்தில் வெற்றிடம் ஏற்பட்டாலும் அந்த இடத்தை அடுத்த 'மைக்ரோ' விநாடியே காற்று நிரப்பிவிடும் என்கிறது விஞ்ஞானம்!

() () ()

▪ எழுத்துலகில் நிலைத்து நிற்க... அறிமுக எழுத்தாளரான எனக்கு நீங்கள் கூறும் அறிவுரை என்ன?

● 'கடுகைவிடச் சிறிய ஆலம் விதையே ஒரு பெரிய விருட்சமாய் விழுதுகளோடு எழுந்து நிற்கும்போது நம்மால் முடியாதா?' என்று ஒவ்வொரு விநாடியும் நீங்கள் நினைத்தால் போதும். எழுத்துத் துறையில் மட்டுமல்ல... எந்தத் துறையாக இருந்தாலும் சரி நீங்கள் சக்கரவர்த்திதான்!

() () ()

▪ 'பெண்களில் 4 பேரை மறக்கக் கூடாது ' என்று சொல்கிறார்கள். அவர்கள் யார்?

● நான் எங்கேயோ படித்தது... உங்களுக்கு பதிலாக மாறுகிறது.

1) நம்மைப் பெற்றவள்.

2) நம்மை கைப்பிடித்தவள்.

3) நம்மோடு பிறந்தவள்.

4) நமக்குப் பிறந்தவள்.

() () ()

ஆண்களைவிட பெண்கள் எளிதில் ஏமாறுவது ஏன்?

● கணவனும், மனைவியும் கடைத்தெருவில் நடந்து சென்றுகொண்டிருக்கும்போது சற்றுத் தொலைவில் இருந்த விளம்பரத்தைப் பார்த்து ஆச்சர்யப்பட்டாள் மனைவி. காஞ்சிபுரம் பட்டுச் சேலை 20 ரூபாய். பாலியெஸ்டர் நைலான் சேலை 15 ரூபாய். காட்டன் சேலை 10 ரூபாய். கணவனை நிறுத்தினாள் மனைவி. "என்னங்க... ஒரு ஐநூறு ரூபாய் இருந்தா கொடுங்க. அம்பது சேலைகளை அள்ளிட்டு வந்துடுறேன்." கணவன் எரிச்சலோடு மனைவியைப் பார்த்து சொன்னான்: "கண்ணாடியைத் துடைச்சு போட்டுக்கிட்டு பாரு. அது இஸ்திரி போடும் கடை!" (நெட்டில் படித்ததுதான்)

() () ()

கோயிலுக்குப் போனால் கடவுளிடம் என்ன வேண்டு வீர்கள்?

● சில ஆண்டுகளுக்கு முன்பு வரை கோயில்களுக்குப் போனால் அந்தந்த தெய்வங்களுக்குரிய 'காயத்ரி' மந்திரத்தை சொல்லிவிட்டு சின்னதும் பெரியதுமாய் சில கோரிக்கைகள் வைப்பேன். ஆனால், அண்மையில் பழைய பெருமாள் கோயிலுக்குச் சென்றிருந்தபோது அதன் கர்ப்பக்கிரக மேற்புறச் சுவரில் கொட்டை எழுத்தில் எழுதப்பட்டிருந்த வாசகங்கள் கண்ணில்பட்டன. 'எம் பெருமானே! நீ எனக்கு இப்போது கொடுத்ததே போதுமானதாக உள்ளது. ஆனாலும் இன்னமும் எனக்கு அது வேண்டும், இது வேண்டும் என்று

கேட்பதற்கு என் மனம் கூசி வெட்கப்படுகிறது. இதுவே போதும் என்கிற மனதை எனக்குக் கொடு!' இப்போதெல்லாம் நான் கோயிலுக்குப் போனால் காயத்ரி மந்திரத்தை உச்சரிப்பதோடு சரி!

() () ()

கதை எழுதத் தெரிந்த உங்களுக்கு கவிதையும் வருமா?

- வராது! படித்து ரசிக்க மட்டுமே தெரியும். அதிலும் 'ஹைக்கூ' ரொம்பவும் பிடிக்கும். அண்மையில் பென்சிலைப் பற்றிய ஒரு 'நறுக்' கவிதை படித்தேன்...

கூர்மையாக இரு!

இல்லாவிட்டால் சீவிவிடுவார்கள்!!

() () ()

உங்களுடைய கதைகளுக்கு காப்பிரைட்ஸ் வாங்கி வைப்பதில்லையா?

- ஜனாதிபதியின் ஒப்புதலையே வாங்கி வைத்திருந்தாலும், இவர்கள் கவலைப்படவோ... பயப்படவோ மாட்டார்கள். நான் கோர்ட்டுக்குப் போனால் அது என்னுடைய கதை என்று நிரூபிக்க 30 ஆண்டுகள் ஆகும். வக்கீல் ஃபீஸ் எகிறிவிடும். பரவாயில்லையா...?

() () ()

என்னால் மதுப் பழக்கத்திலிருந்து விடுபட முடியவில்லை. நீங்கள் நல்ல வழி சொல்லுங்களேன்...?

- முகநூலில் படித்த பதிவு. உங்களுக்கு உதவுமா என்று பாருங்கள்...

அவன் பெருங்குடிகாரன் இல்லை. 1994-ம் ஆண்டு நண்பன் ஜலால் போசின் தந்தை இறந்த மாலைப்

பொழுதில் இன்னொரு நண்பர் அவனை அழைத்துச் சென்று பீர் குடிக்கப் பழக்கினார். அதுவரை மதுவையே தொடாத அவனுக்கு அது அமிர்தமாகத் தெரிந்தது. பொன்னிற திரவம் உள்ளே செல்லச் செல்ல அவன் உடலுக்குள் வெப்பம் பரவியது. சின்ன பீருக்கே வானில் பறந்ததாய் உணர்ந்தான். அதன்பின் மாதத்துக்கு ஒரு முறையோ... இருமுறையோ பீர் அடிப்பான்.

ஒரு முறை சங்க கூட்டத்துக்கு அழைப்பை ஏற்றுச் சென்றான். கூட்டம் முடிந்த பின்னர் குளிர் பானத்தில் பிராந்தியைக் கலந்து அவனுக்கு கொடுக்க... குடித்து முழு போதையில் மட்டையானான். அதன் பின்னர் அவன் 'கடும் பானம்' பக்கம் போவதே இல்லை. எப்போதாவது சில விடுமுறை தினங்களில் மட்டும் ஒரு பீர் அல்லது இரண்டு பீருடன் நிறுத்திக்கொள்வான். சில வேளைகளில் மட்டும் நண்பர்களுடன். பீர் அடித்தால் உணவு அருந்திவிட்டு தூங்கிவிடுவான். குடித்தால் சிலருக்கு வாய் குளறும். இவன் அப்படிகுடிக்கவே மாட்டான். அவனது எல்லையோடு குடிப்பதை முடித்துவிடுவான்.

அவனுக்கு ஓர் அனுபவம். கன்னியாகுமரி மாவட்டம் உண்ணாமலைக்கடையில் பொதுமக்களுக்கு இடையூறாக இருந்த அரசு மதுபானக் கடையை அகற்ற நாள்கணக்கில் போராட்டம் நடந்தது. எந்த முடிவும் எட்டப்படாத நிலையில் 2015 ஜூலை 31-ம் தேதி காலை கையில் கயிறு, மண்ணெண்ணெய் சகிதம் 150 அடி உயர செல்போன் கோபுரத்தின் உச்சியில் ஏறி நின்றுகொண்டார் காந்தியவாதி சசிபெருமாள். "அந்த மதுக்கடையைப் பூட்டும் வரை கீழே இறங்கமாட்டேன்... இல்லையேல் தீக்குளிப்பேன்" என்றார். அவரோடு அன்றைய உண்ணாமலைக்கடை பேரூராட்சி தலைவர் ஜெயசீலனும் அதே கோபுரத்தில் ஏறி மத்திய பகுதியில் நின்றார்.

கோபுர உச்சியில் நின்ற சசிபெருமாள், தான் கொண்டு சென்ற மண்ணெண்ணெயை உடலில் ஊற்றிக்கொண்டார். வெயிலின் தாக்கம் ஒரு புறம்... உடலில் வழிந்த மண்ணெண்ணெயின் வெப்பம் மறுபுறம்... லேசாக மயங்கினார் சசிபெருமாள். கீழே காவல்துறையினர் இறங்குமாறு அறிவிப்பு செய்தும் எந்தவித பலனும் இல்லை. மக்கள் கூட்டம் கீழே வேடிக்கை பார்க்கக் குவிந்தது. "போலீஸ் மேலே வந்தால் குதித்துவிடுவேன்" என மிரட்டினார் சசிபெருமாள். நேரம் கடந்துகொண்டிருந்தது. கீழே இருந்து கேமிராவால் ஜூம் செய்து கோபுர உச்சியில் நின்றிருந்த சசிபெருமாளைப் பார்த்தான் இவன். அதிர்ந்தான். கோபுரத்தின் உச்சியில் நின்ற சசிபெருமாள் அவரது உடம்போடு சேர்த்து கயிற்றால் கோபுரக்கம்பியை இணைத்திருந்தார். கேமராவை அவன் ஜூம் செய்த நேரம்... மயக்கத்துக்கு ஆட்பட்ட அவரது தலை 'டொங்'கென சரிவதைப் பார்த்து உள்ளம் பதை பதைத்தான். ரத்த வாந்தி எடுத்து சரிந்தார் சசிபெருமாள்.

அப்போது மேலே சென்ற போலீசார் அவரை லாவகமாக பிடித்து மெதுவாக கீழிறக்கி வந்தனர். பார்த்தவனுக்கு நெஞ்சு பதறியது. அந்நேரமே அவரது உயிர் பிரிந்திருக்கும் என்றே அவனுக்குத் தெரிந்தது. உடலெங்கும் ரத்த அபிஷேகம் நடந்தது போல் கீழிறக்கப்பட்ட அவரை ஆம்புலன்சில் ஏற்றி குழித்துறை அரசு ஆஸ்பத்திரிக்கு கொண்டு சென்றனர் வேகவேகமாக! அங்கே பரிசோதித்த டாக்டர்கள் அவர் இறந்துவிட்டதாக கூறினர். நாகர்கோவில் அரசு மருத்துவக் கல்லூரியில் பிரேத பரிசோதனைக்காகக் கொண்டு செல்லப்பட்ட உடலைப் பார்த்து கண்ணீர் மல்க அங்கிருந்து கிளம்பினான் அவன். சசிபெருமாள் உடலில் இருந்து உயிர் மூச்சு பிரிந்த பின்னர், சர்ச்சைக்குரிய உண்ணாமலைக்கடை

மதுபானக்கடையை மூட அரசு உத்தரவிட்டது.

இந்த சம்பவம் நடந்து ஒரு வாரத்துக்குப் பின்னர் அவன் பீர் குடிக்கும் எண்ணத்தில் ஆற்றூர் மதுக்கடையின் முன்னே வண்டியை நிறுத்தி உள்ளே செல்ல கால்களை எடுத்து வைத்தான். கண் முன்னே சசிபெருமாளின் முகமும், கோபுரத்தில் அவர் உயிர்விட்ட காட்சியும் நினைவுக்கு வர... ‘மதுப் பழக்கத்துக்கு எதிராகவும், மதுக்கடையை அடைக்க சேலத்தில் இருந்து நம்ம ஊர் வந்து செல்போன் கோபுர உச்சியில் ஏறி உயிர் விட்டிருக்கிறார் ஒருவர். அப்படி இருக்க... பாழாய்ப் போன மதுவை குடித்து அல்ப சுகம் காண வேண்டுமா?’ என்கிற கேள்வி அவனுள் எழுந்தது. கால்கள் தடுமாற... முன்வைத்த காலை பின்னே வைத்தான். அதன் பின்னரும் இரு முறை மதுக்கடைக்குச் சென்று மது அருந்த மனமின்றி திரும்பினான். எப்போதாவது மது அருந்துவதுகூட அவனது மனைவிக்குப் பிடிக்காத விஷயம். அவளிடம் சொன்னான்: “இனி நான் குடிக்கவே மாட்டேன்” என்று! காரணம் கேட்டாள் மனைவி. அவன் சொன்னான்: “நம்மூருக்கு ஒருவர் வந்து, மதுவுக்கு எதிராகப் போராடி உயிர் இழந்திருக்கிறார். அப்படி இருக்க... நான் குடிப்பது சரியா?” அதைக் கேட்டு மகிழ்ந்தாள் மனைவி!

அதன் பின்னர் பல நிகழ்வுகள். நண்பர்களோடு தண்ணிப் பார்ட்டியில் கலந்து கொள்வான். அவன் கையில் மதுக்கோப்பை தவழாது. குளிர்பானம் மட்டுமே தவழும். ஒரு பெருவிருந்தில் எல்லோரும் தண்ணி போட்டு மகிழ்ச்சிப் பெருங்கடலில் நீந்தி... அவனையும் வற்புறுத்த... ‘வேண்டாம்!’ என்றதோடு குளிர்பானத்தைக் குடித்தபடி வேடிக்கைப் பார்த்தான். “நான் நிறுத்திவிட்டேன். இனி தொடங்கி, மறுபடியும் இந்த மதுக் கடலில் இறங்க விருப்பமில்லை!” என்றான். அவனது வைராக்கியத்தைப் பார்த்து அதிசயித்தனர்

நண்பர்கள். முன்பெல்லாம் பீர் அடிக்கும்போது எப்போதாவது தலைவலியும் வரும். இப்போது அதுவும் அவனைவிட்டுப் போய்விட்டது.

என்ன செய்ய...? ஒருவர் உயிர்விட்டு, ஒருவனை மதுவைக் கைவிடச் செய்திருக்கிறார். இருபது ஆண்டு சிறு போதைப் பழக்கம்... இரு விழிகள் கண்டு இதயம் நொறுங்கிய காட்சியால் இல்லாமல் போனது அவனிடமிருந்து! இன்புறுகிறான் அவன் இப்போது!! '

'இன்று அரசு படிப்படியாக மதுக் கடைகளை குறைத்து வருகிறது. மதுக்குடிப்போரின் எண்ணிக்கை கொஞ்சம் குறைந்து வருகிறது' என புள்ளி விவரங்கள் தெரிவிக்கிறது. இது சற்று மகிழ்ச்சி. நாளை மது இல்லா தமிழகம் மலர வேண்டும்.

கடைசியாக... இங்கே குறிப்பிட்ட அந்த 'அவன்'... நான் தான் என தனியாகச் சொல்ல வேண்டுமா என்ன? (சிந்துகுமார், திருவட்டாறு - பத்திரிக்கையாளர்)

() () ()

■ **உங்கள் வெற்றியின் ரகசியம்?**

● 86,400 விநாடிகள்! இதை படித்த அடுத்த விநாடியே உங்களுக்குப் புரிந்துவிட்டால் நீங்களும் வெற்றியாளர்தான். புரிகிறதா...உங்களுக்கு?

() () ()

■ **'தூங்குபவர்களை எழுப்பக் கூடாது' என்கிறார்கள். காரணம் என்ன?**

● அப்போதுதான் அவர்கள் பாவம் செய்யாமல் இருக்கிறார்கள்...' என்று புத்தர் சொன்னதாக படித்திருக்கிறேன்.

() () ()

■ **வெங்காய விலை...?**

● அதை கொஞ்ச நேரம் மறந்துவிடுங்கள்.

என்னுடைய வாட்ஸ் அப்க்கு வாசகர் ஒருவர் அனுப்பி வைத்த இந்த 'திகில்' கதையைப் படியுங்கள்...

அவனுக்கு அன்று வீட்டுக்கு வர இரவு 12 மணி ஆகிவிட்டது. எங்கு பார்த்தாலும் கும்மிருட்டு. நாய்கள் ஊளையிட்டுக்கொண்டிருந்தன. தெருக்களிலும், வீடுகளிலும் ஒரு 'லைட்'கூட எரியவில்லை. மனதில் மரண பயம். 'பயத்தைப் போக்க என்ன வழி?' யோசித்தான். அடுத்த விநாடியே... உரத்த குரலில், "பெரிய வெங்காயம், சின்ன வெங்காயம் கிலோ அஞ்சு ரூபாய்" என கத்தினான். என்னே ஆச்சரியம்... எல்லா வீட்டிலும் லைட் எரிய ஆரம்பித்தது. அனைவரும் வெளியே வந்து வெங்காயக்காரனைத் தேட... அவன் நிதானமாக வெளிச்சத்தில் நடந்து வீடு போய் சேர்ந்தான்!

() () ()

■ **உங்களுக்குப் பிடித்த இசைக் கருவி எது ?**

● 'ஜால்ரா'வைத் தவிர எல்லாமே!

() () ()

■ **மதுரையில் பெண்கள் மது அருந்த தனி 'பார்'. என்ன நினைக்கிறீர்கள்?**

● மதுரை என்ற வார்த்தையில் மது இருப்பதால் அந்த ஊரில் இருந்து ஆரம்பித்துவிட்டார்கள் போலிருக்கிறது.

இது குறித்து வாசக சகோதரி ஒருவர் எனக்கு அனுப்பிய கடிதம் இது. குடும்பத் தலைவி பெயர் ராதா ரகு.

'ராஜேஷ் சார், நான் பெங்களூரில் பல வருடங்களாக

இருப்பவள். என் இரு பிள்ளைகளும் ஐ.டி. கம்பெனியில் வேலை பார்ப்பவர்கள். தற்போது அமெரிக்காவில் இருக்கிறார்கள். என் அக்கா மகனும் லண்டனில் ஐ.டி. கம்பெனியில் இருக்கிறான். இவர்கள் இங்கிருக்கும் வரை ஒரு வீக் என்ட் பார்ட்டிக்கும் போனதில்லை. இதுவரை மதுகோப்பையைக் கையில் எடுத்ததில்லை. அதுவும் என் சிறிய மகன் எப்பொழுது பார்த்தாலும், மீட்டிங், கான்ஃபரன்ஸ் என்று அமெரிக்கா முழுவதும் சுற்றுகிறான். மதுவை மறுக்கும் மன வலிமை நமக்குள் இருக்க வேண்டும். ஆனால், இன்று பெண்கள்கூட இந்த ஐ.டி. கலாசாரத்தால் பாழாகி வருகிறார்கள். அதுவும் தமிழ்நாட்டில் பல பெண்கள் இப்படி என்று பார்த்து அதிர்ச்சிதான்! மேட்ரிமோனியலில் தைரியமாய் சோஷியல் டிரிங்கர் என்று இப்பெண்கள் போடுகிறார்கள். சோஷியல் டிரிங்க் என்பது... ஆணோ, பெண்ணோ முழு நேர குடிகாரர்களாக மாறுவதற்கு எத்தனை நேரமாகும்? எதிர்காலத் தலைமுறையை நினைத்தால் பயம்தான் வருகிறது!

() () ()

■ இயற்கை – இறைவன்... எதை நம்புகிறீர்கள்?

● யுவர் ஆனர்...! இரண்டு வார்த்தைகளுமே 'இ' என்ற எழுத்தில் ஆரம்பிக்கின்றன. இரண்டுக்குமே நான்கு எழுத்துகள். எனவே, இறைவன் என்று சொல்ல விரும்பாதவர்கள் இயற்கை என்று சொல்லிக்கொள்வதில் எனக்கு எந்த ஆட்சேபனையும் இல்லை என்பதைக் கனம் கோர்ட்டார் அவர்களுக்குத் தெரிவித்துக்கொள்கிறேன்!

() () ()

■ எத்தனையோ தியாகிகள், இந்த சமுதாயத்துக்கு முழுத் தொண்டு செய்து தங்களையே அர்ப்பணித்தவர்கள்

இருக்கும்போது குத்தாட்டம் போடும் நடிகர்களுக்கும், ஆபாசமாய் படம் எடுக்கும் சினிமா பிரபலங்களுக்கும் சில பல்கலைக் கழகங்கள் கவுரவ டாக்டர் பட்டம் வழங்குவது எந்த விதத்தில் சரி...?

- யாருக்கு டாக்டர் பட்டம் கொடுக்க வேண்டும், கொடுக்கக் கூடாது என்பதெல்லாம் பல்கலைக் கழக துணை வேந்தர்களுக்கு நன்றாகவே தெரியும். யாருக்கு கொடுக்கிறார்கள் என்பதை வைத்து அந்தப் பல்கலைக் கழகத்தின் தரத்தை உணர்ந்துகொள்ளலாம். விருதுகளும், பட்டங்களும் பெரும்பாலானவர்களுக்கு பொருந்தாத ஆடைகளாகவே உள்ளன என்பதுதான் உண்மையிலும் உண்மை!

() () ()

உங்களுக்கு வாசகர்கள் சிறுகதைகள் எழுதி அனுப்பினால் படித்துப் பார்ப்பதுண்டா?

- அனுப்பி வைப்பார்கள். நடை சுமாராக இருந்தாலும் கதையின் கரு நன்றாக இருப்பதுண்டு.

அப்படிப்பட்ட ஒரு கதை இதோ...

மனைவி இறக்கும்போது, அவருக்கு வயது 45 இருக்கும். அவரை மறுமணம் செய்துகொள்ளுமாறு உறவினர்கள், நண்பர்கள் வற்புறுத்தியும் அவரால் அதை ஏற்றுக்கொள்ள முடியவில்லை!

"என் மனைவி, அவள் நினைவாக எனக்கு ஒரு மகனை விட்டுச் சென்றிருக்கிறாள். அவனை வளர்த்து ஆளாக்குவது ஒன்றே இனி என் வேலை. அவனது சந்தோஷத்தில் அகமகிழ்ந்து, அவனுடைய வெற்றியில் திளைத்திருப்பது எனக்குப் போதும். அவனுக்காக வாழப் போகிறேன். இன்னொரு துணை எனக்கு தேவையில்லை" என்று சொல்லிவிட்டார். வருடங்கள்

உருண்டோடின. மகன் வளர்ந்து பெரியவனானதும்... தன் வீட்டையும், வியாபாரத்தையும் அவனிடம் எழுதிக் கொடுத்துவிட்டு ஓய்வு பெற்றார். மகனுக்கு திருமணமும் செய்து வைத்து, அவர்களுடனேயே தங்கியும்விட்டார். ஒரு வருடம் போனது. ஒரு நாள் வழக்கத்துக்கு மாறாக கொஞ்சம் சீக்கிரமாக காலை உணவு உண்ண, மருமகளிடம் ரொட்டியில் தடவ வெண்ணெய் தருமாறு கேட்டார். மருமகளோ வெண்ணெய் தீர்ந்துவிட்டது என்று சொல்லிவிட்டாள். மகன் அதை கேட்டுக்கொண்டு, தானும் உணவு அருந்த உட்கார... தகப்பன் வெறும் ரொட்டி துண்டை உண்டுவிட்டு நகர்ந்தார். மகன் உணவு அருந்தும்போது, மேஜையில் வெண்ணெய் கொண்டு வந்து கொடுத்தாள் அவன் மனைவி. ஒன்றும் பேசாமல் தன் வியாபாரத்துக்குப் புறப்பட்டான். அந்த வெண்ணெயைப் பற்றிய சிந்தனையே அந்நாள் முழுவதும் அவனது எண்ணத்தில் ஓடிக்கொண்டிருந்தது.

மறுநாள் காலையில் தகப்பனை அழைத்தான். "அப்பா வாருங்கள்... நாம் வக்கீலைப் பார்த்துவிட்டு வருவோம்" என்றான். "ஏன்... எதற்காக?" என்று தகப்பன் கேட்க... "நானும், என் மனைவியும் வாடகை வீட்டுக்கு குடி போகிறோம். என்னுடைய பெயரில் எழுதிய அனைத்தையும் உங்கள் பெயருக்கே மாற்றிக்கொள்ளுங்கள். இந்த வியாபாரத்திலும் இனிமேல் உரிமை கொண்டாட மாட்டேன். மாதாமாதம் சம்பளம் வாங்கும் தொழிலாளியாக இருந்துவிட்டுப் போகிறேன்" என்றான்.

"ஏன் இந்த திடீர் முடிவு?"

"இல்லைப்பா... உங்கள் மதிப்பு என்னவென்று என் மனைவிக்கு உணர்த்த வேண்டிய கட்டாயம் வந்துவிட்டது. சாதாரண வெண்ணெய்க்காக நீங்கள் கையேந்தும் நிலை வரக்கூடாது. ஒரு பொருளைப்

பெறுவதில் உள்ள கஷ்டத்தை அவள் உணர வேண்டும். தயவுசெய்து மறுப்பு சொல்லாதீர்கள்” என்கிறான்.

பெற்றவர்கள் தங்கள் பிள்ளைகளுக்கு ஏ.டி.எம். கார்டாக இருக்கலாம். ஆனால், பிள்ளைகள் என்றும் ஆதார் அடையாள அட்டையாக இருக்க வேண்டும் என்பதே இக்கதையின் கருப்பொருள்!

() () ()

நீங்கள் க்ரைம் கதைகளை விரும்பி எழுத காரணம்?

- ஹலோ சிஸ்டர்..!. க்ரைம் என்பது குற்றச் செயல்கள் மட்டுல்ல... எல்லா மனிதர்களிடமும் க்ரைம் இருக்கிறது. அதைத்தான் எழுதிக்கொண்டிருக்கிறேன். பொய் சொல்வதும், மற்றவர் மனம் புண்பட பேசுவதும், பெற்றோரைப் புறக்கணிப்பதும்கூட க்ரைம்தான்!

() () ()

என்னுடைய பெயருக்கான எண் 8. வாழ்க்கையில் முன்னேற இது தடையாக இருக்கும் என்பது உண்மையா?

- உண்மை இல்லை என்பதே உண்மை. ஆங்கிலத்தில் மொத்தம் 26 எழுத்துகள். இதன் கூட்டுத் தொகை எட்டு. இன்றைக்கு உலகத்தில் உள்ள மொழிகளில் ஆங்கிலத்துக்குத்தான் முதலிடம். இந்த உலகை ஆண்டு கொண்டிருக்கிற மொழியும் ஆங்கிலம்தான்!

அதேபோல் உலகத்துக்கு எட்டு திசைகள். அஷ்ட திக்குகளுக்குள் உலகம் அடங்கியுள்ளது. அஷ்ட லட்சுமிகள் எட்டாகும். தனலட்சுமி, வித்யாலட்சுமி, வீரலட்சுமி, சந்தானலட்சுமி, மகாலட்சுமி, தான்யலட்சுமி, கஜலட்சுமி சவுபாக்கியலட்சுமி. பெண்ணுக்கு பருவங்கள் எட்டு. பேதை, பெதுமை, மங்கை, மடந்தை, அரிவை, தெரிவை, பேரிளம்பெண், கிழவி.

இவை எல்லாவற்றுக்கும் மேலாக மனித வாழ்நாளை நம் மகான்கள் எட்டு எட்டாகப் பிரித்து வைத்துள்ளார்கள். இவ்வளவு ஏன்... கடவுள் அவதாரமான கிருஷ்ண பரமாத்மா, தேவகிக்கு எட்டாவது குழந்தையாக எட்டாவது திதியான அஷ்டமியில் அவதரித்தார்.

இனிமேலும் எண் எட்டைப் பார்த்து பயப்பட வேண்டாம். நீங்கள் எந்தத் துறையில் காலடி எடுத்து வைத்தாலும் சரி... கடுமையாக உழையுங்கள். வெற்றி தேவதை உங்கள் பக்கத்திலேயே இருப்பாள். எண்கள் எல்லாம் நம்மைப் போன்ற மனிதனால் கண்டுபிடிக்கப்பட்டவை. பார்த்து மிரள வேண்டாம்!

() () ()

■ **எழுதிக்கொண்டே இருக்கிறீர்கள். இனிமேல் ஓய்வு எடுத்துக்கொண்டால் என்ன?**

● எழுதுவதே ஓய்வு நேரத்தில்தானே?

() () ()

■ **எது அநாகரீகம்?**

● வேர்க்கடலை கடையில் காசு கொடுத்து வாங்கும் நேரத்தில் கூடையில் இருக்கும் வேர்க்கடலையை கொஞ்சம் எடுத்து வாயில் போட்டுக்கொள்வது!

வீட்டுக்கு விருந்தினர் வந்திருக்கும்போது அவர்களிடம் அரிசி, காய்கறி, எண்ணெய் விலை உயர்வு பற்றிப் பேசுவது!

ரெயில் பயணத்தின்போது மனைவியின் மடியில் படுத்துக்கொண்டு மற்ற பயணிகள் கவனிப்பதையும் பொருட்படுத்தாமல் பேசிக்கொண்டிருப்பது!

எதிரில் இருக்கும் நபர்களைப் பற்றி பொருட்படுத்தாமல் வாயைத் திறந்து சத்தமாக கொட்டாவி விடுவதும்...

விரலால் மூக்கின் துவாரங்களை ஆராய்வதும்...

இதற்கு மேலும் நான் பட்டியல் போட்டால் இதுவும் அநாகரீகம்தான்!

() () ()

■ **கடன் கேட்பது, கடன் வாங்குவது... எது தப்பு?**
● கொடுத்த கடனைக் கேட்பதுதான் தப்பு!

() () ()

■ **நீங்கள் எழுதிய நாவலில் உள்ள காட்சிகள் சில திரை படங்களில் வந்த போது உங்களின் மனநிலை என்ன? கோபப்பட்டுள்ளீர்களா... இல்லை சிரித்துக் கொண்டீர்களா?**
● கோபம் வராமல் இருக்குமா? வரும்! வரும் கோபத்தை மென்று ஜீரணிக்க முயன்றாலும் வாசகர்கள் விடமாட்டார்கள்.

அந்த காட்சிகள் எந்தெந்த நாவல்களில் இருந்து உருவப்பட்டது என்பதை முகநூல், டிவிட்டர் மூலமாக அட்டவணைப்படுத்தும்போது சில மணி நேரத் தூக்கம் காணாமல் போகும். மனசு வலிக்கும். அந்த வலிக்கான தண்டனையை இறைவன் அந்தப் படத்தை எடுத்த தயாரிப்பாளர், இயக்குநருக்கு அடுத்த படத்திலேயே கொடுப்பதைப் பார்த்துவிடுவதால் இப்போதெல்லாம் நான் ஒரு மர்மப் புன்னகை பூப்பதோடு சரி!

() () ()

■ **கண்ணுக்குத் தெரியாத கடவுளை நம்ப மனம் மறுக்கிறதே?**
● பார்ப்பதற்கு பெட்ரோல் வெறும் திரவம்தான்! ஆனால், ஆகாய விமானத்தையே தூக்கிக்கொண்டு பறக்கும் சக்தி அதில் இல்லை என்று உங்களால் சொல்ல முடியுமா?

'சரி... இது அறிவியல் உண்மைதானே?' என்று நீங்கள் நினைத்தால், உங்கள் கண்களுக்கு தாய் தெரிகிறாரா... இல்லையா?

◊ ◊ ◊

▰ அதிகம் பொய் சொல்வது ஆண்களா... பெண்களா?

● ஆட்டோ சித்தரே இதற்கு பதில் சொல்லி இருக்கார். அதிகம் பொய் பேசுவது ஆண்கள்தான்! ஆண்களுக்கு இப்படிப்பட்ட பொய் சொல்லும் திறமை மட்டும் இல்லாமல் இருந்திருந்தால்... பல பெண்கள் இத்தனை சந்தோஷமாகவும், அழகாகவும் இருக்க மாட்டார்கள்!

◊ ◊ ◊

▰ பொறாமைப்படுவதைத் தவிர்க்க என்ன வழி?

● 'பிறரின் வளர்ச்சியைப் பார்த்து பொறுத்துக்கொள்ள முடியாமை' என்கிற நீளமான வாக்கியத்தின் சுருக்கம்தான் பொறாமை. நீங்கள் பொறாமைப்பட ஆரம்பித்துவிட்டீர்கள் என்றால் உங்கள் வளர்ச்சி நின்றுவிட்டது என்று அர்த்தம்.

ஒருவர் உங்களைவிட புகழோடும், பொருளோடும் இருக்கலாம். ஆனால், உங்கள் வீட்டில் இருக்கும் மகிழ்ச்சி அவரது வீட்டில் இல்லை என்றால் அவர்தான் உங்களைப் பார்த்து பெருமூச்சு விட வேண்டும்.

அப்புறம் தினசரி மூன்று வேளை இதை பாராயணம் செய்யவும். 'அடுத்தவருடைய வெற்றியைப் பொறாமையோடு பார்க்கும்போதே நமக்கு கிடைக்க வேண்டிய வெற்றி விலகிப் போய்விடுகிறது!'

உங்களுக்கு கிடைத்திருப்பதை, கிடைப்பதைப்

பொக்கிஷமாக நினைக்க கற்றுக்கொள்ளுங்கள். பொறாமை உங்கள் காலடியில்!

() () ()

■ 'டாஸ்மாக்' எதிர்காலம்?

● முகநூலில் நான் போட்ட மதுவிலக்கு பதிவுக்கான பதிலாக... இந்தியாவில் அது சாத்தியம் கிடையாது என்றும், அதை வைத்து கற்பனையாக கதை அல்லது நாவல்கள் எழுதத்தான் முடியும் எனவும் நண்பர்கள் கேலி செய்திருந்தார்கள். 2016-ம் ஆண்டு நவம்பர் 8-ம் தேதி நள்ளிரவு வரை ஆரோக்கியமாக இருந்த 500 மற்றும் 1,000 ரூபாய் நோட்டுகள் உயிரோடு இல்லை. இதை நாம் எதிர்பார்த்தோமா என்ன? முதலில் அதிர்ச்சியாய் இருந்தாலும் இப்போது அதை ஏற்றுக்கொண்டு இயல்பாக வாழ ஆரம்பித்துவிட்டோம். மது... மனிதர்களை சீரழிக்கும், நாட்டையும் நாசமாக்கும் என்று எதிர்காலத்தில் எந்த பிரதமருக்காவது தோன்றும். அப்போது, 'இன்று நள்ளிரவு 12 மணி முதல் நாடு முழுவதும் மதுக்கடைகள் நிரந்தரமாக மூடப்படும்' என்று அறிவிப்பார். குடிமகன்கள் மூன்று நாள் போராட்டம் நடத்திவிட்டு சோர்ந்து போவார்கள். நான் போட்ட பதிவு நிஜமாகும். அதன்பிறகு போதை மனிதர்கள் இல்லாத புதிய பாரதம் உருவாகும்!

() () ()

■ நீங்கள் அடிக்கடி எடுத்துப் படிக்கும் பழைய கடிதம் ஏதாவது உண்டா?

● 1997ல் சாவி சார் தன் கைப்பட எழுதிய கடிதம். அதைப் படித்தாலே போதும்... அவர் நேரில் என்னிடம் பேசுவது போல் இருக்கும்!

() () ()

புது நாவல் எழுதும் முன் நல்ல நேரம் பார்ப்பதுண்டா ?

- பேனா சரியாக எழுதுகிறதா என்று துண்டு காகிதத்தில் ஒரு கோடு போட்டு பார்ப்பதோடு சரி!

() () ()

நான் படித்த ஒரு 'ஜோக்' இது? மனைவி: "ஏழு ஜென்மத்துக்கும் நான்தான் உங்க மனைவியாய் இருக்கணும்னு கடவுள்ட்டே வேண்டிகிட்டேன். நீங்க...?" கணவன்: "இது எனக்கு ஏழாவது ஜென்மமாய் இருக்கணும்னு வேண்டிகிட்டேன்." இந்த ஜோக்கைப் பற்றிய உங்கள் கருத்து?

- இது போன்ற ஜோக்குகளை நிறைய படித்திருக்கிறேன்.

பெண்ணை கொடுமைக்காரியாக சித்தரிக்கும் அவற்றைப் படித்துவிட்டு சிரிப்பதில் எனக்கு உடன்பாடு இல்லை. காரணம், பெண்கள் இயற்கையிலேயே மென்மையான குணமும், சாந்தமான தன்மையும் கொண்டவர்கள். கணவனுக்காக எதையும் விட்டுக் கொடுக்கத் தயங்காதவர்கள். குழந்தைகளைப் பெற்று வளர்த்தாலும் கணவனுடைய இன்ஷியலை மட்டும் அவர்கள் போட்டுக்கொள்ள ஆட்சேபத்தை தெரிவிக்காதவர்கள். திருமணத்துக்குப் பிறகு பெண்களின் குலம், கோத்திரம் எல்லாமே கணவனைச் சார்ந்து மாறிவிடும். பெற்றவர்கள் இறந்தால் அவர்களுக்கு செய்ய வேண்டிய பிதுர்க்கடன்கூட அவர்களைச் சாராது. அவளைப் பொறுத்தவரைக்கும் கணவன்... கணவன்... கணவன்தான்! ஆனால், பல ஆண்களுக்கு மனைவிகளைப் பிடிக்காமல் போவதற்கும், எதிரிகளாய் நினைப்பதற்கும் காரணம் என்ன என்பதை உளவியல் மருத்துவர் ஒருவர் கண்டுபிடித்துச் சொல்லி இருக்கிறார்.

தன்னுடைய பெற்றோர்களை தெய்வமாக மதிக்கும் ஆண் தன்னுடைய மனைவியும் அதேபோல் மதிக்க வேண்டும் என்று நினைக்கிறான். அந்த விஷயத்தில் எந்தப் பெண் தவறு செய்கிறாளோ அவள் கணவனுக்குப் பிடிக்காதவளாகி... நாளடைவில் வேண்டாதவளாகவும், கடைசியில் எதிரியாகவும் மாறிவிடுகிறாள். அப்படி அவள் மாறும்போதுதான் ஜோக்கில் வரும் கணவனைப் போல் ஆண்கள் பேச ஆரம்பித்துவிடுகிறார்கள். ஆண் சந்தோஷமாய் இருப்பதற்கும், கண்ணீர் விடுவதற்கும் ஒரு பெண்தான் காரணம் என்பது காலம் காலமாய் சொல்லப்படுகிற உண்மை. அது இப்போதும் தொடர்கிறது; எப்போதும் தொடரும்!

() () ()

■ **விரதம் என்ற பெயரில் பெண்கள் உண்ணாமல் பட்டினி கிடப்பது சரியா? இது மூடநம்பிக்கை என்றே எனக்குத் தோன்றுகிறது. நீங்கள் என்ன சொல்கிறீர்கள்?**

● மேலோட்டமாக பார்ப்பதற்கு மூடநம்பிக்கை போல தோன்றினாலும், அறிவியல்ரீதியாய் அதில் உண்மை இருப்பதாக ஆன்மிகக் கட்டுரை ஒன்றில் படித்தேன்.

பொதுவாக பெண்களாய் இருந்தாலும் சரி... ஆண்களாய் இருந்தாலும் சரி... ஏகாதசி திதியிலோ அல்லது சதுர்த்தசி திதியிலோதான் விரதம் இருப்பார்கள். ஒரு மாதத்தில் 30 திதிகள் உள்ளன. அமாவாசை அன்று சூரியனும், சந்திரனும் ஒரே ராசியில் இருப்பார்கள். அதாவது, அன்றைக்கு ஒன்றாக உதித்து, ஒன்றாக மறைவார்கள். அதற்குப்பிறகு சந்திரன், சூரியனை விட்டுக் கொஞ்சம் கொஞ்சமாய் விலகி ஒவ்வொரு ராசியாய் பயணம் செய்து 11வது நாள் அன்று சூரியனில் இருந்து 132 டிகிரி தள்ளி இருக்கும். அதுதான் ஏகாதசி. 14வது நாள் சதுர்த்தசி. இந்த நாளில் சிவராத்திரி வரும். விரதம்

இருப்பவர்கள் இந்த இரு நாட்களில்தான் உணவு உண்ணாமல் இருக்கிறார்கள். இப்படி பட்டினி கிடப்பது நல்லது என்று அறிவியல் விளக்கம் சொல்கிறது.

ஏகாதசி, சிவராத்திரி நாட்களில் சூரியனில் இருந்து சந்திரன் தொலைவில் சென்றுவிடுவதால் பூமியின் புவிஈர்ப்பு விசையில் மாற்றம் உண்டாகிறது. இந்த மாற்றம் மனிதனின் செரிமான மண்டலத்தைப் பாதிக்கிறது. அதாவது, சாப்பிட்ட உணவு சரியான முறையில் ஜீரணமாவதில்லை. இந்த உண்மையைத் தெரிந்துகொண்ட நம் பெரியவர்கள் அந்த நாட்களில் விரதம் இருக்க ஆரம்பித்தார்கள். அப்படி விரதம் இருந்தால்... பத்து நாட்களாக சாப்பிட்ட உணவால் உடலில் சேர்ந்துள்ள கழிவுகள் வெளியேறுகின்றன. வயிறு சுத்தமாகிறது. ஒரு நாள் பட்டினி கிடப்பதால் ஜீரண உறுப்புகளுக்கும் ஓய்வு கிடைக்கிறது. விரதம் இருப்பதால் இப்படியொரு நன்மை இருந்தாலும்... வயதானவர்கள், நோயாளிகள், சர்க்கரை நோயாளிகள் விரதம் இருப்பதை டாக்டர்கள் ஒப்புக்கொள்வதில்லை!

() () ()

■ **எந்த பொய்யும் சுலபமாய் நம்பப்படுகிறதே?**

● ஆயிரம் வாய்களும், ஆயிரம் நாக்குகளும், இரும்பு போன்ற உறுதியான குரலும் ஒரு வதந்திக்கு சமம்!

() () ()

■ **எவ்வளவுதான் சொன்னாலும் 'குடி'மகன்கள் திருந்துவ தில்லையே?**

● சாணக்கியர் சொன்னது இது: கடலில் பெய்யும் அடை மழை, பட்டப்பகலில் எரியும் தீபம், செல்வந்தனுக்கு கொடுக்கும் பரிசுப்பணம், நோயாளிக்கு பரிமாறப்படும் அறுசுவை விருந்து... இவை அனைத்தும் பயனற்றவை.

அதேபோல்தான் குடிமகனுக்கு சொல்லப்படும் அறிவுரையும்!

() () ()

◼ வெங்காய விலை குறைய என்ன வழி?

● ஒரே ஒரு மாதம் வெங்காயம் சேர்க்காமல் சமைக்கவும், சாப்பிடவும் பழகிக்கொண்டால் போதும். வெங்காயம் தானாக வீடு தேடி வரும். விவசாயிகள் சற்றே பாதிக்கப்பட்டாலும், கொள்ளை லாப வியாபாரிகள் நன்றாக படிப்பினை பெறுவார்கள்.

() () ()

◼ புரிந்தும் புரியாதது எது?

● நாம் பார்த்துக்கொண்டிருக்கும்போதே நமக்கு முன்னாலும், பின்னாலும் நின்றிருந்த தெரிந்தவர்களும், பிரபலங்களும் காணாமல் போகிறார்கள்.

கோடிக்கணக்கில் பணம், கிலோ கணக்கில் தங்கம் சேர்ப்பது வாழ்க்கை அல்ல. வேளா வேளைக்கு பசிக்கிற வயிறும், அப்போது நாம் புசிக்கிற உணவும்தான் நிஜமான ஒப்பற்ற வாழ்க்கை. ஆனால், இந்த மிகச் சுலபமான உண்மையை புரிந்துகொள்வதில்தான் நம்மில் 90 சதவிகித பேர்களுக்கு உடன்பாடு இல்லை. அது அவர்களுக்கு மகா கடினமான காரியம்கூட!

() () ()

◼ 1,405 மற்றும் 1,260 எது புத்திசாலித்தனமாக செயல்படுகிறது...?

● இதற்கு பதில் சொன்னால்... 315, 265 என இரண்டும் கோபப்பட்டால் அதை தாங்கிக்கொள்ள முடியுமா?

இந்த கேள்வியும், பதிலும் புரியாதவர்களுக்கு சிறு எடை

விளக்கம்:

ஆணின் மூளை 1,405 கிராம்

பெண்ணின் மூளை 1,260 கிராம்

ஆணின் இருதயம் 315 கிராம்

பெண்ணின் இருதயம் 265 கிராம்

() () ()

மனரீதியாக பாதிக்கப்படுவதுதான் என்கிற கருத்தை ஏற்றுக்கொள்கிறீர்களா?

- மனோதத்துவ மருத்துவர் ஒருவர் என்னிடம் சொன்ன நிகழ்வு ஒன்றை உங்களோடு பகிர்ந்துகொள்ள விரும்புகிறேன். மனம் எவ்வளவு சக்தி வாய்ந்தது என்பதற்கு இது சின்ன உதாரணம்.

ஒரு பெண், லண்டன் நகரத்தில் வாழ்பவள். அங்குள்ள கால நிலைக்கு ரோஜா செடிகள் நன்கு வளரும். அவை எல்லோருக்கும் பிடிக்கும். ஆனால், விதிவிலக்காக இந்த பெண்ணுக்கு ரோஜா மலர்கள் என்றாலே அலர்ஜி. பக்கத்தில் ஒரு பூ இருந்தாலே தும்மல் ஏற்படும். அவளுடைய கண்களில் இருந்து கண்ணீர் வரும். ரொம்பவும் கஷ்டப்படுவாள். அதனால் ரோஜா மலர்களின் அருகில் செல்லாமல் பார்த்துக்கொள்வாள்.

இந்த சூழ்நிலையில் ஒரு நாள் அவளுடைய அலுவலகத்தில் மீட்டிங் . அதில் கலந்துகொள்ளப் போனாள். மீட்டிங் அறைக்குள் நுழைந்தவுடன் அவளுக்கு அதிர்ச்சி. பெரிய மேஜையில் நூற்றுக்கணக்கான ரோஜா மலர்களை வைத்து அலங்கரித்திருந்தார்கள். ஒரு பூ அருகில் இருந்தாலே நமக்கு அலர்ஜியாச்சே! இவ்வளவு பூக்கள் மத்தியில் நாம் எப்படி மீட்டிங்கை அட்டெண்ட் செய்யப் போகிறோம்? என்று பயந்தாள். ஆனால், வேறு வழி இல்லாமல், அவளுக்கு ஒதுக்கப்பட்ட

இடத்தில் சென்று அமர்ந்தாள். பூக்களைப் பார்த்ததுமே அவளுக்கு தும்மல் வந்தது. கண்களில் இருந்து நீர் வடிந்தது. முகமெல்லாம் சிவந்துவிட்டது.

மீட்டிங், இன்னும் ஆரம்பிக்கப் படாத சூழ்நிலையில், பின்னால் இருந்து ஒருவர் எழுந்து வெளியில் செல்கிறபோது, "இவைகளைப் பாருங்கள். நிஜமான பூக்கள் போலவே இருக்கின்றன..." என்று வியந்தார். அப்பொழுதுதான் அவளுக்குத் தெரிந்தது, அந்த பூக்கள் உண்மையான பூக்கள் அல்ல. எல்லாமே காகிதத்தால் செய்யப்பட்ட செயற்கை மலர்கள் என்று! யோசித்தாள். 'இந்த பூக்கள் எப்படி எனக்கு அலர்ஜியை ஏற்படுத்த முடியும்?' இப்படி நினைத்த மறுவிநாடியே அவளுடைய அலர்ஜிக்கான அறிகுறிகள் மறைந்துவிட்டன. தும்மல் நின்றுவிட்டது. கண்களில் நீர் பெருகவில்லை. இதுதான் நமது மனம். இதனால் நோய்களை உருவாக்கவும் முடியும்... குணப்படுத்தவும் இயலும். பிரச்சினைகளை உருவாக்கவும் முடியும்... அதற்கு தீர்வையும் தர இயலும். எனவே, நேர்மறை எண்ணங்களை மட்டும் நினைப்போம். மனதை அதன்படி நல்ல முறையில் பயன்படுத்துவோம்!

() () ()

◼ சமீபத்துல ஆட்டோ சித்தர் சொன்ன தத்துவம்?

● தந்தைக்கும், கடவுளுக்கும் ஒரே ஒரு வித்தியாசம் தான்: எப்பவுமே கண்ணுக்குத் தெரியாதவர் கடவுள். இருக்கும் வரை தெரியாதவர் தந்தை!

() () ()

◼ முன்பு இருந்த ஆரோக்கியம் நமக்கு இப்போது இல்லையே?

● இளமையில் நாம் சாப்பிடும் உணவே மருந்துகளைப்

போல் இருந்துவிட்டால் வயதான காலத்தில் உணவாக மாத்திரைகளை எடுத்துக்கொள்ள வேண்டிய அவசியம் இருக்காது.

() () ()

■ **நினைவில் வைத்துக்கொள்ளுங்கள். இந்த உலகத்திலேயே சிறந்த ஆறு மருத்துவர்கள்...**

● சூரிய வெளிச்சம், தேவையான உடல் ஓய்வு, மிதமான உடற்பயிற்சி, சத்தான உணவு... முக்கியமாக காலை உணவு, தன்னம்பிக்கை, பொய் கலப்பில்லாத நட்புகள்.

இந்த ஆறு பேர்களையும் பக்கத்தில் வைத்துக்கொள்ளுங்கள். நிச்சயம் 90 முதல் 100 வயது வரை வாழ்ந்து புன்னகையுடன் காலனின் கையைப் பிடித்து குலுக்கலாம்!

() () ()

■ **தங்களின் தூக்கம் எப்படி? அப்போதும் கதைக்கான கரு மனதில் ஓடிக்கொண்டிருக்குமா?**

● என்னுடைய பெரும்பாலான கதைகளின் க்ளைமாக்ஸ் கனவில் வந்தவை என்று சொன்னால் நீங்கள் நம்பவா போகிறீர்கள்?

() () ()

■ **தாய்மையின் உச்ச சிறப்பாக எதைச் சொல்லலாம்?**

● நம் முகத்தைப் பார்த்து மனதில் உள்ள வலியைப் பிழையின்றி கூறும் 'ஸ்பெஷலிஸ்ட்' அம்மா மட்டுமே! மருத்துவரும் அவளே... மருந்தும் அவளே!!

() () ()

எந்த விஷயத்தில் கவுரவம் பார்க்கக் கூடாது?

- மனைவிக்கு உடல் நலம் சரியில்லாதபோது வீட்டு வேலைகள் செய்வதில், பக்கத்து வீட்டுக்காரர் நம்மோடு முகம் கொடுத்து பேசாவிட்டாலும் அவர் ஏதாவது பிரச்சினையில் இருக்கும்போது வலிய போய் உதவி செய்வதில், செய்தது தவறு என்று நாம் உணர்ந்துவிட்டால் பாதிக்கப்பட்டவரிடம் போய் மன்னிப்பு கேட்பதில்... இப்படி எத்தனையோ சொல்லிக்கொண்டு போகலாம். ஆனால், அவற்றை நடைமுறையில் செய்வதுதான் கஷ்டம்!

() () ()

புறம் பேசுபவர்கள் பற்றி...?

- கழுவப்பட்ட பொருட்கள் சுத்தமாகும். ஆனால், அவற்றைக் கழுவிய தண்ணீர் அழுக்காகிவிடுகிறது. புறம் பேசுவோர் நிலையும் கடைசியில் இதேதான்!

() () ()

உங்களையே மிரள வைத்த 'திகில்' கதை?

- இதோ அந்த மினி கதை...

அது ஒரு மலைப் பிரதேசம். நல்ல இருட்டு நேரம். கடுமையான மழை. பஸ் ஸ்டாப்பில் சிக்கி இருந்தார் சூசை. யாருமே சாலையில் நடமாடவில்லை. பஸ் ஒன்றும் வருவதாகத் தெரியவில்லை. எதாவது வாகனம் வந்தால் லிஃப்ட் கேட்டு போய்விடலாம் என்று நினைத்துக்கொண்டிருந்த வேளையில் ஒரு கார் மெதுவாக ஊர்ந்து வந்து. பஸ் ஸ்டாப் அருகில் நின்றது. சூசைக்கு யோசிக்க நேரம் இல்லை. கார் கதவைத் திறந்து ஏறி உட்கார்ந்தார்.

கார் மீண்டும் மெதுவாக நகர ஆரம்பித்தது.

அப்பொழுதுதான் கவனித்தார். டிரைவர் இருக்கையில் யாருமே இல்லை. ஆனால், கார் ஓடிக்கொண்டிருக்கிறது. சூசைக்கு பயம் தலை முதல் கால் வரை ஊசி போட்டது. சாலையில் 90 டிகிரி திருப்பம். எதிரே கிடுகிடு பள்ளம். 'நாம் நிச்சயம் காரோடு சமாதி... செத்தோம்' என்று நினைத்த வேளையில் காருக்கு வெளியில் இருந்து ஒரு கை உள்ளே நீண்டு ஸ்டீரிங்க்கை திருப்பியது. பயத்தின் உச்சத்துக்கே சென்ற சூசை, கார் கதவைத் திறந்து வெளியே குதித்தார்.

கொஞ்ச தூரத்தில் ஓர் ஓட்டல் தெரிந்தது. ஒரே ஓட்டமாக அங்கே சென்றார். "டிரைவர் இல்லாமல் ஒரு கார் வந்துகொண்டிருக்கிறது. நிச்சயமாக பிசாசு வேலைதான். ரொம்ப பயமா இருக்கு" என்று கத்தினார். ஓட்டலில் இருந்தவர்கள் எல்லாம் எழுந்து போய் வெளியே எட்டிப் பார்த்தார்கள். அந்த கார் மெதுவாக வந்து ஓட்டல் முன்னால் நின்றது. அதன் பின்... காரின் பின்பக்கத்தில் இருந்து வெளிப்பட்ட இரண்டு மனிதர்கள் கருப்பு ரெயின் கோட்டோடு உள்ளே நுழைந்தனர். அவர்களில் ஒருவன் சூசையைச் சுட்டிக் காட்டி, "ரிப்பேர் ஆன் காரை நாம மழையில தள்ளிக்கிட்டு வரும்போது உள்ளே ஏறி உட்கார்ந்தவன் இந்த ஆளுதான்..." என்றான்!

() () ()

வாழ்க்கையில் வெற்றி பெற ஓர் எளிய ஃபார்முலா சொல்ல முடியுமா?

- கீழே விழுந்ததும் சிறிதும் அலட்டிக்கொள்ளாமல் தானாக எழுந்து நடக்கும் குழந்தையை ஒரு விநாடி கவனியுங்கள் போதும். வெற்றிக்கான பார்முலா உங்களுக்கு இலவசமாய் கிடைக்கும்!

() () ()

■ **ஆணின் கவலை, பெண்ணின் கவலை... என்ன வித்தியாசம்?**

● முப்பது வயதிலேயே தலை வழுக்கையானாலும் கவலைப்படாத ஆண்கள் உண்டு. அறுபது வயதானாலும் லேசாய் முடி உதிர ஆரம்பித்தாலே பதறிப் போகிற பெண்களும் உண்டுங்க!

() () ()

■ **மனதுக்குப் பிடிக்காத மனைவி அமைந்துவிட்டால் என்ன செய்வது?**

● ரூபாய் நோட்டு கசங்கி இருந்தால் அதை நீவி சரிப்படுத்திக்கொள்வது போல் அட்ஜஸ்ட் செய்து வாழப் பழகிக்கொள்ள வேண்டியதுதான். மனைவி அழகாக இருப்பதைவிட கணவனைப் புரிந்துகொள்பவராக இருந்துவிட்டால் அவரைவிட பேரழகி கிடையாது!

() () ()

■ **தங்கள் முதல் கதையின் முதல் ரசிகை யார்?**

● பெயர் கிருஷ்ணவேணி.

1969ல் என்னுடைய சிறுகதை கோவை 'மாலை முரசு' இதழில் வெளியானபோது 40 வயதான அந்த வாசகி, 10 இதழ்களை வாங்கிப் பக்கத்து வீடு, எதிர் வீடு என்று தெருவில் உள்ளவர்களுக்கு கொடுத்து மகிழ்ந்தார்.

அவர் யார் என்று கேட்கிறீர்களா?

என்னுடைய அம்மாதான்!

() () ()

■ **நான் அதிகமாக கவலைப்படுகிறேன். கவலைகளைக் குறைப்பது எப்படி?**

- நான் சொல்கிற வழியைப் பின்பற்றினால் உங்கள் கவலைகளில் மூன்றில் இரண்டு பங்கைக் குறைத்துவிடலாம். நேற்றையப் பற்றிய கவலை, நாளையைப் பற்றிய கவலை... இந்த இரண்டையும் விட்டுவிட்டு இன்றைய தினத்தைப் பற்றி மட்டும் கவலைப்படுங்கள்!

() () ()

இந்தியா பணக்கார நாடாக மாற வழி?

- அம்பானி, அதானி போன்ற 'டாப் 10' பணத்தோட்ட அதிபதிகள், கண்டெய்னர் கனவான்கள், ஊழல் முன்னாள் இன்னாள் மத்திய அமைச்சர்கள் - மாநில அமைச்சர்கள் - எம்.பிக்கள் - எம்.எல்.ஏக்கள் - ஐ.ஏ.எஸ். - ஐ.பி.எஸ். அதிகாரிகள், மணல் கொள்ளையர்கள், கிரானைட் திருடர்கள், சிலை கடத்தல் பேர்வழிகள், மெகா தாதாக்கள் மட்டுமே இந்தியாவில் குடியிருந்தால் இது பணக்கார நாடுதான்.

() () ()

எனக்கு வயது 53. ஞாபக சக்தி குறைவாக உள்ளது. இதை மேம்படுத்த ஏதாவது வழி இருக்கிறதா?

- உயிரியல் ரீதியான ஓர் உண்மையை நீங்கள் புரிந்துகொள்ள வேண்டும். நமது மூளையின் வளர்ச்சி ஆறு வயதோடு நின்றுவிடும். அப்போது மூளையில் நியூரான் அணுக்கள் எந்த எண்ணிக்கையில் இருந்ததோ அதே அளவுதான் கடைசி வரை இருக்கும். ஒருவேளை வயதாக வயதாக குறையலாம். அல்லது... அதிர்ஷ்டவசமாக அதே எண்ணிக்கை தொடரலாம். குறையும் போதுதான் நமக்கு பிரச்சனையே! நூறு சதுரடி அறைக்குள் மூக்கு கண்ணாடியைத் தேடுவதும், 'எதிரே இருப்பது ராமசாமியா... குப்புசாமியா?' என்று

நெற்றியைத் தேய்த்துக்கொண்டே யோசிப்பதும். வேறு வழி இல்லை. யோகா செய்யுங்கள். மற்ற நியூரான்களை இழக்காமல் தக்க வைத்துக்கொள்ளலாம்!

() () ()

◼ **எழுத்தாளர் என்பவர் மக்களின் பொழுது போக்குக்காக எழுத வேண்டுமா... சமூக நலன் சார்ந்த மாற்றத்துக்காக எழுத வேண்டுமா?**

● ஓடும் ரெயில் பாதுகாப்பாக குறிப்பிட்ட ஊருக்குப் போய் சேர வேண்டும் என்றால் இரண்டு தண்டவாளங்களும் தேவை!

() () ()

◼ **ஆங்கிலம் பேசத் தெரிந்தவர்கள் மட்டுமே அறிவாளிகள் என்று நினைப்பவர்கள் பற்றி...?**

● அமெரிக்காவில் பிறக்க வேண்டிய அந்த பிரகஸ்பதிகள் அவசரத்தில் இந்தியாவில் பிறந்துவிட்டார்கள்!

() () ()

◼ **ஆசை, பேராசைக்கு என்ன வித்தியாசம்?**

● என்னுடைய வாசகி ஒருவர் என்னைச் சந்தித்தபோது சொன்ன கதை இது...

குடியானவன் ஒருவன் புதிய ஊருக்குச் சென்றான். அதன் அழகையும், வளத்தையும் கண்டு மயங்கினான். ஆகவே, அங்கு தனக்கென்று கொஞ்சம் நிலம் வாங்க நினைத்து, ஊர்த் தலைவரிடம் சென்றான். அவர் கொஞ்சம் ஆயிரம் ரூபாய் வாங்கிக்கொண்டு, ஓர் இடத்துக்கு அழைத்துச் சென்றார். அவர்களுடன் ஊர் மக்கள் சிலரும் சென்றிருந்தனர். ஊர்த் தலைவர் அவனைப் பார்த்து, "எங்கள் ஊர் வழக்கப்படி 'ஒரு

நாள்' நிலம் தருகிறோம்" என்றார். "அப்படியென்றால் என்ன?" என்று வினவினான் குடியானவன். "அதுவா... நீ இப்பொழுது புறப்பட்டு, எவ்வளவு தூரம் நிலத்தைச் சுற்றி வருகிறாயோ அந்த நிலமெல்லாம் உனக்கு சொந்தமாகிவிடும். ஆனால், இருட்டுவதற்கு முன் நீ புறப்பட்ட இடத்தை வந்தடைய வேண்டும். சிறிது தாமதித்தாலும் உனக்கு நிலம் ஒன்றுமில்லை" என்றார். அதிசயமான இந்த வியாபார முறை அவனுக்கு ஆசையைத் தூண்டிவிட்டது. "சரி" என்றவன் வேட்டியை வரிந்து கட்டிக்கொண்டு ஓட ஆரம்பித்தான்.

'ஆகா... அழகிய மாந்தோப்பு. இது கிடைத்தால் எவ்வளவு நல்லது?' என்று அதைச் சுற்றி ஓடினான். கொஞ்ச தூரத்தில் பூந்தோட்டம். அருகில் பளிங்கு போல நீர் ஓடும் ஆறு. அவற்றையும் சுற்றி வளைத்துக்கொண்டான். தோட்டம், வயல் என கண்ணில்பட்ட எதையும் விடாமல் சுற்றினான். 'ஆயிரம் ரூபாய்க்கு எவ்வளவு லாபம்? இந்த ஊர்க்காரர்கள் எத்தனை முட்டாள்கள்?' என நினைத்தபடி ஓடினான்.

இருட்ட ஆரம்பித்தது.

நிபந்தனை நினைவுக்கு வர... தான் கிளம்பின இடத்தை நோக்கி விரைந்தான் கால்கள் தடுமாறின. இருதயத் துடிப்பு தாறுமாறானது. உடலில் வியர்த்து ஊற்றியது. நாக்கு வறண்டது. கண்களில் ஒளி மங்கின. தள்ளாடினவனாக எப்படியோ இடத்தை வந்து சேர்ந்தான். ஊர்மக்கள் கைதட்டி அவனை வரவேற்றனர். சில நொடிக்குள் சாய்ந்து விழுந்தான். விழுந்தவன் எழுந்திருக்கவே இல்லை.

"இனி ஆறடி நிலம் தான் தேவை, அவனைப் புதைக்க..." என்றார் ஊர்த் தலைவர்.

() () ()

ராஜேஷ்குமார்

■ **வாழ்க்கையில் முன்னேற 'ரிஸ்க்' எடுத்துத்தான் தீர வேண்டுமா?**

● கண்டிப்பா! அண்மையில் ஒரு கவிதையைப் படித்தேன். அதில் நகைச்சுவை இழையோடினாலும் அதற்குள் மறைந்திருந்த கருத்து மனதில் இடம் பிடித்துக்கொண்டது.

அந்தக் கவிதை...

ரசாயன மருந்தா?

பல்லிக்கு உணவா?

அடித்துக் கொலையா?

உயிரோடு மின்தகனமா?

இல்லை... இயற்கையான மரணமா?

வாழ்க்கை எப்படி முடியப்போகிறது என்று தெரியாமலே பறந்து வருகிறது

கொசு!

கொசு தனது உணவுக்காக உயிரைப் பணயம் வைத்து 'ரிஸ்க்' எடுக்கிறது. நாம் எடுக்கக் கூடாதா என்ன?

() () ()

■ **நாளுக்கு நாள் மனிதனுக்கு பிரச்சினைகள் அதிகமாகி வருவதைக் கவனித்தீர்களா?**

● ஏன் அதிகமாகாது? எல்லாருக்கும் கோபம் வருகிறது. யாருக்கும் சகிப்புத்தன்மை என்பதே இல்லை. முக்கியமாக எல்லாரும் சிரிக்க மறந்துவிட்டார்கள்.

ஒரு புள்ளிவிபரம் என்ன சொல்கிறது தெரியுமோ? பிறந்த குழந்தை ஒரு நாளைக்கு 475 தடவை சிரிக்கிறதாம். மழலையர் வகுப்பு குழந்தைகள் 300

தடவை சிரிக்கின்றார்களாம். பள்ளிக்கூட மாணவர்கள் 250 தடவையும், கல்லூரியில் படிப்பவர்கள் 75 தடவையும், சிரிக்கிறார்கள். ஆனால், 25 வயதுக்கு மேற்பட்ட மனிதர்கள் 4 முதல் 6 தடவை மட்டுமே சிரிக்கிறார்களாம். 60 வயதுக்கு மேற்பட்ட முதியவர்கள் ஒரு தடவைகூட சிரிப்பது அரிதாம். சிரிக்கத் தெரிந்த மனிதனுக்கு பிரச்சினைகள் பெரிதில்லை!

() () ()

■ **மாமியார் – மருமகள் பெரும்பாலும் ஒற்றுமையாக இருப்பதில்லையே... என்ன காரணம்?**

● காரணம் அல்ல காரணங்கள்!

முதல் காரணம்: இரண்டு பேருமே பெண்கள்.

இரண்டாவது: 'எங்கிருந்தோ வந்தவள் தனக்குக் கீழ்ப்படிந்து நடக்க வேண்டும்' என்று மாமியார் நினைப்பது.

மூன்றாவது: 'புகுந்த வீட்டில் எத்தனை பேர் இருந்தாலும் சரி... புருஷன் மீது மட்டும் போதிய பாசம் வைத்தால் போதுமானது' என மருமகள் நினைப்பது.

நான்காவது: வீட்டின் ஆட்சியைப் பிடிப்பதற்கு மருமகள் சாதுரியமாக முயற்சி செய்ய, மாமியார் சர்வ அலட்சியமாக அதை எதிர்த்துப் போராடுவது!

ஐந்தாவது: 'ஜெனரேஷன் கேப்' என்று சொல்லப்படும் தலைமுறை இடைவெளி.

ஆறாவது: நந்திகளாக மாறும் நாத்தனார்கள்.

ஏழாவது: மணமான நாத்தனார் அடிக்கடி புகுந்த வீட்டிலிருந்து பிறந்தகம் வந்து 'டேரா' போடுவது!

எட்டாவது காரணம்: சாபம்!

() () ()

■ **கடவுள் இருப்பதாக எந்த நம்பிக்கையின் அடிப்படையில் நம்புகிறீர்கள்?**

● நம் தாத்தாவைப் பார்த்திருப்போம். ஆனால், தாத்தாவின் தாத்தாவையோ... அவருக்கு முந்தைய சந்ததியினரையோ நாம் பார்த்ததில்லை. இருப்பினும் அவர்கள் இருந்திருக்கிறார்கள் என்பதை எந்த அறிவின் அடிப்படையில் நம்புகிறோமோ அதே அறிவின் அடிப்படையில் கடவுள் இருப்பதையும் நாம் நம்ப வேண்டும்!

() () ()

■ **எப்போதும் சந்தோஷமாக இருக்க என்ன வழி?**

● சுலபமான வழி ஒன்று இருக்கிறது. ஒருவன் வாழ்க்கையில் சந்தோஷமாக இருக்க வேண்டுமென்றால், காலையில் கண் விழித்ததும் முதல் வேலையாக கண்ணாடியில் முகம் பார்க்கவும். அதில் தெரிகிற நபரை அன்று முழுவதும் சந்தோஷமாய் வைத்துக்கொள்ள நினைக்கவும். பதில் புரியவில்லை என்றால் மறுபடியும் படிக்கவும்!

() () ()

■ **ஒரு நல்ல தத்துவம் சொல்ல முடியுமா?**

● எங்கேயோ எப்போதோ படித்தது. கொட்டாவி விடாமல் படியுங்கள். முடிந்தால் மனப்பாடம் செய்துகொள்ளுங்கள்.

வருவதும் போவதும் இரண்டு - இன்பம், துன்பம்!

வந்தால் போகாதது இரண்டு - புகழ், பழி!

போனால் வராதது இரண்டு - மானம், உயிர்!

தானாக வருவது இரண்டு - இளமை, மூப்பு!

நம்முடன் வலிய வருவது இரண்டு - பாவம், புண்ணியம்!

நம்மால் அடக்க முடியாதது இரண்டு - ஆசை, துக்கம்!

தவிர்க்க முடியாதது இரண்டு - தாகம், பசி!

பிரிய முடியாதது இரண்டு - பந்தம், பாசம்!

அழிவைத் தருவது இரண்டு - கோபம், பொறாமை!

நம் எல்லோர்க்கும் சமம் இரண்டு - பிறப்பு, இறப்பு!

() () ()

■ தெய்வத்திடம் நாம் வைக்கும் கோரிக்கைகள் எப்படிப்பட்டதாக இருக்க வேண்டும்?

● நல்ல மனதோடு வைக்கும் எல்லா கோரிக்கைகளுக்கும் கடவுள் கண்டிப்பாக செவி சாய்ப்பார். ஆகாயத்தில் புல் முளைத்தால், எருதுக்கு இறக்கைகள் முளைக்கும். கோரிக்கைகள் நியாயமானதாக இருந்தால் அவைகளுக்கு ஏற்றபடி வாய்ப்பை ஏற்படுத்திக் கொடுப்பார். நாம் உழைக்காமலேயே கோரிக்கை வைப்பது விதைக்காமலேயே அறுவடை செய்ய நினைப்பதற்கு சமம்!

() () ()

■ முகநூல் பதிவுகளை முழுக்க படிக்கிறீர்களா?

● படிக்க ஆசைதான்! ஆனால், நேரம் கை கொடுப்பதில்லை. இருந்தாலும் சில பதிவுகள் தேடி வந்து பார்வையில் விழும். இதோ... அப்படிப்பட்ட பதிவுகளில் ஒன்று.

எந்தத் துறையிலும் எண்ணற்றத் திறமைசாலிகள் இருக்கிறார்கள். வெற்றி கிடைக்கும் சூழ்நிலை ஐந்து அல்லது பத்து சதவிகிதம் கூடுதலாய் இருந்துவிட்டால் போதும் நீங்கள் அத்தனை பேரையும் முந்திச்

சென்றுவிடலாம்.

ஓர் உதாரணம்... காட்டு வழியில் நடைப்பயணம் செய்கிறவர்கள் இரண்டு பேர். போகிற வழியில் புலிகள் இருப்பதற்கான அறிகுறிகளை அடிக்கடி கண்டார்கள். உடனே ஒருவன் பாறை ஒன்றின் மீது அமர்ந்து, நடப்பதற்கான தனது காலணிகளை கழற்றிவிட்டு, ஓடுவதற்கான காலணிகளை மாட்டிக்கொண்டான். "நீ என்ன செய்கிறாய்?" நண்பன் கேட்டான்.

அவன் சொன்னான். "நான் ஓடுவதற்கான ஷூவை மாட்டிக்கொள்கிறேன்."

"உனக்கென்ன பைத்தியமா..? புலி பலசாலியான மிருகம். ஓட்டத்தில் அதைவிட வேகமாய் உன்னால் ஓட முடியும் என நினைக்கிறாயா?"

அதற்கு முதலாவது நபர் சொன்னான்: "புலியைவிட வேகமாக ஓட முடியாது என்று எனக்குத் தெரியும். உன்னைவிட வேகமாய் ஓடினாலே போதும்" என்றான்.

ஆம்...மற்றவர்களைவிட அனுகூலமான சூழ்நிலை அமைந்துவிட்டால் போதும் நீங்களும் வெற்றியாளர்தான்!

() () ()

■ **மங்கையராய்ப் பிறப்பதற்கே மாதவம் செய்திட வேண்டுமம்மா, பெண்ணின் பெருந்தக்க யாவுள**... **என்பவை சரி என்றால் ஆண்கள்?**

● அப்படி சொல்வதற்காகவே பிறந்தவர்கள்!

() () ()

■ **எனக்கு ஏகப்பட்ட பிரச்சினைகள். அவற்றில் இருந்து விடுபட வழி?**

● எப்போதோ படித்தது. உங்கள் கேள்வியைப் பார்த்ததும்

ஞாபகத்துக்கு வந்தது. அந்த 'ஜோக்' இதுதான்...

"மூட்டைப் பூச்சிக்கு பயந்து அந்தரத்தில் படுத்து தூங்குறதுக்கு மேஜிக் நிபுணர்கிட்ட பயிற்சி எடுத்துக்கிட்டேன்."

"இப்ப நிம்மதியா தூங்கறீங்களா?"

"கொசுக்கடிக்குத் தப்ப முடியலையே!"

() () ()

சித்தர்கள் கடவுள் நம்பிக்கை உள்ளவர்கள். அப்படி இருக்கையில், சிவவாக்கியர் என்னும் சித்தர் 'நட்ட கல்லும் பேசுமோ?' என்று தெய்வத்தை கேலி செய்து பாடியுள்ளார். ஏன் இந்த முரண்பாடு. அவர் நாத்திகவாதியா?

- அவரின் பாடலைப் படித்தபோது எனக்கும் முதலில் அப்படித்தான் தோன்றியது. ஆனால், ஆன்மிக சொற்பொழிவாளர் பி.என்.பரசுராமன், அதற்கு புதிய விளக்கம் ஒன்றைச் சொல்லியுள்ளார். சிவவாக்கியர் பாடிய பாடலை முதலில் பார்ப்போம்... நட்டகல்லை சுற்றி வந்து நாலு புஷ்பம் சாத்தியே சுற்றிவந்து மொண மொணஎன்று சொல்லும் மந்திரம் ஏதடா! நட்ட கல்லும் பேசுமோ...? நாதன் உள்ளிருக்கையில் சுட்டசட்டி சட்டுவம் கறிச்சுவை அறியுமோ? 'நட்டகல்லு பேசாது... ஏன்டா கோயிலுக்குப் போறீங்க?'ன்னு சித்தரே சொல்லிட்டாருன்னு பல நாத்திகவாதிகள் மேடைக்கு மேடை பேசுறதை எல்லோரும் கேட்டிருப்போம். ஆனா, சிவவாக்கிய சித்தர் நாத்திகர் அல்ல. இறைவனைச் சிறப்பித்து எத்தனையோ பாடல்களை பாடி இருக்கிறார். அப்படி பாடியவர் எதுக்காக 'நட்ட கல்' என்கிறார். ஏன்... 'வெறும் கல்' என சொல்லக் கூடாதா? 'நட்ட கல்' என்பது பிரதிஷ்டை செய்யப்பட்ட சுவாமி விக்கிரகங்களைக் குறிக்கும்.

இந்தப் பாட்டில் நாலு புஷ்பம்ன்னு சொல்றது நீர்ப்பூ, நிலப்பூ, கொடிப்பூ, மலைப் பூக்களைக் குறிக்கும். தண்ணீரில் பூக்கும் பூ, நிலத்தில் பூக்கும் பூ, கொடியில் பூக்கும் பூ, மலையில் பூக்கும் பூ என்பவையே அவை. இவைகளை இறைவனுக்குச் சாத்தணும்.

அடுத்தது... 'சுற்றி வந்து மொண மொணவென்று சொல்லும் மந்திரம் ஏதடா!' இதுக்கு என்ன அர்த்தம்? கடவுள் சிலையைச் சுற்றி வரும்போது ஊர் வம்பு பேசிட்டோ அல்லது 'எனக்குத்தான் பாடத் தெரியும்'ன்னு நினைச்சு சத்தம் போட்டு பாடிட்டோ வலம் வரக்கூடாது. நமக்குத் தெரிந்த மந்திரத்தை அடுத்தவங்க காதுல விழாதபடி உதடுகள் மட்டும் அசையும்படியாக முணுமுணுத்துக்கிட்டே வலம் வரணும். ஏன்னா... சாஸ்திரப்படி நமக்கு தெரிஞ்ச மந்திரம் மற்றவர்களுக்குத் தெரியக்கூடாது. அதனால் சித்தர் 'மொண மொண' என்ற வார்த்தையைப் பாட்டில் பயன்படுத்தி இருக்கார்.

அதேபோல... 'நட்ட கல்லும் பேசுமோ?' என்பதற்கு அது பேசாது என்பதல்ல அர்த்தம். இதை 'நட்ட கல் பேசுமோ, உம்' என்று கூட்டு மொழியில் சொல்ல வேண்டும். அதாவது, 'கல்லும்' என்கிற வார்த்தையில் உள்ள 'உம்'மை கடைசியில் போட்டுக்கொள்ள வேண்டும். இப்போது அந்த வரியைப் படிச்சுப் பார்த்தா, 'நட்ட கல்லான விக்கிரகம் பேசுமா? ம்... பேசும்!' என்கிற விளக்கம் நமக்கு கிடைக்கும். விக்கிரகம் பேசும்; ஆனால்... எப்போது? தெய்வம் நம் உள்ளத்தில் இருக்கணும். அப்போதுதான் கோயிலில் உள்ள விக்கிரகம் பேசும். இல்லையென்றால் அது பேசாது.

உதாரணம்: 'செல்போன்'ல சிம் கார்டு இருந்தால்தான் பேச முடியும். அதுபோல் நம் உள்ளத்தில் கடவுளை உட்கார வைத்தால்தான் கோயிலில் நட்டு வைத்த சிலையும் பேசும். இதைத்தான், 'நாதன்

உள்ளிருக்கையில்' எனக் குறிக்கிறது பாட்டு. மேலும், இன்ப துன்பங்களால் பக்குவப்பட்டு தெய்வநிலையை அடைந்த மனிதன் மறுபடியும் பிறக்கமாட்டேன் என்பதையே 'சுட்ட சட்டி சட்டுவம் கறிச்சுவை அறியுமோ?' என்கிறார் அந்த மதிநுட்பமான சித்தர்.

() () ()

இந்தியாவின் எதிர்கால அபாயம்?

- இன்றைய தங்கம், பங்குச்சந்தை நிலவரம் போல் ஓட்டுச் சீட்டின் விலை மதிப்பையும் செய்தி சேனல்கள் வெளியிடும் நாள் நெருங்கி வந்துகொண்டிருக்கிறது!

() () ()

'என்ன வாழ்க்கை?' என்று புலம்புகிறவர்களைப் பற்றி...?

- கசக்கிற வாழ்க்கை இனிக்க மருத்துவர் என்னும் கடவுள் எழுதிக் கொடுத்த வாழ்நாள் மருந்துச் சீட்டு:

உண்மை... எந்நேரமும்.

உழைப்பு... தினமும் 10 மணி நேரம்.

() () ()

இன்றைய இளைஞர்கள் ஃபேஸ்புக்குக்கு அடிமை ஆகிவிட்டார்கள் என்று சொல்லப்படுவது உண்மையா?

- இதுவோ விஞ்ஞான யுகம்! போன வாரம் புதிதாக வாங்கிய செல்போனை இந்த வாரம் ஓல்டு மாடல் என்று சொல்லி கேலி செய்யும் இளசுகளுக்கு எது நல்லது... எது கெட்டது என்று நன்றாகவே தெரியும். விஞ்ஞானக் கண்டுபிடிப்பு எதுவாக இருந்தாலும் அதை இந்த தலைமுறையிடம் இருந்து மறைக்க முடியாது. 'அதைப் பார்க்காதே... இதைப் பார்க்காதே!' என்று சொல்ல முடியாது. 'ஃபேஸ்புக்' என்பதை 'டாஸ்மாக்' கடையாக நினைத்து பயப்படுவது தேவையற்றது. அது

அற்புதமான களம்.

நட்பு வட்டாரம், உறவினர் வட்டாரம் என்று வலைத்தளத்தில் கூட்டணி சேர்த்துக்கொண்டு சேட்டிங்கில் உரையாடி செய்திகளை விநாடி நேரத்துக்குள் பரிமாறிக்கொள்ளலாம். ஆனால், எதுவுமே அளவுக்கு மீறினால் அங்கே பிரச்சினைகள் எட்டிப் பார்க்கத்தான் செய்யும். ஒரு நாளைக்கு ஒரு மணி நேரம் மட்டுமே ஃபேஸ்புக்கில் உலா வந்து நட்புகளோடு செய்திகளைப் பகிர்ந்துகொண்டால் வாழ்க்கையில் நல்லது, கெட்டதைப் பகுத்தறியும் திறமை தானாகவே வந்துவிடும்.

இன்டர்நெட்டில் விபரீதங்கள், வில்லங்கங்கள் இல்லாமல் இல்லை. அவற்றில் இருந்து விலகுவதுதான் நம் புத்திசாலித்தனங்களில் பிரதானமானது. நட்பு என்பது எந்த அளவுக்கு இருக்க வேண்டும் என்பதை ஆணோ, பெண்ணோ சரியாக வரையறுத்துக்கொண்டாலே போதும். அவர்கள் போவது ஒழுக்கமான... சீரான பாதையாக மாறிவிடும். இந்த முகநூல் என்பது ஒரு மாயை அல்ல. வாழும் தலைமுறையின் ஜாதகம். அவர்கள் எப்படி இருக்கிறார்கள்... எப்படி இருக்கப் போகிறார்கள் என்பதைத் தெரிந்துகொள்ளவே நானும் முகநூலில் இருக்கிறேன். விஞ்ஞானம் எந்த வடிவத்தில் வந்தாலும் அது நன்மைகளையும் தீமைகளையும் கொண்டு தரும். எது தீமை, எது நன்மை என்பதைத் தீர்மானிக்கும் நியாயத் தராசு நமது கையில் இருக்க வேண்டியது அவசியம்!

() () ()

■ **உங்களுக்கு கோபம் வந்தால் எப்படி வெளிப்படுத்துவீர்கள்?**

● விவேகானந்தர் சொன்னதைப் போலதான்:

தேவைப்பட்டால் கோபத்தைக் கேடயமாக பயன்படுத்துங்கள். ஆனால், ஒருபோதும் ஆயுதமாக பயன்படுத்திவிடாதீர்கள்!

() () ()

■ சுவாரசியமாக எழுதுவது எப்படி? அந்தக் கலையைக் கற்றுத் தரக்கூடாதா?

● கற்றுக் கொடுப்பதால் வரும் கலை அல்ல அது. எழுத எழுத தானாக வர வேண்டும். இதோ... முகநூல் நண்பர் சிவகுமார் வெங்கடாசலம், 'கொசு அடித்தல்' என்கிற தலைப்பில் எனக்கு அனுப்பிய பதிவு. படித்துப் பாருங்கள். வெகு சுவாரசியம்:

ஒரு மைக்ரோ விநாடிகூட வலியை உணராமல் துடிதுடிக்காமல் சாகக் கொடுத்து வைத்த ஜீவன் எனக்குத் தெரிந்து உலகத்திலேயே கொசுவாகத்தான் இருக்க முடியும். பட்டுனு அடிச்சா பொட்டுன்னு போயிரும். அது மட்டுமல்லாமல்... 'ஓர் உயிரைக் கொல்கிறோம் என்கிற குற்ற உணர்ச்சியையும் இரக்கத்தையும் ஜீவகாருண்யம் பற்றிய சிந்தனையையும் மனிதர்களுக்குத் துளியும் வழங்காமல் உயிரை விடும் உயிரினம் உலகத்திலேயே இதுவாகத்தான் இருக்கும். நமக்குத் தீங்கு இழைக்காமல் ஓரமாகச் சென்றுகொண்டிருக்கும் எறும்பை வலியச் சென்று நசுக்கும்போது ஏற்படும் குற்ற உணர்ச்சி, கரப்பான் பூச்சியை நசுக்கும்போது சில நொடிகளாவது அது தனது உடம்பைக் குலுக்கி கால்களை அசைத்து, 'நாம் இப்போது சாகப்போகிறோம்' என்று உணர்ந்தவாறே உயிர் விடுவதைப் பார்க்கும்போது உண்டாகிற குற்ற உணர்ச்சி... இவை யாவும் கொசுக்களிடம் காட்டத் தேவை ஏற்படுவதில்லை. கொசு விஷயத்தில், 'நீ என்னை கடிச்சே... அதனால நான் உன்னைய

அடிச்சேன்!' என்கிற மிக வலுவான நியாயமான காரணம் கிடைத்துவிடுகிறது.

மனிதன் மிகுந்த ரசனையோடு கொல்லுகிற ஜீவராசியும் கொசுதான்! இரவு நேரத்தில் சீரியஸாக பிடித்த படத்தை டி.வியில் போட்டுப் பார்த்துக்கொண்டிருக்கையில் பக்கவாட்டில் இடது காதில் மிக அருகே ரீங்காரமிடும் கொசுவை இந்தி நாடகத்தில் சிவபெருமான் வேடமிட்டவர் புரியும் மென்புன்னகையோடு ஆர அமர நிதானித்து, அது காது மடலில் அமரும் வரை காத்திருந்து, காங்கிரசின் கைச்சின்னத்தைக் காட்டி, காதோடு காதாக அடித்து அதற்கு சமாதி கட்டுவதில் அவன் எல்லையில்லா ஆனந்தம் கொள்கிறான்.

காதலி செட்டாகாமல் சிங்கிளாக இருப்பவன் ஒரு கையில் செல்போனைப் பிடித்தபடி யாருடேனோ பேசிக்கொண்டிருக்கும்போது, பக்கத்தில் பறந்து வரும் கொசுவை தனது திறமைக்குண்டான சவாலாகப் பார்க்கிறான். அடித்துக் கொல்ல உதவிக்கு சுவரும் கிடைக்காதபட்சத்தில் கப்பென்று ஒரே கையில் அதனை கேட்ச் பிடித்து ரொட்டிமாவு பிசைவதைப் போல பிசைந்து சாகடிக்கிறான். தூங்கிக்கொண்டிருக்கும் குழந்தையைக் கடிக்கும் கொசுக்களுக்கு கும்பிபாகம், காது மடலில் அமரும் கொசுக்களுக்கு கிருமி போஜனம் என்று தண்டிப்பதில் அவன் வெரைட்டி காட்டுகிறான்.

கொசுக்களில் சீசனுக்கு மட்டும் வரும் கொசுக்கள், கையை அருகே கொண்டு போகும்போதே உஷாராகி சைடு வாங்கி ஓடி ஒளியும் கொசுக்கள், ஒரே இடத்தில் அமர்ந்து சொரணையற்றுச் சாகும் சோம்பேறிக் கொசுக்கள், தற்காலிகமாகத் தேங்கிக் கிடக்கும் மழைநீர்க் குட்டையில் இருந்து வீட்டுக்குள் படை எடுக்கும் குண்டு குண்டு கொசுக்கள், பக்கத்தில் அமைந்திருக்கும் காலிமனைப் புதரில் குடி இருக்கும்

ரத்தக் காட்டேரி கொசுக்கள், கணக்கு இல்லாமல் ரத்தம் குடிக்கும் தீவட்டி தடிக் கொசுக்கள், ராட்சதக் கொசுக்கள், ரவுண்டு கொசுக்கள் என்று அவற்றில் பல வகை உண்டு. கொசு அடித்தல் சுவாரசியமானது!

() () ()

■ **ஆண்டுக்கு ஒரு முறை முழு உடல் பரிசோதனை ('மாஸ்டர் ஹெல்த் செக் அப்') செய்யலாமா?**

● வரும்முன் காக்க, இன்று பரவலாக நம்பப்படும் மருத்துவ முறை! ஆனால், நம்மில் அநேகர் இதில் மாட்டிக்கொண்டு, இல்லாத நோய்க்கு மருத்துவம் செய்து, புதிய தொல்லைகளை வரவழைக்கிறவர்கள்தான். இதில் மோசமாக பாதிக்கப்படுபவர்கள் நன்கு படித்தவர்கள், பணம் படைத்தவர்கள், புகழடைந்தவர்கள். ஒவ்வொருவரின் உடலும் நாங்கள் சொல்வதுபோல்தான் இயங்க வேண்டும். சர்க்கரை நோய் ரீடிங் 80/140, ரத்த அழுத்த ரீடிங் 80/120, சிறுநீரக நோய் ரீடிங் 1.02, கொழுப்பு - உப்பு அளவுகள்... இப்படிதான் இருக்க வேண்டும் என்று உலக சுகாதார அமைப்பு பரிந்துரையின்படி நிர்ணயித்திருக்கிறது நவீன மருத்துவம். நாமும் இதை உண்மை என நம்பி, நோயாளிகளாக மாறிக்கொண்டிருக்கிறோம். நம் உடல் இயற்கை விதிகளின்படி இயங்குகிறது. ஒவ்வொருவரின் உடலியக்கமும் ஒவ்வொரு மாதிரி இருக்கிறது. உலகில் எந்த இருவருக்கும் இது ஒன்றுபோல் இருக்காது. கைரேகை ஒரே மாதிரி இருக்காதே.. அதே போல!

உலகின் ஒவ்வொரு மூலையில் உள்ள மனிதனும், வெவ்வேறு தட்பவெப்ப நிலை - மாறுபட்ட உணவுப் பழக்கம், வேறுபட்ட கலாசாரம், வெவ்வேறு மரபணு அமைப்பில் இருக்கிறான். அப்படியானால், "உலகில் எல்லோருக்கும் ஒரே ரீடிங் இருக்க வேண்டும்" என்று

ஆங்கில மருத்துவ உலகம் அடம் பிடிப்பதை சரியென்று ஏற்றுக்கொண்டு, அதற்குத் தக்கப்படி உடலியக்கத்தை மாற்றுவது எவ்வளவு பெரிய அறியாமை.

மனிதன் ஆரோக்கியமாக இருப்பது, இல்லாததை எப்படி தெரிந்துகொள்வது? வரும்முன் காப்பது எப்படி? கீழ்க்கண்டவை உங்களுக்கு இருக்கிறதா என பாருங்கள்... போதும்.

1. வேளாவேளைக்கு பசி. 2. போதிய தாகம். 3. 8 மணி நேரத் தூக்கம். 4. இயல்பான மனநிலை.

மேற்சொன்ன நான்கும் திருப்தியாக இருந்தால், நீங்கள் ஆரோக்கியமாக இருக்கிறீர்கள் என்று தாராளமாக நம்பலாம்!

() () ()

ஆண்களின் கண்ணீர், பெண்களின் கண்ணீர்... என்ன வித்தியாசம்?

● எந்த வித்தியாசமும் இல்லை! ஒரு சொட்டுக் கண்ணீரில் புரோட்டீன், குளோரைடு, குளுக்கோஸ், சோடியம், பொட்டாசியம் போன்ற ரசாயன சங்கதிகளும் லைஸோசைம் என்ற முக்கியமான வேதிப்பொருளும் உள்ளது. இதில் லைஸோசைம் வேலை என்ன தெரியுமா? கண்ணுக்குள் நுழைகிற தொற்றுநோய் கிருமிகளை அழிப்பதுதான்! அடிக்கடி அழுதால் இந்த லைஸோசைம் அளவு குறைந்துவிடும். எனவேதான் யாராவது அழுதால் ‘அழ வேண்டாம்!’ என்று சொல்கிறோம்.

இன்னொரு முக்கியமான விஷயம்... அதாவது, அழும்போது மட்டும்தான் கண்களில் நீர் வருகிறது என்று நினைத்துக்கொண்டிருக்கிறோம். அது தவறு. நம் கண்கள் எப்போதும் நீரைச் சுரந்துக்கொண்டேதான்

இருக்கின்றன. அதன் அளவு மிக மிகக் குறைவு என்பதால் நமக்குத் தெரிவதில்லை!

சரி... கண்ணீர் குறைவாக சுரப்பது எதற்காகத் தெரியுமா? கண் தன்னைத் தானே சுத்தம் செய்துகொள்வதற்காகவே! இமைகள் தனக்கு அடியில் உண்டாகும் கண்ணீரைக் கொண்டு கண்களைச் சுத்தம் செய்துகொள்ள வசதியாகத்தான் நிமிடத்துக்கு 3 முறை இமைக்கின்றன. அப்புறம்... ஆனந்தக் கண்ணீர் வலது கண்ணிலும், துன்பம் - வலி காரணமாக உண்டாகும் கண்ணீர் இடது கண்ணிலும் முதலில் சுரக்கிறது என்பது ஹைலைட்!

() () ()

பெண்களுக்கு பிறந்த வீட்டின் மீது அதிக பாசம் இருப்பது ஏன்?

- கிரீடம் இருந்தாலும் புகுந்த வீட்டில் மருமகள்தான். தலையில் கிரீடம் இல்லாவிட்டாலும் பிறந்த வீட்டில் மகாராணி என்பதால்!

() () ()

அன்றைய சினிமா, இன்றைய சினிமா... என்ன வித்தியாசம்?

- அன்றைக்கு 25 வாரம் தினசரி 3 காட்சிளோடு ஓடினால் வெள்ளி விழா. இன்றைக்கு தியேட்டரில் முதல் நாள் 25 பேர் உட்கார்ந்து படம் பார்த்தாலே சக்சஸ் மீட்!

() () ()

உங்ககிட்ட ஒரு கேள்வி. விமானத்துல பறக்கும்போது தொடர்ந்து 48 மணி நேரம் இருட்டுல இருக்கணும். அதுக்கு எந்த ஃபிளைட்ல ஏறணும்? ஃபிளைட் மாறினாலும் அப்பவும் இருட்டாத்தான் இருக்கணும்?

* எந்த 'ஃப்ளைட்'ல வேண்டுமானாலும் ஏறலாம். ஒரே கண்டிஷன்... ரெண்டு கண்களையும் கறுப்புத் துணியால் அது வரை கட்டிக்கணும். அவ்வளவுதான்

() () ()

■ **இந்தக் காலத்தில் நல்லவர்களைவிட கெட்டவர்கள் அதிகமாக இருப்பதற்கு என்ன காரணம்?**

* அந்தக் காலத்திலும் சரி... இந்தக் காலத்திலும் சரி... நல்லவர்களின் எண்ணிக்கையும், கெட்டவர்களின் எண்ணிக்கையும் ஒரே மாதிரிதான் இருக்கிறது. அப்போது நூற்றுக்கு ஐந்து பேர்தான் நல்லவர்களாக இருந்திருக்கிறார்கள். உதாரணம்: பாண்டவர்களும், கவுரவர்களும். ஆக... காலம் மாறினாலும் மனிதர்கள் மாறுவதில்லை!!

() () ()

■ **அதிகம் பேசினால், 'நிறைகுடம் தளும்பாது' என்கிறார்கள். பேசாமல் இருந்தால், 'ஊமை... ஊரைக் கெடுக்கும்' என்று சொல்கிறார்கள். அப்ப என்னதான் செய்ய?**

* ஜாடையில் பேசிப் பாருங்களேன்!

() () ()

■ **உங்களுக்கு நீச்சல் தெரியுமா ?**

* எதிர் நீச்சல் மட்டும்!

() () ()

■ **குடிசைவாசிகளில் பெரும்பாலோர் எப்போதும் சந்தோஷமாக இருக்கிறார்களே... அது எப்படி?**

* அன்புதான் அழகான வாழ்க்கை என்பதை புரிந்துகொண்டவர்கள் அவர்கள். அதனால் பரம

சந்தோஷமாக இருக்கிறார்கள்!

() () ()

■ 'நமக்கு இப்படியொரு எண்ணம் தோன்றவில்லையே?' என்று நீங்கள் நினைத்தது?

● 'முதியோர் இல்லங்களுக்கு தடை விதித்தால் என்ன?' என்கிற கேள்விக்கு பத்திரிகையில் கொடுத்த பதில், 'அட... ஆமால்ல!' என்று என்னை சில விநாடிகள் யோசிக்க வைத்தது. பாராட்டவும் வைத்தது. நீங்களும் படியுங்கள்... முதியோர் இல்லங்களை யாரும் நடத்தக்கூடாது என்று தடை விதித்தால் வேறு போக்கிடம் இல்லை என்று பெரியவர்களை வீட்டிலேயே வைத்துக்கொள்வார்களே என்று எல்லோரும் நினைக்கலாம். ஆனால், அப்படிப்பட்ட போக்கிடங்களும் இல்லை என்றால் அந்த மூத்த ஜீவன்கள் செத்துப் போக வழி தேடித் திரிவார்களே! எனவே, இருந்துவிட்டுப் போகட்டும் முதியோர் இல்லங்கள். தினம் தினம் மனம் கொத்தும் மருமகள்களிடம் இருந்தும், மனம் இருந்தும் கையாலாகாத மகன்களிடம் இருந்தும் தப்பித்துக்கொள்ளட்டும் அந்த நாளைய தெய்வங்கள்!

() () ()

■ குடியை நிறுத்தினால் கை, கால்கள் நடுங்கும். எனவே டாஸ்மாக்கை மூட முடியாது. மதுவிலக்கை ஒழிக்க இயலாது" என்று அமைச்சர் கூறுகிறார். இது சரியா?

● எப்படி சரியாகும்? குடியை நிறுத்தினால் கை, கால் நடுங்கும் அளவுக்கு குடிக்க வைத்துவிட்டு... மதுவை நிறுத்த முடியாது என்று சொன்னால் அது எந்த வகையில் நியாயம்? எதிர்கால சந்ததியினருக்காவது கை, கால் நடுங்காமல் இருக்க இப்போதே 'டாஸ்மாக்'

கடைகளுக்கு மூடுவிழா நடத்தலாமே?

() () ()

'எதிர்கால இளசுகள் எப்படி இருப்பார்களோ...!' என்று கவலைப்படுகிறீர்களா?

● முன்பு இந்தக் கவலை இருந்தது. இப்போது இல்லை. காரணம்... நான் படிக்கும் சில பதிவுகள்.

இதோ இரு உதாரணம்...

பாண்டிச்சேரி செல்லும் பஸ்சுக்காக சென்னை திருவான்மியூரில் காத்திருக்கும் போது சில வெளிநாட்டுக்காரர்களும் வந்து எங்களுடன் இணைந்தனர். அவர்களைப் பார்த்தவுடன் ஓடி வந்து தொந்தரவு செய்து, அவர்கள் முகம் சுளிக்கும்படி பிச்சை எடுத்துக்கொண்டிருந்த சிலரிடம், "ஐயா... தயவுசெய்து இங்கிருந்து போய்விடுங்கள். வெளிநாட்டவர்களிடம் கையேந்தாதீர்கள். அது நமக்குத்தான் அவமானம்" என்று கெஞ்சியபடி அவர்களை அப்புறப்படுத்த முயன்ற கல்லூரி மாணவரைப் பார்த்தோம். "தம்பி... நீங்க போனவுடன் அவங்க பின்னாடியே வந்துடுவாங்க" என்று அங்கிருந்த ஒருவர் சொல்ல... "கண் எதிரே நம் மக்கள் வேறுநாட்டினரிடம் கை நீட்டி காசு வாங்கும்போது மனம் வேதனைப்படுகிறது" என்று அவர் சொன்னபோது கேட்பதற்கே பெருமையாக இருந்தது.

அதே போல்... ஒரு கோயிலுக்குச் சென்றிருந்தேன். அங்கு சில வெளிநாட்டு டூரிஸ்ட்டுகள் வந்திருந்தனர். அவர்களுக்கு புரியும்படியான தெளிவான ஆங்கிலத்தில் அந்த கோயிலைப் பற்றி விளக்கிக்கொண்டிருந்தார் ஒருவர். 'அட இந்த கைடு நன்றாகவே வழி நடத்துகிறாரே?' என்று நானும் அவர்களுடன் சேர்ந்துகொண்டேன். எல்லாவற்றையும் நன்கு விளக்கமாக தெளிவான

ஆங்கிலத்தில் அவர்களிடம் சொல்லியதோடு நமது கலாசார பெருமையை அவர் விளக்கிய விதமும் அருமை. எல்லாம் முடிந்து அவர்கள் புறப்பட்டுப் போகும்போது எடுத்து நீட்டிய ரூபாய் நோட்டுகளை மறுத்துவிட்டு, "நீங்கள் எங்கள் நாட்டுக்கு வந்த விருந்தாளிகள். உங்களுக்கு இவைகளைப் புரிய வைப்பது என் கடமை. பணத்துக்காக இதை நான் செய்யவில்லை" என்றார். அவர்கள் எவ்வளவோ வற்புறுத்திப் பார்த்தும் மறுத்துவிட்டு நம் நாட்டில் இன்னும் பார்க்க வேண்டிய இடங்களைப் பற்றிச் சொன்னதும், அவர்களெல்லாம் மிகவும் மகிழ்ச்சி அடைந்ததைப் பார்த்தேன். பக்கத்தில் உள்ள பெட்டிக்கடையில் அவரைப் பற்றி விசாரித்தபோது, அங்குள்ள கல்லூரியில் படிப்பவராம். விடுமுறை நாட்களில் இங்கு வந்து சேவையாக இதை செய்வாராம்.

இப்போதெல்லாம் தாய் தேசத்தை பிறர் மதிக்க வேண்டும் என்ற உணர்வு நம்முடைய இளைஞர்கள் மத்தியில் அதிகமாக இருப்பதாக தோன்றுகிறது. இது நல்லதுதான்! ஏனெனில், இவர்கள்தான் நாளைய நம் பாரதத்தின் எதிர்காலம். ஏழ்மையும், பாம்பாட்டிகளும் நிறைந்தது என்று நம் நாட்டை எகத்தாளம் செய்து படுகீழாகப் பார்த்த நாடுகளில் சில இப்போது நம்மை சமமாகப் பார்க்கத் தொடங்கியுள்ளன. அவர்களே அண்ணாந்து பார்க்கும் வளர்ச்சியை இந்த மாதிரி இளைஞர்கள் நிச்சயம் எதிர்காலத்தில் கொண்டு வருவார்கள் என்ற நம்பிக்கை நிறையவே இருக்கிறது.

() () ()

■ **சங்கடம் சரி! அது என்ன தர்மசங்கடம்?**
● பள்ளிக்கூடத்தில் நான் படித்தபோது ஆசிரியர் சொன்னது இது.

மகாபாரதத்தில் ஒரு சம்பவம். காட்டுக்குள் பஞ்சபாண்டவர்கள் பயணம் மேற்கொண்டபோது ஏற்பட்ட தண்ணீர் தாகத்தை தீர்த்துக்கொள்ள குளத்தில் தண்ணீர் குடிக்கிறார்கள். அது நஞ்சு கலந்த நீர். முதலில் நீரைக் குடித்த அர்ஜுனன், பீமன், நகுலன், சகாதேவன் ஆகிய நான்கு பேரும் மரணமடைய தர்மன் கண்ணீரோடு கலங்கி நிற்கிறான். அப்போது அந்த குளத்தில் வசிக்கும் யட்சன், தர்மனுக்கு முன்னால் தோன்றினான். "நீ தர்மத்துக்கு கட்டுப்பட்டவன் என்பதால் உனக்கு உதவி செய்கிறேன். இந்த நான்கு பேர்களில் யாரையாவது ஒருவரை என்னால் உயிர் பிழைக்க வைக்க முடியும். உனக்கு யார் வேண்டும்?" என்று கேட்கிறான். தர்மன் சில விநாடிகள் யோசித்துவிட்டு, "நகுலன்" என்கிறான். யட்சனுக்கு ஏக வியப்பு. "பீமன், அர்ஜுனன் போன்ற வல்லமை கொண்டவர்களை... சாஸ்திரங்களில் தேர்ந்த சகாதேவனை விட்டுவிட்டு நகுலனை உயிர்ப்பிக்கும்படி கேட்கிறாயே தருமா! இதன் காரணம் என்ன?" என்று அவன் கேட்க... தர்மன் சொல்கிறான்:

"யட்சனே... நானும், பீமனும், அர்ஜுனனும் என் தாய் குந்திக்கு பிறந்தவர்கள். சகாதேவன், நகுலன் இருவரும் என்னுடைய தந்தையின் இன்னொரு மனைவியான மாத்ரிக்கு பிறந்தவர்கள். குந்தி புத்திரர்களில் மூத்தவனாகிய நான் உயிரோடு இருக்கிறேன். அதுபோல என் சித்தி மாத்ரியின் மகன்களில் மூத்தவனான நகுலன் உயிரோடு இருக்கட்டும். அதுதான் நியாயம் தர்மமும்கூட!" தர்மன் சொன்ன இந்த விளக்கத்தைக் கேட்ட யட்சன் மனம் மகிழ்ந்து, நெகிழ்ந்து... "நான் கேட்ட சங்கடமான கேள்விக்கு தர்மத்தின் வழியில் நின்று நியாயமான பதிலை நீ சொன்னதால், இந்த நான்கு பேர்களையும் உயிர்ப்பிக்கிறேன்" என்று சொல்லி அவர்களை உயிர்ப்பித்து தர்மனோடு

அனுப்பி வைத்தான். அன்றைக்கு தர்மருக்கு உருவான 'தர்மசங்கடம்' நம்முடைய வாழ்க்கையில் இன்றைக்கும் தொடர்கிறது!

() () ()

■ ஒரு மனிதனுக்கு எது மாதிரியான மனப்பக்குவம் இருக்க வேண்டும்? அந்த பக்குவத்தை அடைய என்ன வழி?

● பகவத்கீதையில் என்ன சொல்லப்பட்டிருக்கிறது என்று பார்க்கலாமா?

எவன் ஒருவன் வெகுமானம் - அவமானம், நண்பன் - பகைவன், குளிர்ச்சி - உஷ்ணம், சுகம் - துக்கம்.. இவைகளை சமமாக நினைக்கிறானோ, எவன் எதன் மீதும் ஆசை கொள்ளாதவனாகவும்... இகழ்ச்சியையும் புகழ்ச்சியையும் ஒன்றாகக் கருதுபவனாக இருக்கிறானோ, எவன் ஒருவன் தன்னிடம் இருப்பதை வைத்துக்கொண்டு மகிழ்ச்சி அடைகிறானோ... அவனே மனப்பக்குவம் அடைந்தவன்.

அந்த மனப்பக்குவத்தை அடைய பொறுமையும் சகிப்புத்தன்மையும் தேவை. இவற்றைப் பெற என்ன வழி என்று கேட்கிறீர்களா? கோபம் வரும்போது மவுனம் என்ற மொழியைக் கைக்கொண்டால் போதும். எந்த ஒரு விஷயத்தையும் உணர்ச்சிவசப்படாமல் உணர்வுப்பூர்வமாக அணுகினால் மனம் பெறும் பக்குவமோ பக்குவம். முயற்சி செய்து பாருங்கள். ஆனால், முயற்சி செய்வதுதான் கஷ்டம். முயற்சி செய்ய ஆரம்பித்துவிட்டாலே நீங்கள் வெற்றி பெற பிள்ளையார் சுழி போட்டுவிட்டீர்கள் என்று அர்த்தம்!

() () ()

முதுமையிலும் இனிமையாக வாழ்வது சாத்தியமா?

● சாத்தியமே என்கிறது மருத்துவத் துறை.

ஒரு மனிதனின் உடம்பில் எது மாதிரியான பிரச்சினை வந்தாலும் அதை எதிர்த்து தாக்குப்பிடித்து ஆரோக்கியமாக வாழ அவனுடைய உடம்பின் ஒவ்வொரு முக்கியமான உறுப்பிலும் ஸ்டெப்னி மாதிரி இன்னொரு உறுப்பையும் வைத்துள்ளான் படைத்தவன். இரண்டு கண்கள், இரண்டு கைகள், இரண்டு கால்கள், இரண்டு காதுகள், இரண்டு சிறுநீரகங்கள். ஈரலின் அளவும், கல்லீரலின் அளவும் தேவைக்கு அதிகமாகவே உள்ளது. இருதயம் மட்டும் ஒன்று என்ற எண்ணிக்கையில் இருந்தாலும் அதில் 4 வால்வுகள் இருப்பது மிகப் பெரிய பிளஸ் பாயிண்ட்! முதுமையில் வாழ்க்கை இனிமையாகவும், ஆரோக்கியமாகவும் அமைய வேண்டுமானால் இளமையில் புகை பிடிப்பது, மது அருந்துதல் போன்ற பழக்க வழக்கங்கள் பக்கத்தில் வராமல் பார்த்துக்கொள்ள வேண்டும். சாப்பிடும் உணவும் சத்துள்ளதாக இருந்துவிட்டால் முதுமையில் வயது 80 ஆனாலும் உடல் உறுப்புகள் ஆரோக்கியமாக இருக்கும்... இயங்கும்.

உடம்பு ஆரோக்கியமாக இருந்துவிட்டாலே வாழ்க்கை இனிமையுள்ளதாக மாறிவிடும். முதுமைப் பருவத்தில் உடல் ரீதியாக ஆரோக்கியமாய் இருந்தால் மட்டும் போதாது. மன ரீதியாகவும் ஆரோக்கியமாக இருக்க வேண்டும். முதுமையை ஓய்வு எடுக்கும் காலமாக நினைத்து எப்போதும் சாய்வு நாற்காலியில் உட்கார்ந்தபடி எதையாவது படித்துக்கொண்டோ அல்லது டி.வி பார்த்துக்கொண்டோ இருக்கக் கூடாது. மனதையும் உடம்பையும் சுறுசுறுப்பாக வைத்துக்கொள்ள வேண்டும்.

உடம்பு ஒத்துழைத்தால் வெளியில் சென்று ஏதாவது

நிறுவனத்தில் வேலைக்கு சேர்ந்துகொள்ளலாம். இல்லாவிட்டால் வீட்டிலேயே சிறிய முதலீட்டில் தொழில் தொடங்கலாம். பெரிதாக லாபம் இல்லாவிட்டாலும், பார்க்கும் வேலையின் காரணமாக மனதும் உடம்பும் சந்தோஷமாய் இருக்கும். வீட்டில் உள்ள மகன், மருமகள், உறவுகளிடம் அன்பாய் - சரளமாய் பேசிப் பழக வேண்டும். பேரக்குழந்தைகளுக்கு சமமாக விளையாடி, இரவு நேரங்களில் அவர்களுக்குக் கதை சொல்லி தூங்க வைத்து அவர்களோடு தூங்க வேண்டும்.

மனசுக்குள் ஏதாவது பிரச்சினை இருந்தால் அதை நல்ல பந்தங்களிடம் சொல்லித் தீர்த்துக்கொள்ள வேண்டும். எல்லாவற்றுக்கும் மேலாக ஒவ்வொரு மனிதரும் சம்பாதிக்கும் சொத்து அவர்களுடைய வாரிசுகளுக்குத்தான் போய் சேர வேண்டும். ஆனால், தனது கடைசிக் காலம் வரைக்கும் சொத்துகள் எல்லாமே அவருடைய பெயரிலேயே இருக்கும்படியாக பார்த்துக்கொள்வது அதிக உத்தமம். இந்த விஷயத்தில் மகன், மகள், மருமகன்... இவர்களின் கஷ்டத்தையும் கண்ணீரையும் பார்த்து சொத்துகளை அவர்களுடைய பெயர்களுக்கு சீக்கிரம் எழுதி வைத்துவிட்டால் முதுமையில் இனிமை வாய்க்காது. தனிமைதான் கிடைக்கும். முதுமை... இயற்கை தரும் சாபம் இல்லை; வரம். எல்லாருக்கும் அந்த வரம் கிடைக்கும். அதை சாபமாக்கிக்கொள்வதும், கொள்ளாததும் நம் கையில்தான் இருக்கிறது. எதற்குமே அலட்டிக்கொள்ளாத, எதையுமே பிரச்சினையாக நினைக்காத 'டேக் இட் ஈஸி பாலிசி' இருந்துவிட்டால் அவருடைய முதுமையின் வாழ்நாள் முழுசுமே இனிமையோ இனிமை!

() () ()

பெரியாரை உங்களுக்குப் பிடிக்குமா?

- பெரியாரையும் பிடிக்கும்; பெரியாரின் பெயரில் உள்ள ராமசாமியையும் பிடிக்கும்!

() () ()

பவுர்ணமி நாட்களில் முழு நிலவை ரசிப்பீர்களா?

- அமாவாசை கழிந்த மூன்றாவது நாள், மேற்கு திசையில் மாலை 6 மணியில் இருந்து 7 மணிக்குள் அரை இருட்டான ஆரஞ்சு வண்ண ஆகாயச் சுவரில் லேசாய்... மிக லேசாய் சாக்பீஸால் ஒற்றை பிராக்கெட் போட்ட மாதிரியானத் தினுசில் தெரிகிற மூன்றாம் பிறையை தேடிக்கண்டுபிடித்து ரசிக்கும் 'திரில்'... முழு நிலவில் இல்லை!

() () ()

சபரிமலைக்கு நீங்கள் போனது உண்டா?

- 1980-ல் ஒரேயொரு தடவை அங்கே போகிற பேறு கிடைத்தது. நிழலும், மிதமான குளிரும் பரவிக் கிடந்த ரப்பர் மரத் தோட்டங்களுக்கு நடுவே மேற்கொண்ட அந்த கார் பயணமும், பம்பை ஆற்றின் ஐஸ் தண்ணீரில் குளித்துவிட்டு சரணம் போட்டுக்கொண்டு ஆயிரக்கணக்கான கறுப்பு, நீல ஆடைகளுக்கு மத்தியில் மலை ஏறிய அந்த சுகமான சுமையோடு கூடிய அனுபவமும், 24 மணி நேரமும் நெய் மணம் கமகமக்கும் அய்யப்பனின் சன்னிதானமும், நல்ல பசி வேளையில் ருசித்து சாப்பிட்ட கேரளா கொட்டையரிசி சாம்பார் சாதமும் இன்றைக்கும் என் மூளைக்குள் ஒரு டிவிடி வீடியோ கேசட். இப்போதெல்லாம் வருஷத்தின் ஒவ்வொரு ஜனவரி, டிசம்பர் மாதங்களில் அடிக்கடி அதை போட்டுப் பார்த்துக்கொள்வதோடு சரி!

() () ()

மக்கள் பணத்தில் சம்பளமும் வாங்கிக்கொண்டு, திட்டங்களை செயல்படுத்தி அதை சாதனை என்று விழா எடுக்கிறார்களே ஆட்சியாளர்கள்! அது அவர்களின் கடமை அல்லவா? கடமை எப்படி சாதனையாகும்?

- திசை மாறி பாய்ந்துவிட்ட கேள்விக் கணை. சரியான நபர்களை நோக்கி சரியாக எய்தவும்

() () ()

படித்ததில் அதிகம் வலித்த பதிவு எது?

- இதனை முழுமையாக படியுங்கள்... பெண் என்பவள் யார்?

நடத்தையில் சந்தேகம் கொண்டு மனைவியை அடிப்பவனும், குடித்துவிட்டு கண்ணு மண்ணு தெரியாமல் உதைப்பவனும், தன்னைவிட அவள் நன்றாக சம்பாதிக்கிறாள் என்ற ஈகோவில் துன்புறுத்துபவனும், சொத்துக்காக பெற்ற தாயை முதியோர் இல்லத்தில் விடுபவனும், வயது வித்தியாசமன்றி கொடூரமாக கற்பழித்து கொல்பவனும், ஒவ்வொருத்தனும் தயவுசெய்து பெண்களின் மறுபிறவியான பிரசவ அறைக்குச் சென்று திரும்ப வேண்டும். கணவன் முன்கூட அந்தக் கோலத்தில் இருக்க முடியாத நிலையில் ஒற்றை துணியில் உடல் மறைப்பு. அடுத்ததாய் உடல் குறுக்கில் இரண்டாய் மடித்து வளைக்கப்பட்டு முதுகுத்தண்டில் கொஞ்சம் கொஞ்சமாய் குத்தப்படும் ஸ்பைனல் அனெஸ்தீசியா என்னும் அரக்கன்.

கொடூரமாக விளக்கப்படும் அல்லது காமமாக பார்க்கப்படும் மார்பின் மத்தியை அழுத்தி அழுத்தி புஷ் அப், புஷ் அப் என்னும் மருத்துவரின் கூப்பாடு. அப்போது வலப்பக்க இடுப்பில் சுரீரென்ற குத்தல். இடைவெளி விட்டு... மீண்டும் இடைவெளி விட்டு... மீண்டும் இப்படியே தொடர்ந்து நடு வயிறு வலி

ஆரம்பிக்கும்போது குழந்தை வரத் தொடங்கும் வலி... அந்த வேளையில் முதுகுத்தண்டை தாக்க ஆரம்பித்திருக்கும். எப்படியென்றால்... கத்தியை எடுத்து முதுகுத்தண்டின் டிஸ்க்களுக்கு இடையில் சொருகினால் எப்படி இருக்கும்... அப்படியான வலி! பிறப்புறுப்பானது குறிப்பிட்ட அளவுக்கு மேல் விரிவடையாத சூழலில் இருக்கும். குழந்தையைப் பார்க்கணும் என்கிற வெறியில், நரம்புகள் முறுக்கி... உடம்பின் ஒட்டுமொத்த சக்தியையும் திரட்டி ஒரே இடத்தில் குவித்து, முப்பது நொடி அளவில் நீண்ட முக்குதல்... பிறப்புறுப்பை கிழித்துக்கொண்டு குழந்தை வந்து வெளியே விழும்.

மறுஜென்மம் போயி வந்த ஒரு வாழ்க்கை. உதடு எல்லாம் கடித்து முகம் வெளிறி, 'போதுமடா சாமி! இன்னொரு பிறவி...'ன்னு அழும் வேளையில் பிஞ்சு குழந்தையின் முகம் பார்க்கையில் அத்தனையும் மறந்து போயி... அதன் பிறகு தையல் போட்டபின் ஒவ்வொரு தடவை சிறுநீர் போகும்போதும் வலி இருக்கே... அது மரண வலி. சில நேரம் உட்காரக்கூட முடியாது. படிக்கும்போதே மனது கண்ணீரில் நனைகிறதா...? இதையெல்லாம் தாங்கும் பெண், உண்மையில் தலையில் தூக்கி வைத்து கொண்டாடபட வேண்டிய ஓர் உன்னத ஜீவன். அவளை போயி அடித்து துன்புறுத்தி வாட்டி வதைத்து கற்பழித்துக் கொன்று... வக்கிரம் பிடித்த ஆண்களே... யோசியுங்கள்!

() () ()

■ **தப்பு செய்தவர்களில் பலரும் தலை குனிவதில்லை. ஏதோ பட்டமளிப்பு விழாவில் பங்கேற்க பல்கலைக்கழகத்துக்குச் செல்வது போல் நீதிமன்றங்களுக்குச் செல்கிறார்கள். அது மாதிரியான காட்சிகளை 'டிவி'யில் பார்க்கும்போது என்ன செய்வீர்கள்?**

● தலை குனிந்துகொள்வேன்!

() () ()

ஆர்வமாக தெரிந்துகொள்ள விரும்பிய விஷயம் ஏதாவது...?

● பழமையான பாடல் ஒன்று... இன்று உலகம் முழுவதும் தேடப்பட்டு உச்சரிக்கப்படுகிறது.அது கணியன் பூங்குன்றனார் எழுதிய 'யாதும் ஊரே யாவரும் கேளிர்'. இதன் முதல் வரி மட்டுமே எனக்கு தெரிந்திருந்தது. பாடலின் எல்லா வரிகளையும் தெரிந்துகொள்ள விரும்பினேன். அது திடீரென கிடைத்தது. வாழ்வின் முழு தத்துவத்தைச் சொல்கிறது. முழு பாடலும், அதன் பொருளும் உங்களுக்காக...

'யாதும் ஊரே யாவரும் கேளிர்...' - எல்லா ஊரும் எனது ஊர். எல்லா மக்களும் எனக்கு உறவினர் என்று நினைத்து, அன்பே வாழ்வின் அடிப்படை ஆதாரம் என்று வாழ்ந்தால், இந்த வாழ்வு நமக்கு எவ்வளவு இனிமையானது... சுகமானது.

'தீதும் நன்றும் பிறர் தர வாரா...' - தீமையும், நன்மையும் அடுத்தவரால் வருவதில்லை எனும் உண்மையை உணர்ந்தால், சக மனிதர்களிடம் விருப்பு வெறுப்பு இல்லா சமநிலை சார்ந்த வாழ்வு கிட்டும்.

'நோதலும் தணிதலும் அவற் ற £ ரன்ன...'& துன்பமும் ஆறுதலும்கூட மற்றவர் தருவதில்லை. மனம் பக்குவப்பட்டால், அங்கேயே அமைதி கிட்டும்.

'சாதலும் புதுவது அன்றே...'- பிறந்த நாள் ஒன்று உண்டெனில்... இறக்கும் நாளும் ஒன்று உண்டு. இறப்பு புதியதல்ல... அது இயற்கையானது. எல்லோருக்கும் பொதுவானது. இந்த உண்மையை உணர்ந்தும், உள் வாங்கியும் வாழ்ந்தால்... எதற்கும் அஞ்சாமல்,

வாழ்க்கையை வாழும் வரை ரசிக்கலாம்.

'வாழ்தல் இனிதென மகிழ்ந்தன்றும் இலமே; முனிவின் இன்னா தென்றலும் இலமே...' - இந்த வாழ்க்கையில் எது, எவருக்கு, எப்போது, என்னாகும் என்று யாருக்கும் தெரியாது. இது மிகவும் நிலையற்றது. அதனால், இன்பம் வந்தால் மிக மகிழ்வதும் வேண்டாம். துன்பம் வந்தால் வாழ்க்கையை வெறுக்கவும் வேண்டாம். வாழ்க்கையின் இயல்பை உணர்ந்து இயல்பாய் வாழ்வோம்.

'மின்னொடு வானம் தண்துளி தலைஇ யானது கல்பொருது மிரங்கு மல்லல் பேரியாற்று நீர்வழிப் படூஉம் புணைபோல் ஆருயிர் முறை வழிப் படூஉம் என்பது திறவோர் காட்சியில் தெளிந்தனம்'... - இந்த வானம் நெருப்பாய் மின்னலையும் தருகிறது. நாம் வாழ மழையையும் தருகிறது. இயற்கை வழியில் அதது அதன் பணியைச் செய்கிறது. ஆற்று வெள்ளத்தில், கற்களோடு, அடித்து முட்டி செல்லும் படகு போல, வாழ்க்கையும் சங்கடங்களில் அவரவர் ஊழ்படி அதன் வழியில் அடிபட்டு போய்க்கொண்டு இருக்கும். இது இயல்பு என மனத்தெளிவு கொள்ளல் வேண்டும்.

'ஆகலின் மாட்சியின் பெரியோரை வியத்தலும் இலமே; சிறியோரை இகழ்தல் அதனினும் இலமே' - இந்த தெளிவு பெற்றால்... பெரிய நிலையில் உள்ள பெரியவர்களைப் பார்த்து மிகவும் வியந்து பாராட்டவும் வேண்டாம். சிறிய நிலையில் உள்ள சிறியவர்களைப் பார்த்து ஏளனம் செய்து இகழ்வதும் வேண்டாம். அவரவர் வாழ்வு அவரவருக்கு. அவற்றில் அவரவர்கள் பெரியவர்கள்.

அட... வாழ்க்கைக் கல்வியைக் கற்றுத் தரும் அருமையான பாடல்!

() () ()

◼ **வார நாட்களில் உங்களுக்குப் பிடித்த கிழமை எது?**

● சனி! காரணம்... எழுத்துப் பணியின் சுமை குறையும் நாள். எண்ணெய்க் குளியலுக்குப் பின் உடலும், உள்ளமும் இளமைக்கு திரும்பும் அதிசயம் அன்றோ!

() () ()

◼ **நமக்கு கோபம் உண்டாக உடலியல் ரீதியான காரணம் உண்டா?**

● மண்ணீரலில் சுரக்கும் ஒரு வகை புதிரான தேவையற்ற ஹார்மோன், ரத்தத்தில் கலந்து மூளைக்குச் சென்று நியூரான் செல்களை பதம் பார்க்கின்றன. இதனால்தான் கோபம் வருகிறது. அதே போல்... அட்ரினல் சுரப்பி அளவுக்கு அதிகமாக நீரை சுரக்கத் தொடங்கிவிட்டால் ஆணுக்கு பெண் குணமும், பெண்ணுக்கு ஆண் குணமும் ஏற்படும். அது போன்ற நிலைகளில் மனிதர்களுக்கு முன்கோபம் உண்டாவதாக கண்டுபிடித்திருக்கிறார்கள்.

() () ()

◼ **பழைய புத்தகங்களைப் பாதுகாக்க நல்ல வழி?**

● பழைய புத்தகங்கள் என்றால் கரையான்களுக்கு திருநெல்வேலி அல்வா சாப்பிடுவது மாதிரி. எனவே, முதலில் அவற்றிடமிருந்து புத்தகங்களைப் பாதுகாக்க கற்றுக்கொள்ள வேண்டும். பழைய புத்தகங்கள் இருக்கும் இடத்தில் சூரிய வெளிச்சம் நன்றாக விழ வேண்டும். அறைக்குள் சற்றும் ஈரப்பதம் இருக்கக் கூடாது. மாதத்துக்கு ஒரு தடவையாவது புத்தகங்களை வெளியே எடுத்து தூசு தட்டி சுத்தம் செய்து வைக்க வேண்டும். வேப்பிலையை உலர்த்தி பொடித்து அந்த புத்தகங்களுக்கு பின்னால் தூவலாம். எல்லாவற்றுக்கும் மேலாக... ஒவ்வொரு புத்தகத்தையும் நாம் அதை

வாங்கிய நாளிலிருந்தே நம்முடைய குழந்தையைப் போல் கவனித்துக்கொண்டால் அது எவ்வளவு ஆண்டுகளானாலும் சரி, பழைய புத்தகம் என்ற பெயர் வாங்காது!

() () ()

■ **துப்பாக்கித் தோட்டா எப்படி உயிரைப் பறிக்கும் வல்லமையைப் பெற்றுள்ளது?**

● நமது உடலின் பெரும்பகுதி திரவம்தான். தோட்டா விநாடிக்கு 600 அடி வேகத்தில் உடலில் பாயும்போது... திரவத்தில் உண்டாகும் அதிர்வலைகள் மின் சக்திக்கு இணையானது. எனவேதான் அது பாயும்போது உடல் ஸ்தம்பித்து போய் கீழே விழுகிறது. சில நொடிகளில் உயிர் பிரிகிறது. தோட்டா ஏற்படுத்தும் காயம் ஆழமான ரத்தக் குழியைப் போல் இருக்கும்... அவ்வளவுதான்! உடலில் பாய்ந்தும் ஒருவர் உயிர் பிழைக்கிறார் என்றால் அது அரிதானது. மற்றபடி... உடம்பில் தோட்டாக்கள் பாய்ந்தாலும் பக்கம் பக்கமாக வசனம் பேச சினிமா ஹீரோக்களால் மட்டுமே சாத்தியம்!

() () ()

■ **'வாழ்க்கை என்பது கிரிக்கெட் விளையாட்டைப் போன்றது' என்று சொல்லப் படுகிறதே... உண்மையா?**

● உண்மைதான்! ஒரே ஓவரில் 36 ரன்களும் எடுக்கலாம். ஆறு விக்கெட்களையும் பறிகொடுக்கலாம். ஆனால்... விளையாடும்போது அடிக்கடி மூன்றாவது நடுவரிடம் முறையிட வேண்டும். அந்த தேர்டு அம்பயர் வேறு யாருமில்லை... சாட்சாத் கடவுள்தான்!

() () ()

பாலிமர் கரன்சி என்பது என்ன...?

- நம் நாட்டின் பொருளாதாரத்துக்கான மிகப் பெரிய அச்சுறுத்தல் கள்ள நோட்டுகள். அவைகளை ஒழிப்பதற்காக விரைவில் 'பாலிமர் கரன்சி' ரூபாய் நோட்டுகளை அச்சடிக்க உள்ளார்கள். அதற்கான முயற்சிகளை ரிசர்வ் வங்கி ஆரம்பித்துவிட்டது.

இந்த நோட்டுகளை முதலில் 5 நகரங்களில் மட்டும் சோதனை செய்து பார்க்க விரும்புகிறது. அப்படி தேர்ந்தெடுக்கப்பட்டவை: கொச்சி, மைசூர், சிம்லா, ஜெய்ப்பூர், புவனேஸ்வர். நாட்டில் எத்தனையோ நகரங்கள் இருக்க... இவைகளை மட்டும் தேர்ந்தெடுக்க என்ன காரணம்? இந்த நகரங்கள் ஒவ்வொன்றும் வெவ்வேறு புவிமண்டலத்தில் வித்தியாசமான தட்பவெப்ப நிலையோடு இருப்பதால் பாலிமர் நோட்டுகளை அங்கே புழக்கத்தில் விட்டுப் பார்த்து அவற்றில் ஏதாவது மாறுதல் (ரசாயன மாற்றம்) தென்படுகிறதா என்று அறிய விரும்புகிறது. உலகத்திலேயே முதன் முதலாக பாலிமர் கரன்சியைக் கொண்டு வந்த நாடு ஆஸ்திரேலியா. 1991-ம் ஆண்டே அங்கு நடைமுறைக்கு வந்துவிட்டது. பிறகு கனடா, நியூசிலாந்து, வியட்நாம், நியூ கயானா, ருமேனியா போன்ற நாடுகளில் பயன்பாட்டுக்கு வந்துள்ளது. இந்த நாடுகள் எல்லாம் குறைந்த மக்கள்தொகை கொண்டவை. எனவே, அவற்றை அச்சிட அதிகம் செலவழிக்க வேண்டியதில்லை. ஆனால், இந்தியா போன்ற மக்கள் தொகை பெருக்கம் நிறைந்த நாடு, 'பாலிமர் கரன்சி'களை அச்சிட பெரிய தொகையைச் செலவழிக்க வேண்டியிருக்கும். இவை பை ஆக்ஸியலி ஓரியண்ட்டட் பாலி ப்ரோப்பிலின் (BOPP - Bi-axially Oriented Poly Propylene) என்ற பாலிமர் பொருளால் அச்சிடப்படுகின்றன. அவ்வளவு சுலபத்தில் கிழியாது

என்பது பிளஸ் பாயிண்ட்!

() () ()

கல்லூரி நாட்களில் நீங்கள் திரும்பத் திரும்ப படித்த புத்தகம் ?

- ஆங்கில டிக்ஷனரி!

() () ()

திடீரென்று யாரிடம் இருந்தாவது ‘செல்போன்’ அழைப்பு வந்து உங்களை ஆச்சரியப்பட வைத்திருக்கிறதா?

- 3 ஆண்டுகளுக்கு முன்பு காலை 9 மணியளவில் மூத்த பத்திரிகையாளரும் எழுத்தாளருமான ஜே.வி. நாதன், என்னை செல்போனில் தொடர்புகொண்டார். “உங்களோடு பேச முக்கியமான வி.ஐ.பி. விரும்புகிறார். அவர் தமிழக அரசில் பெரும் பொறுப்பை நிர்வகிக்கும் ஐ.ஏ.எஸ். அதிகாரி. அது மட்டுமல்ல... சிறந்த கல்வியாளர். திறமை வாய்ந்த எழுத்தாளர். நல்ல பேச்சாளர். பட்டிமன்ற நடுவர். அவருக்கு உங்கள் செல்போன் எண்ணைத் தரலாமா?” நான் கிட்டத்தட்டப் பதறிப் போனேன். “என்ன அனுமதியெல்லாம் கேட்கிறீங்க? தாராளமாய் எண்ணைக் கொடுங்க. நான் காத்திருக்கிறேன். இல்லாவிட்டால் எண்ணை எனக்குக் கொடுங்க. நானே பேசுகிறேன்” என்றேன். “இல்லை... அவரே உங்களோடு பேசுவார்” என்றார்.

அடுத்த சில நிமிடங்களில் என் செல்போன் ஒலித்தது. எடுத்துப் பேசினேன். மறுமுனையில் பேசியவர் யார் தெரியுமோ?

யாருடைய எழுத்துகளைப் பார்த்து இதுநாள் வரையிலும் பிரமித்துப் போய்... ‘இவரோடு ஒரு ஐந்து நிமிஷமாவது பேசமாட்டோமா?’ என்று பேராசைப்பட்டுக் கொண்டிருந்தேனோ அவர் மென்மையான குரலில்,

"சார், நான் வெ.இறையன்பு பேசுறேன். உங்க எழுத்துகள் எனக்கு பிடிக்கும். உங்களோடு பேச வேண்டுமென்று ஆசைப்பட்டு செல் எண் கேட்டேன், கொடுத்தார்" என்று வெகுநாள் பழகிய நண்பர் போல் பேச ஆரம்பித்தார். நான் பேச... அவர் பேச... இருபது நிமிடங்கள் இனிப்பில் கரைந்தது. பன்முக திறமையாளர் இறையன்பு அவர்கள் என்னோடு பேசியது மிக்க அதிர்ச்சியான மகிழ்ச்சியைக் கொடுத்தது!

() () ()

■ **'தனக்கு மிஞ்சிதான் தானமும் தர்மமும்' என்று சொல்லப்படும் பழமொழியால் மக்களின் தர்ம சிந்தனை குறைய வாய்ப்பு இருக்கிறதே? நம் முன்னோர்கள் ஏன் அப்படிச் சொல்லிவிட்டுப் போனார்கள்?**

● நானும் இத்தனை நாளும் அப்படித்தான் நினைத்துக் கொண்டிருந்தேன். ஆனால், இந்த பழமொழியைப் பற்றி வேறுவிதமாக சொன்னதாக ஒரு பத்திரிகையில் குறிப்பிட்டிருந்தார் வலம்புரி ஜான். 'தனக்கு மிஞ்சித்தான் தானமும் தர்மமும்' என்னும் பழமொழியை மேலோட்டமாய் சொல்லிப் பார்த்தால் தனக்குத் தேவையான பணத்தையும், வீடு வாசல்களையும் வைத்துக்கொண்டு... அதுக்கப்புறம் ஏதாவது மிச்சம் மீதி இருந்தால் மட்டுமே ஏழைகளுக்கும் மற்றவர்களுக்கும் தானமும் தர்மமும் செய்ய வேண்டும் என்பதாக பொருள் வரும். உண்மையில் அந்தப் பழமொழி அதுமாதிரியான அர்த்தத்தில் சொல்லப்பட வில்லை. நம் முன்னோர்கள் சொன்ன உண்மையான பழமொழி இதுதான்: 'தனக்கு மிஞ்சியது தானமும் தர்மமும்!' இதன்படி பார்த்தால் நாம் இந்த உலகத்தில் எல்லா இன்பங்களையும், துன்பங்களையும் அனுபவித்துவிட்டு மறையும்போது நம்மோடு எதையும் கொண்டு போவதில்லை. ஆம்... பணம், தங்கம்,

வைரம், வீடு வாசல் என்று எதையும் கொண்டு போக இயலாது. ஆனால், இரண்டே இரண்டை மட்டும் நம்மால் எடுத்துச் செல்ல முடியும். அவை என்னவென்றால் தானமும், தர்மமும்தான்! அதனால்தான் 'தனக்கு மிஞ்சினது தானமும் தர்மமும்' என்று சொன்னார்கள். ஆனால், நாம்தான் நம் வசதிக்கு ஏற்ப பழமொழிகளை மாற்றிக்கொள்கிறோம்.

() () ()

■ **உனக்கும் கீழே இருப்பவர் கோடி என்று நினைத்து வாழ்ந்தாலும் மனதில் நிம்மதி இல்லையே?**

● இதற்கு மனப்பயிற்சி அவசியம்... நேர்மறையான எண்ணங்கள் தேவை. எல்லா அறநூல்களும் இதைத்தான் சொல்லுகின்றன. வாழ்க்கை எல்லோருக்கும் நிறைவாய் இருக்கிறது என்று எண்ணிவிடாதீர். ஒருவரிடம் வீடு இருக்கும். ஆனால், நிம்மதியான தூக்கம் இருக்காது! ஒருவருக்கு அழகான மனைவி இருப்பாள். ஆனால், அவளோ சிறிதும் அன்பு இல்லாதவளாக இருப்பாள்! ஒருவருக்கு வீடு நிறைய குழந்தைச் செல்வம் இருக்கும். ஆனால், வருமானம் பற்றாக்குறையாக இருக்கும். ஒருவருக்கு குழந்தைச் செல்வம் இருக்காது. ஆனால், வசதி இருக்கும். ஒருவருக்குச் சாப்பிட ஆசை இருக்கும். ஆனால், உணவு இருக்காது! ஒருவருக்கு விரும்பிய உணவு கிடைக்கும். ஆனால், சாப்பிட முடியாத அளவு நோய் இருக்கும்! இளம் வயதில் நிறைய நேரம் உடலில் தெம்பு இருக்கும். ஆனால், பணம் இருக்காது. நடுத்தர வயதில் உடலில் தெம்பும் இருக்கும். பணமும் இருக்கும். ஆனால், நேரம் இருக்காது. வயதான காலத்தில் நிறைய நேரம் இருக்கும். பணம் இருக்கும். ஆனால், உடலில் தெம்பு இருக்காது. உங்களுக்கு

கிடைத்ததை நினைத்து நிம்மதி அடையுங்கள். அதுவே நிம்மதியின் சன்னதி!

() () ()

கதை எழுதுவதற்கு தனித் திறமை வேண்டுமா... அல்லது கற்பனை அவசியமா?

● முதலில் முயற்சி வேண்டும். பிறகு, எழுதி எழுதி பயிற்சி பெற வேண்டும். எல்லாவற்றுக்கும் மேலாக ஒரே இடத்தில் மணிக்கணக்கில் உட்கார்ந்து எழுத பொறுமை வேண்டும். எனவே... ஒவ்வொரு ஆரம்பகால எழுத்தாளரும் புகழ் பெற வேண்டுமானால் இந்த மூன்றும் அவசியம் வேண்டும்!

() () ()

எழுத்துத் துறையில் நீங்கள் குருவாக நினைப்பது யாரை?

● வாழ்க்கையில் நான் சந்திக்கும் ஒவ்வொரு மனிதரும் எனக்கு குருதான்!

அவர்களிடம் கற்றுக்கொள்ள எதாவது ஒன்று இருக்கிறது. அதைக் கற்றுக்கொண்டு, சரியான நேரம் வரும்போது என்னுடைய எழுத்தில் கொண்டு வந்துவிடுகிறேன். நான் எழுத வேண்டிய கதையின் கருக்கள் நீண்ட வரிசையில் பிரசவத்துக்காக வெயிட்டிங்...!

() () ()

அன்னா ஹசாரே என்னதான் ஆனார்?

● ஊழலுக்கு எதிரான முழுமையான போராட்டத்துக்கு தயாரானபோது அவரோடு இணைந்து பணியாற்றியவர்கள் ஏதேதோ காரணம் சொல்லிப் பிரிந்து போய்விட்டார்கள். அவருடைய வலது கரம் போல் செயல்பட்ட அரவிந்த்

கெஜ்ரிவால், 'ஆம் ஆத்மி' கட்சியை ஆரம்பித்து டெல்லிக்கு முதல்வராகிவிட்டார். தனித்து விடப்பட்ட ஹசாரே இப்போது களத்தில் இறங்கினால் நிறையவே போராட வேண்டியிருக்கும். ஏனென்றால், எல்லாக் கட்சிகளிலும் ஊழல் புரிந்தவர்கள் இருக்கிறார்கள். யார் ஆட்சிக்கு வந்தாலும், அவர்கள் அதிகாரத்தில் இருக்கும்போது 'லோக் பால்' சட்டம் கொண்டு வர ஒத்துழைப்பு தரமாட்டார்கள். எல்லாவற்றுக்கும் மேலாக... 'லஞ்சம் வாங்குவதும், கொடுப்பதும் அவ்வளவு பெரிய குற்றம் கிடையாது' என்று மக்கள் நினைக்க ஆரம்பித்து விட்டார்கள். தேர்தலில் நிற்கிற நபர் ரவுடி என்று தெரிந்தும் பெருவாரியாக வாக்களித்து வெற்றி பெற வைக்கிறார்கள். வாக்காளர்கள் திருந்தாத வரை ஆயிரம் அன்னா ஹசாரேக்கள் உருவானாலும் ஊழலை ஒழிக்க முடியாது!

() () ()

வாழ்க்கையில் நாம் வெற்றி பெற்றுவிட்டோம் என்பதை எதை வைத்து தெரிந்துகொள்வது?

● பணம், பட்டம், பதவி... இவற்றால் பெறும் புகழோ, வெற்றியோ நிலையானதல்ல! எந்த புகழும் மூன்று நாளைக்கு மட்டுமே!! நம் நாட்டில் 'பாரத ரத்னா' பட்டம் இதுவரைக்கும் எத்தனையோ பேருக்கு கொடுக்கப்பட்டுள்ளது. அவர்கள் யார் யார் என்று யாரிடமாவது கேட்டுப் பாருங்கள். 100க்கு 90 பேர் பதில் சொல்ல மாட்டார்கள்.

இதில் 50 சதவிகிதம் பேருக்கு அது அவ்வளவு உயர்ந்த விருது என்கிற உண்மைகூடத் தெரியாது. பிறருக்கு உதவி செய்து, பிறர் மீது அக்கறைக் கொண்டு ஒருவர் பெறும் புகழும், வெற்றியுமே நிலையானது. எப்போதும் நல்லதையே நினையுங்கள். தேவையின்றி பிறரிடம்

குறை காணாதீர்கள். நல்ல வார்த்தைகளைப் பேசி நல்லதையே செய்யுங்கள். கோயிலுக்குச் சென்று மணிக் கணக்கில் கும்பிட்டு அபிஷேக ஆராதனைகளால் கடவுளின் மனதில் இடம் பிடிக்க முடியாது. நம்மைச் சுற்றியுள்ள மனிதர்களுக்கு நல்லது செய்வதாலேயே இணையில்லா இறைவனின் மனதில் இடம் பிடிக்க முடியும். உங்களைப் பார்த்து மற்றவர்கள் அன்பாக புன்னகை செய்ய ஆரம்பித்துவிட்டாலே போதும். வாழ்க்கையில் நீங்கள் வெற்றி பெற்றுவிட்டீர்கள் என்றே அர்த்தம்!

() () ()

▀ **பெண்களைச் 'சக்தி' என்று சொல்வது ஏன்?**

● உங்கள் கேள்விக்கான பதிலை நான் ஒரு புத்தகத்தில் படிக்க நேர்ந்தது. அதன் பெயர் 'காலடியில் இருக்கிறது புதையல்'. அவர்கள் மனவலிமை மிக்கவர்கள். அதனால் தான் பிரசவவலியைப் பொறுத்துக்கொண்டு மரணத்தின் விளிம்பு வரை போய்விட்டு பழைய நிலைக்கு இயல்பாய் திரும்ப முடிகிறது. இப்படி வலி தாங்கி வலி தாங்கி வலிமையைப் பெற்றவர்கள்தான் பெண்கள். அதனால்தான் பாரதி பெண்ணை 'சக்தி' என்று போற்றினான். புராண காலத்தில் இருந்தே பெண் ஒரு மாபெரும் சக்தி என்பதைப் பார்த்து வருகிறோம்.

பொறுமையின் சின்னமாய் போற்றப்படும் சீதை, கால் சிலம்பைக் கையில் எடுத்துக்கொண்டு பாண்டிய மன்னனிடம் நீதி கேட்ட புரட்சி மங்கை கண்ணகி, தனது அழகை வெறுத்து இளமையை வென்று சிறைச்சாலையை அறச்சாலையாக்கிய மணிமேகலை, பலரும் பார்த்து பயப்படும் எமனை ஒரு புல்லாய் மதித்து தன் கணவனை மீட்ட சாவித்திரி, 'கணவன்

பார்க்காத உலகத்தை நானும் பார்க்கமாட்டேன்' என்று தீர்மானமாய் முடிவு எடுத்து கண்களைக் கட்டிக் கொண்ட காந்தாரி, இறைவனை தீவிரமாய் காதலித்து கடைசிவரை வாழ்ந்து உயிர்நீத்த மீராபாய், சுதந்திர போராட்டக் காலத்தில் பிரிட்டிஷ் பீரங்கியை தன் வாளால் நொறுக்கிய வீராங்கனை ஜான்சி ராணி, நேதாஜி சுபாஷ் சந்திரபோஸின் ராணுவப் படையில் தன்னை போர் வீராங்கனையாக இணைத்துக் கொண்டு நாட்டின் சுதந்திரத்துக்காகப் பாடுபட்ட செல்வந்தர் வீட்டுப் பெண்மணியான வீரத்தாய் லெட்சுமி ஷெகல், எவரெஸ்ட் உயரத்தைத் தொட்ட முதல் பெண் பச்சேந்திரி பால், விமானம் ஓட்டி வியப்பில் ஆழ்த்திய முதல் பெண் துர்கா பானர்ஜி, மருத்துவத் துறையில் பட்டம் பெற்ற முதல் பெண் முத்துலட்சுமி ரெட்டி, இசையால் காற்றை சுத்தம் செய்து இன்னிசைக் குயிலாய் வாழ்ந்த எம்.எஸ்.சுப்புலட்சுமி, விண்வெளியில் பயணம் செய்த முதல் பெண் கல்பனா சாவ்லா, இந்தியாவிலேயே சிறந்த சமூக சேவைக்காக விருது வாங்கிய மதுரையைச் சேர்ந்த சின்னப்பிள்ளை & இப்படி எத்தனையோ பெண்ணின் கண்மணிகளைப் பற்றி சொல்லிக்கொண்டே போகலாம்.

'பெண்' என்ற இந்த இரண்டு எழுத்துகளுக்குள்தான் எத்தனை உறவுகள் ஒளிந்திருக்கின்றன. அம்மா, காதலி, மனைவி, சகோதரி, பாட்டி, மாமியார், அத்தை, பெரியம்மா, சித்தி, மருமகள், மகள், பேத்தி என்று எத்தனை பரிமாணங்கள்? பெண் என்பவள் எந்தப் பரிமாணத்தில் இருந்தாலும் சரி, அவள் அதில் சக்தி மிக்கவளாகவே விளங்குகிறாள். அதனால்தான் நம் நாட்டைக்கூட 'தந்தை தேசம்' என்று அழைக்காமல் 'தாய்நாடு' என்று அழைக்கிறோம்.

() () ()

■ **தினமும் எவ்வளவோ சாலை விபத்துகள்! இவற்றைத் தடுக்க என்னதான் வழி?**

● முன்பெல்லாம் சாலை விபத்துக்கு காரணம் 'அதிக வேகம்' என்று சொல்லிக்கொண்டிருந்தார்கள். இப்போது 'போதை' என்று சொல்கிறது ஓர் ஆராய்ச்சி. உலகிலேயே மோசமான ஓட்டுநர்கள் இருப்பதும், விபத்துகள் அதிகமாய் நடப்பதும் இந்தியாவில்தான் என்று அது ஆணித்தரமாகச் சொல்லி இருக்கிறது.

முறையான ஓட்டுநர் பயிற்சியின்மை, 'டிரைவிங் லைசென்ஸ்' வழங்குவதில் உள்ள குளறுபடிகள் நம் நாட்டில் அதிகம். என்னதான் ஓட்டுநர் திறமையுள்ளவராக இருந்தாலும் குடித்திருந்தால் அவருடைய எல்லாத் தகுதியும் அடிபட்டு போய்விடுகிறது. போதை இல்லாமல் சிறந்த திறமையான டிரைவர்கள் தங்கள் வாகனத்தை வேகக் கட்டுப்பாட்டுக்குள் வைத்திருந்தால் தற்கொலை செய்ய விரும்பி வாகனம் முன் விழும் நபரைக்கூட முடிந்தவரை காப்பாற்ற முடியும்!

() () ()

■ **மருத்துவர்கள் பெயருக்கு முன்னால் Dr. என்று போட்டுக்கொள்கிறார்கள். அதேபோல் எழுத்தாளர்களும் (Writers) தங்கள் பெயர்களுக்கு முன்னால் Wr. என்று போட்டால் என்ன?**

● தாராளமாய் போட்டுக்கொள்ளலாம். ஆனால்... வாழ்நாள் முழுவதும் அந்த Wr.க்கு என்ன அர்த்தம் என்று கேட்பவர்களுக்கு பதில் சொல்லிக்கொண்டே இருக்க வேண்டும். பரவாயில்லையா...?

() () ()

◼ **எல்லோருக்கும் நம்மைப் பிடிக்க என்ன செய்ய வேண்டும்**

● நமக்கு துன்பம் செய்தவர்களைத் தண்டிக்க தாமதப்படுங்கள். ஆனால், மன்னிப்பதற்கு யோசனை செய்யாதீர்கள். அப்புறம் என்ன... நமக்கு எல்லோரும் நல்லவர்களே!

() () ()

◼ **பெற்றோரின் அருமை பிள்ளைகளுக்கு ஏன் புரிவதில்லை?**

● வெறுமையாய் இருக்கும் சாய்வு நாற்காலிகளையும், பிரித்துப் படிக்கப்படாத புத்தகங்களையும் பார்க்கும்போதுதான் அவர்களுக்கு அம்மா, அப்பா அருமை புரியும்!

() () ()

◼ **உங்கள் மனம் எப்போதெல்லாம் 'டல்' அடிக்கும்... எப்போதெல்லாம் 'டமுக்கு' அடிக்கும்?**

● யாராவது வீட்டுக்கு வந்து வெட்டி அரசியல் அரட்டை அடிக்கும்போது, 'நேரம் இப்படி வீணாகிக்கொண்டிருக்கிறதே?' என்று நினைக்கும்போது மனசுக்குள் டன் டன்னாய் 'டல்'! ஒரு நாவலை எழுதி முடித்து பேனாவை மூடி வைத்துவிட்டு கைகளை உயரத் தூக்கி சோம்பல் முறிக்கும்போது டமுக்கோ டமுக்கு!!

() () ()

◼ **மழை பெய்யும்போது ஓக் மரத்துக்குக் கீழே நின்றால் இடி தாக்காது என்று சொல்லப்படுவது உண்மையா...?**

● உண்மைதான்! அதற்கு சொற்பமான கிளை வேர்கள் இருந்தாலும், உலோகம் போன்ற ஸ்டிராங்கான ஆணிவேர்தான் அதனுடைய ஸ்பெஷாலிடி! அந்த வேர்

நீளமான நேர்கோட்டைப் போல செங்குத்தாய் ஆழமாய் பூமிக்குள் வெகு தூரத்துக்கு இறங்கி இருப்பதால், இடி தாக்கினாலும் அந்த மரம் இடிதாங்கியாய் செயல்பட்டு இடியின் வீரியத்தை ஈர்த்து பூமிக்குள் கொண்டுசென்று வலு இழக்கச் செய்துவிடும்!

() () ()

■ **உலோகங்களில் அதிக விலை உயர்ந்தவை பிளாட்டினம், தங்கம்தான்! இவைகளுக்கு அடுத்தபடியாக விலை உயர்ந்த மூன்றாவது உலோகம் எது?**

● தங்கத்துக்கு அடுத்தபடியாக விலை உயர்ந்த உலோகம் பல்லேடியம். இது பார்ப்பதற்கு வெள்ளி போல் இருக்கும். ஆனால், வெள்ளியைவிட விலை உயர்ந்தது. இதை பிளாட்டினத்தோடு சேர்த்து பல நாடுகளில் நகைகளாக தயாரிக்கின்றனர். சீனாவில் தங்க நகைகளையும் மிஞ்சி இந்த பல்லேடியம் நகைகள்தான் பிரசித்தம். தற்போது பிளாட்டினத்தைப் போல் தங்கத்தின் விலையும் உயர்ந்து வருவதால் மூன்றாவது இடத்தில் உள்ள பல்லேடியத்துக்கு தங்கத்துக்குரிய அந்தஸ்தைத் தரலாமா என்று உலக அளவில் பொருளாதார நிபுணர்களிடையே விவாதம் நடக்கிறது. பொன்னுக்கு மவுசு கூட... பெண்மையையும் மயக்கும் அதன் தகதகப்பும் ஒரு காரணம்!

() () ()

■ **உங்களுக்கு மிகவும் பிடித்த நிறம் எது ? அதற்கான காரணம்?**

● இறைவனுக்கே பிடித்த நிறம். பூமியின் 77 சதவிகித கடலும், எல்லையற்ற ஆகாயமும் என்ன நிறமோ அதே நீல நிறம்!

() () ()

நான் சீனியர் சிட்டிசன் வங்கியில் போட்டு வைத்திருக்கும் டெபாசிட் தொகையை நம்பி வாழ்பவன். எனக்கு ஒரு சந்தேகம். பயமும்கூட! வங்கிகளில் பணம் எவ்வளவு டெபாசிட் செய்திருந்தாலும் வங்கிகள் திவாலானால் அதிகபட்சம் 5 லட்சம் மட்டுமே... அதாவது, கோடி ரூபாய் டெபாசிட் செய்திருந்தாலும் 5 லட்சம்தான் கொடுக்கப்படுமாமே?

- வங்கிகள் ஏன் திவாலாகும்? எதற்காக திவாலாக வேண்டும்? ஒரு வங்கி திவாலாகிவிட்டது என்றால் அது அரசு வங்கியாக இருந்தாலும், தனியார் வங்கியாக இருந்தாலும் ஆர்.பி.ஐ. சரியில்லை. அந்த வங்கிகளை சரியான முறையில் கண்காணிக்கவில்லை என்று அர்த்தம். 90 சதவிகிதம் சீனியர் சிட்டிசன்கள் வட்டித் தொகையை நம்பித்தான் பெரிய தொகையை வங்கியில் போட்டு வைக்கிறார்கள். வங்கி திவாலாகி ஐந்து லட்சம்தான் கிடைக்கிறது என்றால் அது அநியாயம். சட்ட விதிகள் எப்படி இருந்தாலும் மீதி பணத்துக்கும் அரசாங்கம் பொறுப்பு ஏற்றுக்கொள்ள வேண்டும். அதுதான் மக்கள் அரசு. ஒரு வங்கி திவால் ஆகிறது என்றால்அதற்கு ஒரே ஒரு காரணம்தான். மக்கள் கஷ்டப்பட்டு சேமித்த பணத்தை ஏமாற்ற வேண்டும் என்றே நினைக்கிற பணமுதலைகளுக்கு கடனாக வாரிக் கொடுப்பதுதான். நீங்கள் தைரியமாக இருங்கள். ஒரு வங்கி திவாலானால் அதை இன்னொரு லாபகரமான வங்கியோடு இணைத்துவிடுவார்கள்!

() () ()

கவிஞருக்கும் புலவருக்கும் என்ன வித்தியாசம்?

- கவிஞர்... சாப்பிட்டுவிட்டு கவிதை எழுதுவார்; புலவர்... சாப்பிடுவதற்கு ஒன்றுமில்லாமல் கவிதை எழுதுவார்!

() () ()

◼ **நம் உடம்பில் உள்ள எல்லா உறுப்புகளுமே முக்கியமானதுதான். இருந்தாலும் உங்கள் ஓட்டு எதற்கு?**

● ஆறடி உயர மனிதன் தலை நிமிர்ந்து நடக்க வேண்டுமென்றால் மூன்று அங்குல நீளமும், எழுபது கிராம் எடையும் கொண்ட தனது நாக்கை அடக்கி ஆள வேண்டும். மூளையைவிட முக்கியமான உறுப்பு நமது வலிமையான & கூர்மையான நாக்கு!

() () ()

◼ **மணமான பெண்கள் படித்தால் கோபப்படுகிற ஜோக் சொல்லுங்களேன்...?**

● மருந்துக் கடைக்காரர் ஒருவர் வாடிக்கையாளரிடம் சொன்னார்:

"சார்... தயவுசெய்து புரிந்துகொள்ளுங்கள். உங்களுடைய மன அழுத்தத்துக்கான மாத்திரை வாங்க முறையான பிரிஸ்கிரிப்ஷன் வேண்டும். உங்களுடைய மனைவியின் போட்டோவையோ, கல்யாண சர்டிஃபிகேட்டையோ காட்டினால் போதாது!"

() () ()

◼ **நறுக்கென்று 4 கேள்விகள் கேட்கிறேன். சரியான பதில் தர முடியுமா?**

● நமது வாழ்க்கை சிறுகதையா... நாவலா...?

நாடகம்!

அறிந்தும் அறியாமலும், தெரிந்தும் தெரியாமலும், புரிந்தும் புரியாமலும் இருப்பது எது?

சி. ஏ. ஏ.!

நான் பிறந்த காரணமாக இந்த நாட்டுக்கு ஏதாவது செய்ய வேண்டும் என்று விரும்புகிறேன். என்ன செய்யலாம்?

இப்படி நினைத்ததே போதும்!

அன்பு நிறைந்த மனைவி ஒரு பக்கம், மறக்க முடியாத காதலி மறுபக்கம். நான் என்ன செய்யட்டும்?

மனைவிதான் காதலி என்று நினைத்துக்கொள்ளுங்கள். மொத்த பிராப்ளம் சால்வ்ட்!

() () ()

உங்கள் சுறுசுறுப்பின் ரகசியம்?

* ரகசியம் என்றால் சம்பந்தப்பட்டவருக்கு மட்டுமே தெரிந்ததாக இருக்க வேண்டும் என்பது விதி. இருந்தாலும் அந்த ரகசியத்தை சொல்லிவிடுகிறேன். காலையில் எழுந்ததும் வயதை இரண்டால் வகுத்துவிடவும்!

() () ()

ஆசைகள்தான் எல்லா ஏமாற்றங்களுக்கும் காரணமா?

* கண்டிப்பாக! ஏனென்றால்... மனிதர்கள் யாரும் ஆசைப்படக் கூடாது. ஆசைகள்தான் எல்லாத் துன்பங்களுக்கும் காரணம். எனவே, ஆசையை ஒழிக்க வேண்டும் என்று ஆசைப்பட்டார் புத்தர். அவருடைய ஆசை நிறைவேறவில்லை. ஏமாற்றம்தான் மிஞ்சியது. காரணம்... அவர் அப்படி ஆசைப்பட்டதுதான்!

() () ()

தங்கத்தின் விலை இப்படி உயர்கிறதே?

* அவசரப்பட்டு கவலைப்படாதீர்கள். நாம் கவலைப்பட வேண்டிய வேறு ஒரு முக்கியமான விஷயம் வெகுதொலைவில் இல்லை. வட இந்தியாவில்

கிராமங்களின் வழியே ஓடும் ரெயில்களை நிறுத்தும் மக்கள், பயணிகளின் கைகளில் உள்ள தண்ணீர் பாட்டில்களைக் கெஞ்சிக் கண்ணீர் விட்டு கேட்டுப் பெற்று தங்கள் குழந்தைகளுக்கு கொடுத்து தாகத்தை தணிப்பதாக தகவல். ஒரு லிட்டர் மது தயாரிக்க 25 லிட்டர் தண்ணீரைப் பயன்படுத்தும் மதுபானத் தொழிற்சாலைகள் மூன்று ஷிஃப்ட் இயங்கிக் கொண்டிருப்பதாக இன்னொரு தகவல். தம்ளர் தண்ணீரின் விலை ஒரு சவரன் தங்கம் என்கிற நிலை வரும்போது கவலைப்படலாம். அதுவரைக்கும் கவலையை பெண்டிங்கில் வைப்போம்

() () ()

■ சந்திரனில் மனிதன் குடியேறும் காலம் வருமா?

● அது சாத்தியம் இல்லை என்கிறார் நாசா விஞ்ஞானி. சந்திரனில் இது போல காற்று, தண்ணீர் கிடையாது. இந்த இரண்டும் கிடைக்கிற பூமியிலேயே மனிதனால் நிம்மதியாக வாழ முடியவில்லை.

சந்திரனில் வாழ்க்கையை நடத்துவது நரகத்தில் வாழ்வதற்கு சமமானது. அங்கு வாழ நேர்ந்தால் வானம் எப்போதும் இருட்டாகவும் கருப்பாகவும் தெரியும். காரணம், பூமியில் இருப்பது போல் சந்திரனில் வாயு மண்டலம் கிடையாது. சூரிய ஒளியானது வாயு மண்டலம் வழியாக ஊடுருவி வருவதால்தான் வானம் நமக்கு நீல நிறமாகத் தெரிகிறது. தண்ணீர், காற்று, வெளிச்சம் - இதெல்லாம் இது போல இல்லாதபோது சந்திரனில் மனிதன் குடியேறுவது சாத்தியமாகுமா?

() () ()

■ புரோட்டீன் ஃபிளவர்ஸ் என்பது...?

● ஃபிளவர்ஸ் என்றதுமே இது ஏதோ பூ என்று நினைத்துவிட்டால் அது தப்பு. உண்மையில் புரோட்டீன்

ஃபிளவர்ஸ் என்பது நாம் அனைவரும் அறிந்த காளான்தான்!

உலகத்தில் லட்சத்துக்கும் மேற்பட்ட ரக காளான்கள் உள்ளன. இவற்றில் 30 ஆயிரம் வகை மட்டுமே சாப்பிட தகுதியானவை. மற்ற 70 ஆயிரம் வகைகளும் விஷத் தன்மை நிறைந்தவை. அவைகளைச் சாப்பிட்டால் வாந்தி, வயிற்றுப் போக்கு ஏற்படும். சில காளான்களால் நேரடியாய் மரணம் நேரும். விஷக்காளான்கள் உருவாவது அவை வளரும் இடத்தைப் பொறுத்தது. பொதுவாகவே காளான்கள் அழுகிய, மக்கிப் போன தாவரங்கள் மூலம் வளரக்கூடியவை. இதில் முக்கியமானவை சிப்பிக்காளான், பால் காளான், வைக்கோல் காளான். இவை மட்டுமே சாப்பிடும் வகையில் உள்ளன. காளான்கள் வளர்ப்பதற்கு மிதமான வெப்பநிலை வேண்டும். காளான்களில் புரதச்சத்து (புரோட்டீன்) மிகுதியாக இருப்பதால் இது செல்லமாக புரோட்டீன் ஃபிளவர்ஸ் என்று அழைக்கப்படுகிறது!

() () ()

■ **அரசியல்வாதிகள் செய்யும் ஊழல்களைப் பற்றி சொன்னால் அவர்கள் கவலைப்படுவதில்லையே?**

● குடித்தவர்களுக்கு அதன் நாற்றம் தெரியாது; குறட்டை விடுபவர்களுக்கு அந்தச் சத்தம் கேட்காது!

() () ()

■ **உண்மை பேசினால் சில நேரங்களில் உபத்திரம் வருகிறதே?**

● 'நல்லவனாக இருக்கலாம். ஆனால், ரொம்ப நல்லவனாக இருக்கக் கூடாது' என்று சாஸ்திரம் சொல்கிறது. சுத்தமான தங்கத்தால் ஆபரணங்கள்

செய்ய முடியாது. அதில் சிறிது செம்பு கலந்தால்தான் கண்ணை கவரும் விதத்தில் நகைகளை உருவாக்க முடியும். உண்மை பேசுவது என்பதும் அப்படிப்பட்ட ஒன்றுதான். நீங்கள் பேசும் உண்மையால் உபத்திரம் வருகிறதென்றால் அந்த உண்மையை சொல்வதற்கு முன் ஒரு முறைக்கு இருமுறை யோசிக்க வேண்டும். 'ரணப்படுத்தும் உண்மைகளைவிட குணப்படுத்தும் பொய்கள் மேலானது' என்பதைப் புரிந்துகொண்டு பேச வேண்டும்.

() () ()

■ **ரஜினி, கமல் இருவரில் ஆட்சியைப் பிடிக்க யாருக்கு வாய்ப்பு அதிகம்? ஒருவேளை இருவரும் கூட்டணி அமைத்து தேர்தலில் நின்றால் ஆட்சியைப் பிடிப்பார்களா?**

● நீங்கள் கேட்ட இதே கேள்வியைத்தான் திருவண்ணாமலையில் இருக்கும் 'ஒரு சொல்' சித்தருக்கு அனுப்பி வைத்திருக்கிறேன். அவரிடமிருந்து எப்படியும் 2021 மே மாதம் முடிவதற்குள் பதில் வந்துவிடும். உடனே உங்களுக்கு 'வாட்ஸ் அப்'பில் அனுப்பி வைக்கிறேன். அதுவரை நம்ம வேலையைப் பார்ப்போம்!

() () ()

■ **நானும் உங்களின் லட்சக்கணக்கான ரசிகர்களில் ஒருத்தி. பலரும் தங்களிடம் இதே கேள்வியைக் கேட்டிருப்பார்கள். என் பங்குக்கு நானும் ஒரு முறை... உங்களுக்கு வயதானாலும் எழுத்துகளில் வயதான வாடையே இல்லையே! எனது 12 வயதிலிருந்து உங்கள் ரசிகை. 27 ஆகிவிட்டது. இன்னும் உங்கள் நாவல்களை ருசிக்கையில் ஏதோ இளம் எழுத்தாளர் எழுதியதோ**

என்றுதான் எண்ண தோன்றுகிறது. தாங்கள் அதை பற்றி சிந்தித்தது உண்டா?

- எனக்கு வயதாகிவிட்டது என்று உங்களுக்கு யார் சொன்னது? தயவுசெய்து இப்படிப்பட்ட வதந்திகளை நம்பாதீர்கள். மற்றவர்களுக்கு மாதத்துக்கு 30 நாட்கள். எனக்கு அது ஒரு நாள். உங்களுக்கு 90 வயதாகும்போதுதான் எனக்கு 40 வயது முடிந்து 39 வயது ஆரம்பமாகும்!

() () ()

■ **பாவத்தில் பெரிய பாவம் எது?**

- முதியோர் இல்ல வாசல் ஒன்றில் எழுதப்பட்டிருந்த வாசகங்கள்...

நீ நல்லவனா கெட்டவனா என்று தெரிவதற்கு முன்னாலேயே தன் வயிற்றில் இடம் கொடுத்தவள் உன் தாய். எத்தனை ஜென்மம் சம்பாதித்தாலும் நீ இருந்த அந்த வீட்டுக்கு உன்னால் வாடகைக் கொடுக்க முடியாது. ஏனென்றால், அது உன் தாயின் கருவறை. எவ்வளவு கஷ்டங்கள், நஷ்டங்கள், வலிகள், துயரங்கள், அசிங்கங்கள், அவமானங்கள் கடந்த பிறகும் ஒன்றுமே தெரியாதது போல் காட்டிக்கொண்டு குடும்பத்தின் மத்தியில் சிரித்துக்கொண்டிருக்கும் தந்தைக்கு நிகரான நம்பிக்கை ஊட்டும் புத்தகம் உலகில் வேறேதும் இல்லை. நம் பெற்றோர் எப்போதும் நம் நலன் நினைப்பவர்கள். அவர்களை சுமையாய் நினைப்பதும், அவர்களோடு வாழ்வதைத் தவிர்க்க முயல்வதும் பாவத்திலும் பாவம்... மகாபாவம்!

() () ()

தேர்தல் ஆணையராக நியமிக்கப்பட்டால் உங்களுடைய முதல் அதிரடி உத்தரவு எதுவாக இருக்கும்?

- எந்தக் கட்சியும் யாருடனும் கூட்டணி வைக்காமல் தனியாக நின்றுதான் வெற்றி பெற வேண்டும். இந்த உத்தரவு அமல் படுத்தப்பட்டால் எல்லா உதிரிகளும், லெட்டர் பேடு கட்சிகளும் காணாமல் போகும். அரசியல் சாக்கடை கொஞ்சம் சுத்தமாகும். அமெரிக்காவைப் போல் இரண்டே இரண்டு கட்சிகள் மட்டும் போட்டியிடும்.

() () ()

நீங்கள் சுயசரிதை எழுதினால், புத்தக தலைப்பு என்னவாக இருக்கும்?

- இரண்டு ஆண்டுகளுக்கு முன்பே நான் சுயசரிதை எழுதியாயிற்று. தலைப்பு: 'என்னை நான் சந்தித்தேன்.' அதில் 400 பக்கம் திகிலோ திகில். முடிந்தால் படித்துப் பாருங்கள்.

() () ()

சிலரிடம் பணம் கொட்டிக் கிடந்தாலும் அவர்கள் சந்தோஷமாக இருப்பதில்லையே ஏன்?

- பணம், சந்தோஷம் - இந்த இரண்டும் பாம்பும், கீரியும் போன்றது!

() () ()

மனைவி தன் கணவனைத் திட்ட பயன்படுத்தும் வாக்கியங்களில் அழகானது எது?

- வி... கெ... ஜெ... (விருப்பம் போல் பூர்த்தி செய்து கொள்ளவும்!)

() () ()

■ **அது என்ன அனோஸ்மியா, ஹைபரோஸ்மியா?**

● நாம் மூக்கால் 50 ஆயிரம் வாசனைகளை நுகர முடியும். ஆனால், தூங்கும்போது வாசனையை அறிய முடியாது. நம்மால் ஒரு வாசனையை அறிய முடியாத நிலை ஏற்பட்டால் அதற்கு பெயர் அனோஸ்மியா. அதே நேரத்தில்... வாசனையை அறியும் சக்தி ஒருவருக்கு அதிகமாக இருந்தால் அதை ஹைபரோஸ்மியா என்று அழைக்கிறார்கள்.

() () ()

■ **ரத்தப் பரிசோதனைக்காக ரத்தம் எடுக்கும் போது விரல் நுனியில் ஊசியைக் குத்தி ரத்தம் எடுக்கிறார்கள். இதற்கு ஏதாவது காரணம் உண்டா?**

● நம்முடைய விரல் நுனி, உணர்ச்சி மிக்கவை. காரணம் விரல் நுனியில் உள்ள அடர்த்தியான கொழுப்பு அறை நிரம்பிய திசுக்களும் அவற்றைப் போர்த்தியுள்ள பிரத்தியேகமான தோலும்தான்! ஒவ்வோரு விரல் நுனியும் உணர்ச்சி மிகுந்தவை. இவற்றில் மிக அதிகமான ரத்த ஓட்டம் உண்டு. அது தவிர விரல் நுனிகளில் உணர்வு நரம்புகள் அடர்த்தியாகக் காணப்படும். கட்டை விரல் மற்றும் ஆட்காட்டி விரல் நுனிகள் அதிக அளவில் உணர்ச்சிகளை மூளைக்கு அனுப்பும் சக்தி படைத்தவை. இந்த விரல்களின் நுனிகளில் உள்ள அபார சக்தியை அடிப்படையாக வைத்தே பார்வையற்றோருக்கான ‘பிரெய்ல்’ முறை அறிமுகமானது. விரல் நுனிகளில் காயம் ஏற்ப்பட்டால் உடனடியாக கவனித்து சிகிச்சை எடுக்க வேண்டும் . இல்லாவிட்டால் செப்டிக் ஆகிவிடும். ஆன்டிசெப்டிக் மருந்து அளித்து, சிறிய அறுவைச் சிகிச்சை செய்து சீழை அகற்ற நேரிடலாம். அலட்சியமாகவிட்டால் விரல் நுனிகள் பாதிக்கப்பட்டு, தன்னுடைய பொலிவையையும்

வலிமையும் இழந்துவிடும். நாம் வளர வளர விரல் நுனியின் செயல் திறனும் கூடிக்கொண்டே இருக்கும். ஆரம்பத்தில் கிறுக்கலாய் கோணல் மாணலாய் இருக்கும் குழந்தைகளின் கையெழுத்து போகப் போக அழகாய் மாறுவதற்குக் காரணம் இந்த செயல் திறன்தான். விரல்களின் முனை... நம் உடம்பின் அற்புதம்!

() () ()

■ **என் கேள்விக்கு நீங்கள் தவறான பதிலைச் சொல்ல வேண்டுமென்றால், நான் உங்களிடம் என்ன கேள்வி கேட்க வேண்டும்?**

● கேள்வி: டிராஃபிக் ராமசாமி தனிக் கட்சி ஆரம்பித்து 234 தொகுதிகளிலும் போட்டியிட்டால் வெற்றி பெறும் சாத்தியம் உண்டா?

பதில்: அதில் என்ன சந்தேகம்? 234 இடங்களில் 233 இடங்களில் அவருடைய கட்சி வெற்றி பெறும். அவர் போட்டியிட்ட தொகுதியில் மட்டும் 'டெபாசிட்' இழக்க வைத்துவிடுவார்கள்!

() () ()

■ **ஒன்றுக்கும் உதவாதவர்களை 'உதவாக்கரை' என்பார்கள். அப்படி என்றால் என்ன?**

● நான் படித்த ஒரு பதிவில் இருந்து... ஓர் ஆற்றின் தண்ணீர் எந்த இலக்கை நோக்கிச் செல்கிறதோ அந்த இலக்கை நோக்கி செல்லுகிற வரை ஆற்றுக்கு உறுதியாக உதவுகிற வகையில் கரை இருக்க வேண்டும். அப்படி இல்லாமல் ஆற்றின் கரை மண் அரிப்போடும், நீரை உள்வாங்கிக்கொள்கிற துவாரங்களோடும் இருந்தால்

ஆற்றின் பெருமளவு தண்ணீர் வீணாகிவிடும். ஆற்றுக்கு அது உதவாத காரணத்தால் அது உதவாக்கரை!

() () ()

விவசாய பட்டதாரிக்கும், படிக்காத விவசாயிக்கும் என்ன வித்தியாசம்?

- விவசாய வாசகர் ஒருவர் எனக்கு வாட்ஸ்அப்பில் அனுப்பி வைத்த இரண்டு அரிய செய்திகள்.

ஒரு விவசாயி இடத்தை வாங்கும் முன், முதல் நாள் இரவு ஒரு சேவலோடு போய் தங்குவார். விடியற்காலையில் அது வழக்கம் போலவே கூவினால் மண்ணில் 'உசுரு' இருக்கு என்று அர்த்தம். கூவாவிட்டால் மண்ணில் சத்து இல்லை. சேவல் நன்றாக கூவினால் மட்டுமே அந்த இடத்தை வாங்குவார். இதிலுள்ள முக்கியமான உண்மை என்னவென்றால், மண்ணைக் கிளறி அதனுள் உள்ள புழுக்களை தின்று மறுநாள் தெம்பாகக் கூவுமாம் சேவல். மண்ணைக் கிளறியும் புழு கிடைக்கவில்லை என்றால் அதன் கூவல் சக்தியில் மண்ணின் வளம் தெரிந்துவிடும். புழு அதிகம் இருக்கும் மண்தான் விவசாயத்துக்கு ஏற்றது.

அதே போல் விவசாய கிணறு வெட்ட வேண்டுமென்றால் அந்த நிலப் பகுதியை நான்கு பக்கமும் அடைத்துவிட்டு பால் சுரக்கும் பசுக்களை அதற்குள் மேய விட வேண்டும். பின்னர் கவனித்தால் மேய்ந்த பின் குளிர்ச்சியான இடத்தில் படுத்து அவை அசை போடும். அப்படி படுக்கும் இடங்களை 4, 5 நாட்கள் கவனித்தால் ஒரே இடத்தில் தொடர்ந்து படுக்குமாம். அந்த இடத்தில் தோண்டினால் வற்றாத நீரூற்றுக் கிடைக்கும். இப்போது உங்கள் கேள்விக்கு நீங்களே பதில் சொல்லலாம்!

() () ()

■ **திருவள்ளுவருக்கு கடவுள் நம்பிக்கை இல்லை என்று சொல்லப்படுவது உண்மையா?**

● கீழ்க்கண்ட குறளைப் படியுங்கள்... உங்களுக்கே புரியும்!

அகர முதல எழுத்தெல்லாம் ஆதி
பகவன் முதற்றே உலகு

மு.வ. உரை: எழுத்துகள் எல்லாம் அகரத்தை அடிப்படையாகக் கொண்டிருக்கின்றன. அதுபோல உலகம் கடவுளை அடிப்படையாகக் கொண்டிருக்கிறது.

கலைஞர் உரை: அகரம் எழுத்துகளுக்கு முதன்மை. ஆதிபகவன் உலகில் வாழும் உயிர்களுக்கு முதன்மை.

சாலமன் பாப்பையா உரை: எழுத்துகள் எல்லாம் அகரத்தில் தொடங்குகின்றன; அது போல உலகம் கடவுளில் தொடங்குகிறது!

() () ()

■ **எனக்கு வயது 42. இப்பொழுதுதான் கல்யாண எண்ணம் வந்திருக்கிறது. வாழ்க்கைக்கு துணை வேண்டும் என்பதற்காக திருமணம் செய்துகொள்ள விரும்புகிறேன். இந்த முடிவு சரிதானா?**

● முடிவு சரிதான்! ஆனால், எடுத்த நேரம்தான் சரியில்லாதது. ஏனென்றால், இன்றைய தலைமுறை பெண்கள் தங்களுக்கு வரக்கூடிய மாப்பிள்ளைக்கு 30 வயது என்றாலே சீனியர் சிட்டிசன் ஆக நினைக்கிற காலகட்டம். இப்போது பெண் தேடுகிறேன் என்கிறீர்கள். ஆல் த பெஸ்ட்! அதுவரை இந்தப் பாடல் வரிகள் உங்களுக்காக.... பருவம் வந்த அனைவருமே காதல் கொள்வதில்லை; காதல் கொள்ளும் அனைவருமே மணம் முடிப்பதில்லை; மணம் முடித்த அனைவருமே

சேர்ந்து வாழ்வதில்லை; சேர்ந்து வாழ்ந்த அனைவருமே சேர்ந்து போவதில்லை!

() () ()

■ **சொல்லிப் பயனில்லை... சொல்லாமல் இருக்கவும் முடியவில்லை. இதுமாதிரியான அனுபவம் உங்களுக்கு ஏற்பட்டது உண்டா?**

● ஒவ்வொரு தடவையும் டாஸ்மாக் கடையைக் கடக்கும் போதெல்லாம் அந்த அனுபவம் ஏற்படும். மது அருந்தும்போது மனித உடலில் என்ன நடக்கிறது? அதிலிருந்து சிறிது அளவை வயிறு உறிஞ்சிக்கொள்ளும். பெரும்பாலான அளவை சிறுகுடல் உறிஞ்சும். அதனால்தான் உணவு உண்ட பின்னர் மது அருந்தினால் போதை ஏற சற்று நேரமாகிறது. உறிஞ்சப்பட்ட மது உடனடியாக ரத்தத்தில் கலந்து உடல் எங்கும் ஓடத் தொடங்கும். அதே நேரத்தில் உடலும் அதனை வெளியேற்ற சற்று பிரயத்தனப்படும். சிறுநீரகம் தன் பங்குக்கு ஓரளவைச் சிறுநீரில் கலந்து வெளியேற்றும். நுரையீரல் சற்றே மூச்சுக்காற்றில் வெளியேற்றும். அதனால்தான் போலீசார் ஊதச் சொல்லி கண்டுபிடிக்கிறார்கள்.

கல்லீரல் தன் பங்குக்கு பெரும்பாலான அளவை அசிட்டிக் அமிலமாக மாற்றும். இத்தனையும் முயன்று போராடிக்கொண்டிருக்கையில் அந்த நபர் அதைவிட வேகமாக அதிக அளவில் மது அருந்தினால் நிலைமை என்னாகும்? அதனால்தான் உறுப்புகள் விரைவில் வலுவிழந்து செயலிழந்து போகின்றன. இதுவே ஒரு வகையில் மெதுவான தற்கொலை முயற்சி மாதிரிதான்! ரத்தத்தில் கலந்து உடலில் பயணிக்கும் ஆல்கஹால் அடுத்தபடியாக மூளையை நோக்கி பாயும். இனிமேல்தான் ஆட்டம் ஆரம்பம்.

ஆல்கஹால் போய் மூளையைத் தொட்டதும் அதன்

அளவை BAC பிஏசி என்பார்கள். அதாவது, பிளட் ஆல்கஹால் கன்டன்ட். ரத்தத்தில் ஆல்கஹாலின் செறிவு. 0.03 முதல் 0.12 சதவிகிதம் பிஏசி இருக்கையில், தான் பெரிய பலசாலி... தன்னால் எதுவும் முடியும் என்ற எண்ணம் வரும். உலகில் எது வந்தாலும் சமாளிக்கும் தைரியம் தன்னிடம் உள்ளது என்றும் தோன்றும். இந்த நிலையில் சரியான முடிவுகள் எதுவும் எடுக்க முடியாது.

பிஏசி 0.9ல் இருந்து 0.25 சதவிகிதம் இருக்கையில் நினைவுகள் மழுங்கும். சற்று முன் நடந்த நிகழ்வுகள்கூட நினைவில் இருக்காது. கையில் இருக்கும் மதுவைக் கொட்டிவிட்டு, அதனை வெறித்துப் பார்ப்பார்கள். நடக்கும்போது உடல் தள்ளாடும். கண் பார்வை மங்கும். பிஏசி 0.18ல் இருந்து 0.30 சதவிகிதம் இருக்கையில், தான் என்ன செய்கிறோம் என்று அவருக்கே தெரியாது. குழப்பமாக இருக்கும். ஒன்று அதீத பாசக்காரராக மாறிவிடுவார் அல்லது கடும் கோபக்காரராகிவிடுவார். அதிகம் உணர்ச்சி வசப்படுவார். எதையேனும் எடுக்க வேண்டும் என்றால் கை அந்தப் பொருளின் பக்கத்தில் போய்த் துழாவிக்கொண்டிருக்கும்.

காரணம்... பார்வை, மூளை, கை இடையேயான ஒத்துழைப்பு துண்டித்துப் போயிருக்கும். பிஏசி 0.35ல் இருந்து 0.50 சதவிகிதம் இருக்கையில், நினைவு முழுவதும் தப்பிவிடும். கருவிழிகூட வெளிச்சத்தில் சுருங்காது... விரியாது. உடல் சில்லிட்டுப் போகும். போதும்... போதும்.

இதற்கு மேலும் சொல்ல எனக்கு விருப்பமில்லை! உடம்பு என்பது ஆலயம் போன்றது. அதற்குள் ஆண்டவனை மட்டும் அமர்த்துவோம். மது அரக்கனுக்கு அங்கே இடம் தராதீர். இதைப் படிக்கும் 100 பேர்களில் ஒருவர் குடிப்பழக்கத்தை விட்டாலும் அது எனக்கு மிகப் பெரிய சந்தோஷமாகும்!

() () ()

◼ உடலில் தீப்பற்றிக்கொண்டால் சுலபத்தில் அணைக்க முடிவதில்லையே?

● மனித உடல் முற்றிலுமாக எரிந்து கரியாக மாற 650 டிகிரி செல்ஸியஸ் உஷ்ணம் தேவைப்படும் என்று தடயவியல் (ஃபாரன்சிக்) நிபுணர்கள் சொல்லி இருக்கிறார்கள். உடலில் தீப்பற்றினால் முப்பது விநாடிக்குள் அணைப்பது சுலபம். அதற்கு மேல் என்றால் கஷ்டம். காரணம், உடலில் பற்றிக்கொண்ட தீ தோலின் கீழே சதைப் பரப்பைக் கடந்து கொழுப்புப் பகுதியைத் தொட்டுவிட்டால், அது எரிபொருளாக மாறி தீயின் வேகத்தை அதிகப்படுத்தி எலும்புகளை விறகாகக் கொண்டு சொக்கப்பனையாக எரிய வைத்துவிடும். எப்படி மெழுகுவர்த்தி எரிய நூல் போன்ற திரியில் மெழுகு உருகி உதவி செய்கிறதோ அதேபோல் உடம்பும், எலும்புகளும் எரிய கொழுப்பு உதவுகிறது. அதுதான் பிரச்சினை!

() () ()

◼ அது என்ன 'மொயா மோயா' நோய்?

● மனிதனின் மண்டையோட்டில் கரோடிட் தமனி என்கிற ரத்தக் குழாய் இருக்கிறது. இது சுருங்கி ரத்தம் செல்வது தடைபட்டால் மூளையை பாதிக்கும். இந்த நோயின் பெயர் இது.

மூளை சம்பந்தப்பட்ட கேள்வி என்பதால் கூடுதலாக இரண்டு தகவல்கள்.

மூளையின் ஒரு பகுதியான 'பெர்னிக்' பகுதியில் நம் ஞாபக சக்தியின் அரிய கிடங்கு உள்ளது. நாம் பிறந்ததில் இருந்து கற்றுக்கொள்ளும் வார்த்தைகள் அங்குதான் சேமிக்கப்படுகின்றன. மூளைக்கு இணையான கம்யூட்டர் ஒன்றை மனிதன் கண்டுபிடிக்கும் காலத்தில் மரணத்தை வென்றவனாக இருப்பான். அல்லது

உச்சபட்ச ஆயுட்காலம் ஆயிரம் ஆண்டாக இருக்கும். அப்போது மணமக்களை, 'ஆயிரம் ஆண்டு காலம் வாழ்க...' என வாழ்த்த வேண்டியது வரும்!

() () ()

வல்லரசாக இருந்தும் கொரோனா வைரஸை சீன நாட்டால் அதை வெல்ல முடியவில்லையே?

- நீங்கள் கேட்ட இந்தக் கேள்வியை எனக்குத் தெரிந்த சில டாக்டர்களிடம் கேட்டுக்கொண்டிருந்தேன். ஆனால், என் வாட்ஸ்அப்க்கு ஆயுர்வேத மருத்துவர் ஒருவர் இப்படியொரு செய்தியை அனுப்பி இருந்தார்.

சீனாவில் மட்டும் விபரீதமான வைரஸ்கள் மூலம் நோய்கள் ஏன் பரவுகின்றன... அக்காலத்தில் இருந்தே ஆசியாவின் நோயாளி என அந்த நாடு ஏன் அழைக்கப்படுகிறது என்பதற்கான காரணங்கள் சில உண்டு.

அவற்றில் முக்கியமானது பசு. சீனர்கள் உணவுப் பட்டியலில் பாலோ... நெய்யோ... தயிரோ பெரிய அளவில் இருக்காது. அவர்களுக்கு தெரிந்ததெல்லாம் பன்றி, பாம்பு, வவ்வால், வாத்து, நண்டு இன்னும் பல நடப்பன... ஊர்வன... பறப்பன. மாடுகள் மிகக் குறைவு. அவற்றின் பயன்பாடும் பாலும் மிக மிக அரிதானவை, 4 பசு இருந்தாலும் வெட்டி சூப் வைப்பார்களே தவிர பால் கறக்கவோ... தயிராக்கிக் கடையவோ தெரியாது.

அவர்களது உணவே வேறு. அவை எலும்புக்கு வலுவூட்டுமே தவிர வேறு ஒன்றும் செய்யாது. மாமிச சூப், சில கீரைகள், பிராணிகள் மற்றும் கிடைப்பவை எல்லாம் எனும் ஒருமாதிரியான சூப் உணவு வகை அது. நெய் பிரதான நோய் எதிர்ப்பு கொண்டது. இதைத்தான் 'நெய் இல்லா உண்டிபாழ்' என சொன்னது தமிழகம்.

பசுவும், அது கொடுக்கும் பாலும் சாதாரணம் அல்ல! நோய்களை விரட்டி ஆரோக்கியம் கொடுக்கும். அதை அணு அணுவாக உணர்ந்த தேசம் இது. அதனால்தான் பால், தயிர், நெய் என அதன் பயன்பாடு ஆலயம் முதல் எல்லா இடத்திலும் அதிகம். அக்காலத்தில் வீட்டு முற்றத்தில் சாணம் தெளிக்கும் தத்துவமே அது ஒரு 'கிருமி நாசினி' என்பதுதான். சாணக் கலவையில் ஹோமியமும் கலந்திருக்கும்.

வெளிநாடுகளில் பால் கலக்காத டீ, காப்பி பருகுவார்கள்...ஆனால் அதிலும் பால்கலந்தது நாம்தான்! கோயில் முதல் வீடுவரை நெய்யும் தயிரும் பாலும் புழங்கச் சொன்னதிலும், ஒருபிடி சாணத்தை பிள்ளையாராக வாசலில் வைக்க சொன்னதிலும் விஞ்ஞானமும் ஆரோக்கியமும் இல்லாமல் இல்லை. சீனா கொடுத்த தானம் 'கொரோனா'. அது நமக்கு சாதாரணம். எனவே, அதிக பயமின்றி இருப்போம்!

() () ()

■ **எனக்கு வாழ்க்கை 'போர்' அடிக்கிறது... என்ன செய்யலாம்?**

● இதோ டிப்ஸ்! ஒரு ரூபாய் நாணயத்தை எடுங்கள். சுண்டி டாஸ் போடுங்கள். 'தலை' விழுந்தால் குப்புறப்படுத்துத் தூங்குங்கள். 'பூ' விழுந்தால் மல்லாக்கப் படுத்துவிடுங்கள். என்ன பிரதர்... நான் கொடுத்த டிப்ஸ் பிடிக்கலையா?...நீங்க கேட்ட கேள்விக்கு வேற எப்படி பதில் சொல்றதாம்?

வாழ்க்கையை சுவையுள்ளதாகவும் அர்த்தமுள்ளதாகவும் மாற்றிக்கொள்ள எத்தனையோ வழிகள் இருக்கும்போது இப்படியொரு கேள்வியா? வீட்டைவிட்டு வெளியே வாங்க. கண்ணையும் மனசையும் ஓப்பன் பண்ணி பாருங்க. மத்தவங்களோட சந்தோஷத்துலேயும்,

அவங்களுக்கு ஏற்படுற பிரச்சினைகளைத் தீர்த்து வைக்கிறதுலேயும் பங்கு எடுத்துக்கிட்டு சில மணி நேரங்களை செலவிட்டுப் பாருங்க. வாழ்க்கை அறுசுவையா ருசிக்கும்... இனிக்கும். ஒரு மனிதனுக்கு வாழ்க்கை 'போர்' அடித்தால் அவனிடம் ஏதோ இரு தப்பு இருக்கிறது என்று அர்த்தம்!

() () ()

நான் பயப்படுற மாதிரி சில வரிகளில் 'திகில்' கதை சொல்ல முடியுமா?

- இதோ கதை...

ஒரு நாள் ராத்திரி பன்னிரண்டு மணிக்கு உங்க ஃபிரண்ட் உடம்பெல்லாம் ரத்தக் காயத்தோடு உங்களோட வீட்டுக்கு வர்றான். அப்ப வீட்ல வேற யாருமில்லை. நீங்க மட்டும்தான் தனியாய் இருக்கீங்க. 'பவர் கட்' வேற. வீடு இருளோன்னு இருக்கு. நீங்க ஃபிரண்டைப் பார்த்ததும் அழுறீங்க. "டேய் பாலு... உனக்கு என்னடா ஆச்சு? ஏன்டா உடம்பெல்லாம் காயம்?"ன்னு கேட்கிறீங்க. அவன் பதில் சொல்லாம மாடியில் இருக்கிற உங்க அறைக்குப் போய் கட்டில்ல படுத்துக்கிறான். அவனுக்கு முதல் உதவி பண்றதுக்காக மெடிக்கல் கிட்டை எடுக்கிறதுக்காக மெழுகுவர்த்தியை ஏற்றிக்கிட்டு கீழே இருக்கிற அறைக்குப் போறீங்க. அப்போ உங்களுக்கு போன் வருது. எடுத்துப் பேசுறீங்க. பாலு வீட்ல இருந்து போன். அவன் சாலை விபத்துல இறந்துவிட்டதாய் தகவல் சொல்றாங்க. இப்ப நீங்க என்ன செய்வீங்க...? மாடி அறையில் இருக்கிற உங்க ஃபிரண்ட்டைப் பார்க்கப் போவீங்களா... மாட்டீங்களா?

() () ()

சென்னைத் தமிழ் உங்களுக்குப் பிடிக்குமா?

● ரொம்பவே பிடிக்கும்! காரணம், கோவைத் தமிழிலும், மதுரை திருநெல்வேலி தமிழிலும் புலப்படாத அன்பின் பரிமாணம் அந்தத் தமிழில் தெரியும். திட்டுவது போல்தான் இருக்கும். ஆனால், அதற்குள் ஒரு பிரியம் இருப்பது புரியும். 'ஏ... கய்தே...! எப்டி கீரே...? 'லன்ஞ்' துன்னியா...? 'லைஃப்' சோக்கா கீதா...? ஒடம்ப பாத்துக்கோ...!' - இப்படி தமிழ் சிதைந்து போயிருந்தாலும் சிங்காரச் சென்னையில் இருப்பவர்கள் பலரும் அப்படி பேசித்தான் தங்களுடைய பிரியத்தை வெளிப்படுத்திக்கொள்கிறார்கள். உண்மையான அன்புக்கு முன்னால் பேசும் மொழி எப்படி இருந்தால் என்ன? (இன்னா... புரியுதா?)

() () ()

தற்போதைய டிவி நிகழ்ச்சிகளில் உங்களை வெகுவாகக் கவர்வது?

● டிவி பெட்டி முன்பாய் உட்கார்ந்து நேரத்தைக் கொலை செய்வதில் எனக்கு என்றைக்குமே விருப்பம் இல்லை. அப்படியே வலுக்கட்டாயமாய் உட்கார்ந்தாலும் ஒரு நிமிடத்துக்கு மேல் எந்த நிகழ்ச்சியையும் பார்க்க முடிவதில்லை. செய்தி சேனல் தவிர மற்ற எல்லா நிகழ்ச்சிகளிலும் - அது சீரியல்களானாலும் சரி; நடிகர், நடிகையர், அரசியல் தலைவர்கள் பேட்டி என்றாலும் சரி; எல்லாமே அபத்தமாக இருக்கிறது. சுதந்திரதின விழாவை நடிகைகளோடு கொண்டாட வேண்டிய தண்டனையைக் கொடுத்துப் பெருமைப்பட்டுக்கொள்கின்றன. எல்லா சீரியல்களிலும் கொடுமைக்கார கணவர்கள், அரக்க குணம் படைத்த மாமியார்கள், யாரையும் மதிக்காத நாத்தனார்கள், காம மாமனார்கள் என்று நிறைந்து வழிய கதாநாயகி மட்டும் தியாகத்தின் திருவிளக்காய் ஒளிர்கிறாள். அத்தனை கதாபாத்திரங்களும் ஒருவர்

மாற்றி ஒருவர் மருத்துவமனைக்கும், சிறைக்கும் போய்க்கொண்டிருக்க... அந்த கந்தலான சீரியல்களை மக்கள் வேறு வழி இல்லாமல் பார்க்கிறார்கள்.

மதுவும், புகையும் உடம்புக்கு கெடுதல் செய்பவை என்று தெரிந்திருந்தாலும் அதை உபயோகிப்பவர்களைப் போல... ஒன்றுக்கும் உதவாத அவற்றைப் பார்த்து நேரத்தைப் பாழாக்கிக்கொள்கிறார்கள். இந்த சீரியல்கள்தான் விஷம் என்றால்... இதைவிடக் கொடுமையான ஆலகால விஷம் ஒன்றும் சமீபகாலமாய் டிவி திரைகளில் அரங்கேறி இளைய தலைமுறையினரின் நெஞ்சங்களை நஞ்சாக்கி வருகின்றன.

'ஆடல் பாடல்' என்ற பெயரில் இரட்டை அர்த்த பாடல்களும், ஆபாச நடன அசைவுகளும் நம்மை முகம் சுளிக்க வைத்து அதிர வைக்கின்றன. 5 வயது பையனும், 13 வயது சிறுமியும் ஜிகினா உடைகளைப் போட்டுக்கொண்டு 'உன்னை வெச்சுக்கவா...' என்று பாடி ஆட - நடுவர்களாக வந்து உட்கார்கிற நட்சத்திரங்கள் தங்களை ஏதோ 'சுப்ரீம் கோர்ட்' நீதிபதிகளாகப் பாவித்துக்கொண்டு செய்யும் ஆர்ப்பாட்டம்... பார்க்க சகிக்காதது. ஆடல், பாடல் முடிந்ததும் அவர்கள் ஆராய்ச்சி செய்து மார்க் போடுவார்கள் பாருங்கள்... 'நாசா' விஞ்ஞானிகள் கெட்டார்கள் போங்கள்.

இவை எல்லாவற்றையும்விட உச்சபட்ச கொடுமை எதுவென்றால்... ஆபாசமான பாடல்களுக்கு தங்களுடைய பிள்ளைகளை ஆட வைத்து பெருமையாய்ப் பார்த்து ரசிக்கின்ற பெற்றோர்கள் இதில் போட்டி போட்டு கலந்துகொள்வதுதான். இவற்றையெல்லாம் பார்க்கும்போது டிவி பெட்டிகளே இல்லாத பழைய நாட்கள் மறுபடியும் வராதா என்ற ஏக்கம் மனதின் ஓரத்தில் எழுகிறது!

() () ()

◼ இன்னொரு தாஜ்மஹாலை உருவாக்க மற்றொரு ஷாஜகான் வருவாரா?

● உங்களுக்கு ஒரு உண்மையைச் சொல்லட்டுமா?.... உண்மையான காதலை இழந்த பின்பும் அதை மறக்காமல் நினைத்துக்கொண்டே வாழும் ஒவ்வொரு காதலனும் உயிருள்ள தாஜ்மஹால்தான்! எனவே, இன்னொரு சலவைக்கல் தாஜ்மஹால் நமக்கு எதற்கு?

() () ()

◼ 'பாக்டீரியா' – 'வைரஸ்'... என்ன வித்தியாசம்?

● பாக்டீரியாக்கள் பூமியின் மேற்பரப்பு, அதன் ஆழமான பகுதி, மனிதர்கள் தாவரங்கள் மற்றும் விலங்குகளின் உடல்கள் என்று சகல இடங்களிலும் கோடிக்கணக்கில் அபார்ட்மெண்ட்களைக் கட்டிக்கொண்டு வாழும் தன்மை கொண்டவை. இன்னும் சில வகை பாக்டீரியாக்கள், நம்மைப் போன்ற உயிரினங்கள் கதிரியக்கம் நிறைந்த வாழத் தகுதியற்ற இடங்களில்கூட வாழக்கூடிய அசாத்திய ஆற்றல் பெற்றவை. ஒற்றை செல் உயிரினமான பாக்டீரியாவின் உடல் அளவு ஒரு நானோ மீட்டர் மட்டுமே! இது ஒரு மில்லி மீட்டரில் பத்து லட்சத்தில் ஒரு பங்கு. பாக்டீரியாக்களில் 90 சதவிகிதம் நம்முடைய உடல் ஆரோக்கியமாக இருக்க ஒத்துழைப்பு கொடுப்பவை. 10 சதவிகிதம் மட்டுமே நமக்கு நோயைக் கொண்டு வருபவை. ஆனால்... வைரஸ்களின் கதையே வேறு! பாக்டீரியாவைவிட 100 மடங்கு சிறியதாக இருந்தாலும் அதிக அபாயகரமானவை. 10 சதவிகித வைரஸ்கள் மட்டுமே மனித ஆரோக்கியத்துக்கு உதவுகின்றன. மீதி 90 சதவிகிதம் நமது ஆரோக்கியத்துக்கு எதிரானது. மனிதர்களுக்கு ஏற்படும் நோய்களை பொறுத்தவரையில்

பாக்டீரியாவுக்கும், வைரஸ்க்கும் இடையே காணப்படும் முக்கிய வேறுபாடு இதுதான்.

நமக்கு ஏதேனும் நோய் வந்தால் டாக்டர்கள் கொடுக்கும் 'ஆன்டிபயாடிக்' மருந்துகளால் பாக்டீரியாக்களை அழிப்பது போல் வைரஸ்களை அவ்வளவு எளிதாக அழிக்க முடியாது. மேலும், வைரஸ்கள் அந்த ஆன்டிபயாடிக் மருந்துகளை எதிர்த்து போரிட்டுக் கொன்று, உணவாக எடுத்துக்கொண்டு, ஓர் அசுரனாக மாறி நமது உடம்புக்கு எந்த நோய் வந்தாலும் எளிதில் குணமாகாதபடி செய்துவிடும்.

இத்தனைக்கும்... வைரஸ்கள் ஓர் அரை உயிரி. தனியாகவோ அல்லது 'மெட்டபாலிசம்' என்கிற முறையில் வளர்சிதை மாற்றங்களை உண்டாக்கிக்கொண்டோ அவைகளால் வளர முடியாது. அதனால்தான் விலங்கு மற்றும் மனித உடலிலுள்ள செல்களைக் குறிவைத்து தாக்கி, தன்னுடைய வாழ்க்கையை நடத்தும் வசதியான இடங்களாக மாற்றிக்கொள்கின்றன. ஏறக்குறைய எல்லா வைரஸ்களும் கள்ளத்தனம் மிக்கவை. புரதம் (புரோட்டீன்) என்கிற கள்ளச்சாவியை உபயோகித்து மனித 'செல்'களை ஏமாற்றிவிடுகின்றன.

வைரஸ்களின் எளிமையான அமைப்பு, வேகமாக பரவும் தன்மை மற்றும் மாறுவேடத்தில் உலவும் வஞ்சகம் போன்றவற்றின் காரணமாகவே உயிரியல் வல்லுநர்களுக்கு அவை பெரிய அச்சுறுத்தலாகவும் சவாலாகவும் உள்ளன. இப்போது வைரஸ் போட்டிருக்கும் புதிய மாறுவேடம் 'கொரோனா'. அதை சாகடித்து எமலோகம் அனுப்பி வைப்போம்.

ஒவ்வொரு வைரஸ்க்கும் மனிதனின் உடலானது நாம் வாழும் பூமியைப் போன்றது. பூமியின் பிரமாண்டமான பரப்பளவோடு ஒப்பிடுகையில், இப்போது மனிதன்

என்று சொல்லி உயிர் வாழ்ந்துகொண்டிருக்கும் நாமும் ஒரு வைரஸ்தான்!

() () ()

◼ **பலரும் சமூக இடைவெளியைப் (SOCIAL DISTANCING) பின்பற்ற ஏன் மறுக்கிறார்கள்?**

● அவர்கள் ஏற்கெனவே மனதளவில் ஒரு கிலோ மீட்டர் தூரத்தை 'மெய்ன்டைன்' செய்துகொண்டிருக்கும்போது இதையும் பின்பற்றச் சொன்னால் என்ன செய்வார்கள்?

() () ()

◼ **உலகத்தில் முதன்முதலாக நடந்த போஸ்ட் மார்ட்டம் எது?**

● ரோம சாம்ராஜ்ஜியத்தின் பெருமைக்கு வித்திட்டவர்களில் ஒருவரின் பெயரை வரலாறும் இலக்கியமும் பெரிதும் மதிக்கிறது. அவர்தான் ஆங்கில இலக்கிய மேதை ஷேக்ஸ்பியரின் புகழ்பெற்ற நாடகத்தின் கதாநாயகனும், நம்பிக்கை துரோகத்துக்குப் பலியானவர்களின் வரிசையில் சிறந்த உதாரணமாக காட்டப்படுகிறவரும், காலண்டர் சீர்திருத்தம் செய்து நவீன உலகுக்குத் தந்தவருமான ஜூலியஸ் சீசர். கி.மு. 44ம் ஆண்டு அவருடைய அரசவையில் வைத்து செனட் உறுப்பினர்களால் கொலை செய்யப்பட்டபோது அவருடைய மார்பிலும், வயிற்றிலும் 23 கத்திக்குத்து காயங்கள் இருந்தன என்பதை அன்றைய மருத்துவர்கள் கண்டுபிடித்துச் சொன்னார்கள். அதில் விழுந்த மிகப் பெரிய குத்து, புரூட்டஸ் என்ற அவருடைய நெருங்கிய நண்பனால் குத்தப்பட்டதாகும். ஜூலியஸ் சீசரை அவர் குத்தியபோது இருதயத்தின் முக்கியமான 'அயோர்டா' என்கிற ரத்தக்குழாய் சிதைந்து போயிருந்தது அந்த போஸ்ட் மார்ட்டம் ரிப்போர்ட்டில் தெரியவந்தது!

() () ()

மூன்று 'மினி' கேள்விகள். அவற்றுக்கு ஒற்றை வரியில் பதில் தர முடியுமா?

- 'டென்ஷன்' குறைய வழி?
'டென்' வரைக்கும் நிதானமாக எண்ண வேண்டும்!

மனிதன் தெரிந்தே செய்கிற தவறு எது?
இன்னொரு மனிதனைப் பிறக்க வைப்பது!

100 வயது வரை வாழ ஒரு 'டிப்ஸ்'?
முதலில் 99 வயது வரை வாழ்ந்துவிட வேண்டும்

() () ()

கொரோனாவை மையப்படுத்தி நாவல் எழுதும் எண்ணம் உண்டா?

- கதைக்கான கரு அல்ல 'கொரோனா'. அது அனைவருக்குமான பாடம். முகநூல் பதிவு ஒன்று இதை உறுதிப்படுத்துகிறது. அந்தப் பதிவை நீங்களும் படியுங்கள்...

கொரோனா கொடுத்திருக்கும் சரிவுகள், பாதிப்புகள், அலறல்கள், கதறல்கள் என ஒரு பக்கம் இருந்தாலும்... இன்னொரு பக்கம் ஆச்சரியமானது! ஆம்... அது பெரும் எச்சரிக்கையை உலகுக்கு சொல்கிறது. 1970க்கு பின் வேகமாக மாறிய உலகம் இது. அதுவும் 1990க்கு பின் பணமே பிரதானம் என்றாயிற்று. 'எப்படியாவது சம்பாதி...ஆடம்பரமாக செலவு செய்து கொண்டாடு' என்ற அளவுக்கு நிலமை மாறியது. குறிப்பாக இந்தத் தலைமுறைக்கு பந்தபாசம், பக்தி, ஞானசிந்தனை என எதுவுமில்லை. அவர்களின் சிந்தனையும் மனமும் குணமும் பார்வையும் தேடலும் பணம், கொண்டாட்டம் என்ற நோக்கிலேயே இருந்தது.

உலகிலுள்ள வித்தியாசமான உணவு முதல் எல்லா

இன்பங்களையும் அனுபவிக்க வேண்டும் என்ற வெறியோடு இயங்கியது உலகம். அது பாசத்தை மறந்தது, கடமையை மறந்தது, கடவுளை மறந்தது. பணம் எல்லாவற்றையும் காக்கும் என நம்பியது. இப்போது மாநகரங்களின் எல்லா சாலைகளிலும் திகிலடைய வைக்கும் நிசப்தம். 'பப்'கள் என்ற பெயரில் இரவெல்லாம் குடியும் ஆட்டமும் பாட்டமுமான மையங்கள் காலியாய் கிடக்கின்றன. 'மசாஜ் சென்டர்' என்ற பெயரில் என்னவெல்லாமோ செய்த மையம் மூடி கிடக்கிறது. 'பார்'கள் யாருமின்றி மூடிக் கிடக்கின்றன. விபச்சாரிகள் சும்மாவே வந்தாலும் வாடிக்கையாளன் தலைதெறிக்க ஓடுகிறான்.

கடன் சொல்லக்கூட தோன்றவில்லை. மது ஆலைகள் 'ஸானிட்டைசர்' தயாரிக்கின்றன இளம் தலைமுறையிடம் பெரும் கலாச்சார சீர்கேட்டை விளைவித்த தமிழக திரையுலகம் மூடி கிடக்கிறது. தாங்கள் கடவுளுக்கு நிகர் என கருதிய நட்சத்திரங்கள் செல்வாக்கு குறைந்து மங்கித் தெரிகிறார்கள். போதை மருந்து பித்தர்கள் தனித்திருந்து தங்களை தாங்களே குணமாக்குகின்றனர் 'அட... குடிக்கவில்லை என்றால் சாகமாட்டோமா?' என சிந்திக்கிறது குடிகார தலைமுறை. 'பியூட்டி பார்லர்' செல்லாமல், 'மேக் அப்' செய்யாமல் வாழ முடியுமா? அது சாத்தியமா? 'அட ஆமாம்... ஆமாம்' என ஒப்புகொள்கின்றது மங்கையர் இனம்.

பணம்... பணம் என ஓடிய தாயும் தந்தையும் அருகிருக்க கண்டு மகிழ்கிறது மழலையர் கூட்டம். நெடுநாளைக்கு பின் தன் மக்கள் நலம் விசாரித்து ஊட்டிவிடுவதில் கண்ணீர் விடுகிறது முதியோர் கூட்டம். பாவகாரியங்கள் விலக்கப்படுகின்றன. பாவத்தின் கொண்டாட்ட மையங்கள் மூடப்படுகின்றன.

தொழிற்சாலை இயக்கமில்லை, கப்பலும், விமானமும்,

ரெயிலும்கூட இயக்கமில்லை என்பதால் காற்றின் தரம் உயர்ந்தாயிற்று! அண்டார்டிக்கா பனிப்பாறைகளுக்கு புது இறுக்கம் கிடைத்தாயிற்று! ‘ஆட்டமும் பாட்டமுமாய் நான் காண்பதே உலகம், தெய்வம் எனக்கு கைகட்டி வழிவிடும்’ என சவால்விட்டவர்களை எல்லாம் அஞ்சி ஒடுங்கி துப்பாக்கி முனையில் அமர வைத்துவிட்டது காலம். தனித்திருக்கும் ஒவ்வொரு மனிதனுக்கும் ஞானம் பிறக்கிறது! உணவு முதல் தொழில் வரை தன் பாரம்பரியத்தை நினைத்து பார்க்கின்றான், எவ்வளவு தூரம் விலகிவிட்டோம் என்பதை உணர்கிறான்.

உண்மையில் எது தேவை என்பது அவனுக்குத் தெரிகிறது... புரிகிறது. ‘கொரோனா’வை அனுப்பிய சக்தி அதில் சிரிக்கிறது! தனது திட்டம், கனவு, வேகம், ஆசை, எதிர்பார்ப்பு எல்லாம் கண்முன் உடைந்து... அதெல்லாம் வெறும் மாயை என உணர்ந்து அடங்கிப் போயிருக்கிறான் மனிதன்.

பிரமாண்ட இயற்கை முன்னால் தான் தூசு என்பதும், நீர்க்குமிழி வாழ்வு எப்பொழுதும் உடையும் என்பதும் மானிடனுக்குப் புரிகிறது. அடங்கா யானையை தனி செல்லில் பட்டினிப் போட்டு அடித்து வழிக்கு கொண்டு வரும் பாகனை போல மனிதனை கட்டி வைத்து பாடம் சொல்லி கொடுக்கிறது ‘கொரோனா’. ‘ஜல்லிக்கட்டு’ காளையாக வலம் வந்த அவனுக்கு சரியான மூக்கணங்கயிறு போட்டு கட்டுகிறது. சிரியா - துருக்கி போர், சவுதி - ஏமன் போர்கூட நின்றிருக்கிறது. எல்லோருக்கும் பொதுவான காலம் அடிக்கும் அடியில் அடங்கி நிற்ன்றது போர்வெறிக் கூட்டம். அமெரிக்கா என்கிற வல்லரசு இப்போது வைக்கோல் சுமந்து செல்லும் மாட்டுவண்டி போல் தெரிகிறது. காலமோ, இயற்கையோ, கடவுளோ அனுப்பிய ‘கொரோனா’... மானிட சமூகத்துக்கு ஞானத்தின் எச்சரிக்கை.

காலம் நினைத்திருந்தால் இதைவிட கொடிய வைரஸை

அனுப்பி மனிதார்களை மொத்தமாய் மரித்துப் போட வைக்க சில நாழிகைக்கூட ஆகி இருக்காது. ஆனால் எச்சரிக்கிறது! ஆம்.. இது எச்சரிக்கை! மானிட இனத்தை மெல்ல எச்சரிக்கிறது காலம். அதில் மெல்ல ஞானம் பெற்றுக் கொண்டிருகின்றான் மனிதன். அந்த ஞானம் நிலைக்காவிட்டால், மனிதன் இனியும் திருந்தாவிட்டால் இதைவிட வலுவாக அடிக்க, காலத்துக்கு தெரியாதா என்ன?

() () ()

'கொரோனா' விஷயத்தில் நம் நாட்டு மக்களில் எவ்வளவோ பேர் ஏக மெத்தனமாக இருக்கிறார்களே...?

● "வீரபாண்டிய கட்டபொம்மனை ஏன் தூக்கில் போட்டாங்க?"

"டிபன் பாக்ஸ்க்குள்ளே போட முடியல. அதனால 'தூக்கு'ல போட்டாங்க!"

இப்படியொரு அபத்தமான 'ஜோக்'கை ஒரு டிவி சானலில் குழந்தைகள் பங்கேற்கும் நிகழ்ச்சியில் சொல்ல... குழந்தைகளும், அவர்களுடைய பெற்றோர்களும் விழுந்து விழுந்து சிரித்தார்கள்.

இந்தியாவின் விடுதலைக்காகவும், ஆங்கிலேய ஆதிக்கத்தை எதிர்த்தும் போராடிய மாவீரன் வீரபாண்டிய கட்டபொம்மனின் வீர மரணத்தையே இப்படி கொச்சைப்படுத்தும் வகையில் பேசினால் பிள்ளைகளின் மனதில் நாட்டுப் பற்று, தேச நலன் எப்படி வரும்...? எப்படி வளரும்? நாட்டின் மீதும், நாட்டு மக்கள் நலன் மீதும் நமக்கு பற்று இல்லாமல் போனால் 'கொரோனா' போன்ற வைரஸ்களுக்கு கொண்டாட்டம்தான்!

() () ()

■ **நானும் எழுத்தாளன். என்னால் ஏன் ராஜேஷ்குமார் ஆக மாற முடியவில்லை?**

● நானும் ஒரு காலத்தில் உங்களைப் போலவே மற்ற பிரபலமான எழுத்தாளர்களைப் பார்த்து பெருமூச்சு விட்டுக்கொண்டிருந்தவன்தான்! இனிமேலாவது... நீங்கள் உங்களை யாருடனும் ஒப்பிட்டுப் பார்க்காமல் உங்களுடைய வழியில் உங்களுடைய பாணியில் எழுத ஆரம்பியுங்கள். முக்கியமாக... சோம்பல் என்னும் 'வைரஸ்' உங்களைத் தொடராமல் பார்த்துக்கொள்ளுங்கள். நிச்சயமாக என்னைவிடவும், மற்ற பிரபலமான எழுத்தாளர்களைக் காட்டிலும் பேரும் புகழும் பெற முடியும். சாதனைகள்... முறியடிப்பதற்காகவே உருவாகின்றன!

() () ()

■ **கொரோனாவால் உங்களுடைய எழுத்துப் பணி பாதிக்கப்பட்டதா?**

● தனிமை கொஞ்சம் வித்தியாசமானது! நாமே அதை எடுத்துக்கொண்டால் இனிக்கும். மற்றவர்கள் நமக்குக் கொடுத்தால் கசக்கும்' என்று சொல்வார்கள். ஆனால்... என்னைப் பொறுத்தவரை 'கொரோனா' கொடுத்த ஊரடங்கு, வீட்டடங்கு தனிமை என்னுடைய எழுத்துப் பணியைச் சிறிதளவுகூட சிதைக்கவில்லை. தற்போது எழுதிக்கொண்டிருக்கும் நான்கு தொடர்களையுமே அந்தந்த மின் புத்தக முகவரிகளுக்கு போய் உரித்த வாழைப்பழம் போல் சாப்பிட்டுவிடலாம்... ஸாரி... படித்துவிடலாம். எனவே, வழக்கம் போல் என்னுடைய அறையில் இருந்தபடியே எழுத்துப் பணியைச் செய்து பத்திரிகை அலுவலகங்களுக்கு அனுப்பிக்கொண்டிருக்கிறேன். அவ்வப்போது 'கொரோனா ஸ்கோரை'யும் கவலையுடன் பார்த்து இதயம் கனமாகி, அதே வேளையில்... குணமாகி

வீட்டுக்குச் சென்றவர்களை நினைத்து மனம் லேசாகி மறுபடியும் எழுத ஆரம்பிக்கிறேன். ஆனால் என்ன... பழைய மனநிறைவுடன் எழுத முடியவில்லை என்பதுதான் மகாஉண்மை!

() () ()

■ **கடவுள் இப்போது உங்கள் முன் தோன்றி, 'ஒரு விநாடி நேரத்துக்குள் வரம் ஒன்று கேள்!' என்று சொன்னால் நீங்கள் கேட்கக்கூடிய வரம் எதுவாக இருக்கும்?**

● வரம் கேட்கும் அவகாசத்தை குறைந்தது 10 நிமிடங்களாக உயர்த்திக் கேட்பேன். ஒரு விநாடி நேரத்தில் என்ன கேட்க முடியும்?

() () ()

■ **எது மாதிரியான உலோகம் காலியம்?**

● உலோகங்களில் காலியம் மிகவும் லேசானது. இதன் நிறம் வெண்மையும், சாம்பலும் கலந்தது. இது மிகவும் குறைவாகவே கிடைக்கும் தனிமம். எளிதில் உடையக்கூடியது. ஆனால், மற்ற உலோகங்களில் எளிதாக ஊடுருவும் வில்லத்தன்மையைக் கொண்டிருப்பதால் அவைகளை அரித்து அழித்துவிடும். இதனுடைய உருகுநிலை மிகவும் குறைந்த வெப்பநிலை (29.6 'டிகிரி செல்சியஸ்'). நமது உள்ளங்கைகளில் இந்த அளவுக்கு வெப்பம் இருப்பதால், காலியத்தை நம் கைகளில் வைத்திருந்தாலே அது உருகி வழிந்துவிடும். வில்லன்கள் என்றைக்குமே ஜெயிப்பதில்லை என்பதற்கு ஓர் உதாரணம் காலியம்!

() () ()

■ **'கொரோனா வைரஸ்' ஒரு நோய்த் தொற்று என்றாலும், மக்களுக்கு ஏதோ ஒன்றை கற்றுக் கொடுக்க வந்திருக்கிறது**

என்று நினைக்கிறேன்... சரியா?

● உண்மைதான்... வாழ்க்கையில் இதுபோன்ற ஓர் அவலத்தை நாம் பார்த்ததில்லை! மறுபக்கம்... மாசு குறைந்து காற்று தூய்மை ஆனது; ஆனால், முகமூடி அணிவது கட்டாயமானது! சாலைகள் காலியாக இருந்தன; ஆனால், உங்களால் பக்கத்து ஊருக்குக்கூட எளிதாக போய் வர முடியவில்லை. மக்கள் முன்பைவிட சுத்தமான கைகளோடு இருக்கிறார்கள்; ஆனால், கைகுலுக்கத் தடை! நண்பர்கள் ஒன்றாக உட்கார அவகாசம் இருந்தது; ஆனால், அவர்களால் ஒன்று சேர முடியவில்லை! உங்களுக்குள் இருக்கும் சமைக்கும் திறமை வெளியே வந்தது; ஆனால், நீங்கள் யாரையும் காலை, மதியம் அல்லது இரவு உணவுக்கு அழைக்க முடியவில்லை! ஒவ்வொரு திங்கட்கிழமையும், இதயம் அலுவலகத்துக்காக ஏங்கியது; ஆனால், எப்போது அந்த பழைய ஓய்வு ஞாயிற்றுக்கிழமை வரும் என்று புரியவில்லை! பணம் உள்ளவர்களுக்கு அதைச் செலவிட வழி இல்லை; பணம் இல்லாதவர்களுக்கு அதனைச் சம்பாதிக்க வழி இல்லை! கையில் போதுமான நேரம் இருந்தது; ஆனால், உங்கள் கனவுகளை நிறைவேற்ற முடியவில்லை. குற்றவாளி நாலா பக்கத்திலும்தான் இருக்கிறான்; ஆனால், நம்மால் பார்க்க இயலவில்லை!

() () ()

■ **டாஸ்மாக் வேண்டாம் என்று உங்களைப் போன்ற எழுத்தாளர்களும் சரி... சமூக நல ஆர்வலர்களும் சரி... கரடியாய் கத்தியும் பலனில்லை. 'டாஸ்மாக் ராஜ்ஜியம்' தொடரும். குடிப்பதை ஒருவர் நிறுத்த விரும்பினாலும், மது விற்பனையை நிறுத்தி, மதுபானக் கடைகளை நிரந்தரமாக மூட அரசு விரும்பவில்லை. டாஸ்மாக்கை ஒழிக்க என்னதான் வழி?**

- முதலிலேயே ஆணித்தரமாக சொல்லிவிடுகிறேன். நான் எந்த அரசியல் கட்சியையும் சார்ந்தவன் இல்லை; அனுதாபியாகவும் இல்லை. எனக்கு தெரிந்து ‘டாஸ்மாக்’கை ஒழிக்க ஒரே ஒரு வழிதான் இருக்கிறது. தமிழ் நாட்டில் பெண் வாக்காளர்கள் எண்ணிக்கை 3 கோடியைத் தாண்டிவிட்டது. ஆண் வாக்காளர்களைவிட அதிகம். ஓட்டுக்கு பணம் வாங்க ஆசைப்படாமல், இலவசங்களுக்கு விருப்பப்படாமல் மன உறுதியோடு இருந்து, வரும் சட்டமன்றத் தேர்தலில் தமிழ் நாட்டில் உள்ள ஒட்டுமொத்த பெண் வாக்காளர்களும் ஒருங்கிணைந்து... ‘டாஸ்மாக்’ வேண்டும் என்று சொல்லும் கட்சிகளுக்கும், மதுவிலக்கு விஷயத்தில் தெளிவான கொள்கை இல்லாத கட்சிகளுக்கும் தப்பித் தவறி ஒரு ஓட்டுகூட போடக்கூடாது. டாஸ்மாக் வேண்டாம் என்று நினைக்கும் சில லட்ச ஆண்களும் இதில் இணைந்துகொண்டால் அந்தக் கட்சிகள் காணாமல் போவதோடு... டாஸ்மாக்கும் மாயமாகிவிடும். பெண்கள் மனம் வைத்தால் மட்டுமே 100 சதவிகிதம் சாத்தியம்... இது சத்தியம்!

() () ()

பவுர்ணமி மாலை வேளையில் முழு நிலவைப் பார்க்கும்போது உங்களுக்குத் தோன்றிய ‘ஹைக்கூ’ கவிதை?

- இதோ... பிடியுங்கள் கவிதையைத் தாராளமாய்!

  இரவல் சூரியனின்
மாலை நேர உதயம்!

() () ()

உங்களை உங்களுக்கு உணர்த்தியது யார்?

- என்னங்க இது... ஏதோ சாமியார்கிட்ட கேட்கிற மாதிரி குழப்பமான கோள்வியைக் கேட்டுட்டீங்க? இருந்தாலும் பதிலைச் சொல்றேன்... கேட்டுக்கோங்க!

நாம் சந்திக்கும் ஒவ்வொருவரும் நமக்கு நம்மை உணர்த்துகிறார்கள்.

ஒருநாள் கோயிலுக்குப் போயிருந்தபோது நடந்த சம்பவம்.

கோயிலின் உள்ளே 'நியான்' பல்பு எழுத்துகளில் 'ஹரி-ஓம்' என்று இருந்தது. நான் சாமி தரிசனத்தை முடித்துவிட்டு பிரகாரத்தில் வந்து உட்கார்ந்தேன். அப்போது, பத்து வயதுச் சிறுவன் ஒருவன் தன் தாயிடம் கேட்டுக்கொண்டிருந்தான். "ஹரி -ஓம்ன்னா என்னம்மா?" " 'ஹரி'ன்னா விஷ்ணு. 'ஓம்' என்றால் சிவன். இந்தக் கோயில்ல விஷ்ணுவும்

சிவனும் இருக்கிறதால 'ஹரி - ஓம்' என்று எழுதி வெச்சிருக்காங்க..." - இது தாயின் பதில். "அம்மா... இந்த 'ஹரி'யையும், 'ஓம்' என்பதையும் சேர்த்துப் படி..." என்றான் பையன். "ஹரி ஓம்!" ""ஹரி ஓம் இல்லேம்மா... அறிவோம்! அதாவது, கடவுளை அறிவோம் என்று அர்த்தம்!" என்றான் சிறுவன். எனக்கு பிரமிப்பாகிவிட்டது!

() () ()

கையில் நான்காவது விரலில் மோதிரத்தை அணிவது ஏன்?

● அந்த நான்காவது விரலில் உள்ள நரம்பு ஒன்று நேரடியாக நம் இருதயத்துடன் தொடர்புகொண்டிருக்கிறது. தங்கம், வெள்ளி போன்ற உலோகங்கள், நரம்புகளை சுறுசுறுப்பாக இயக்கக்கூடியவை. மோதிரம் மட்டுமல்ல... பெண்கள் கால்களில் கொலுசு, கால் விரல்களில் மெட்டி அணிவதும் இந்தக் காரணத்துக்காகத்தான். அவர்கள் சளைக்காமல் வீட்டு வேலைகள் செய்ய இதுவும் ஒரு காரணம். பண்டைய காலத்து மன்னர்கள் உடம்பு முழுக்க ஆபரணங்கள் அணிந்ததும், தலையில்

கிரீடம் வைத்துக்கொண்டதும் வெறும் அலங்காரத்துக்கு அல்ல... உடம்பு அதிக சுறுசுறுப்பாக இருக்க வேண்டும் என்பதற்காகத்தான்!

() () ()

■ **அந்தக் கால அரசியல் தலைவர்கள், இப்போதைய அரசியல் தலைவர்கள் ஒப்பிடுகையில் உங்கள் பதில் என்ன?**

● என்னது... ஒப்பிட்டுப் பார்க்கிறதா? இப்படியொரு கேள்வியைக் கேட்பதே தவறு. சரி... கேட்டுட்டீங்க!

இதோ பதில்...

காமராஜர் அவர்கள் முதல்வராக இருந்தபோது, சென்னை தாம்பரம் குடிசைவாசிகளுக்கு 'பட்டா' வேண்டும் என்று போராடினார் ஜீவா. அப்போது தாம்பரத்தில் ஓர் ஆரம்பப் பள்ளிக்கூடத்தைத் திறந்து வைக்கச் சென்றார் காமராஜர். போகும் வழியில்தான் ஜீவாவின் வீடு இருந்தது. அந்தப் பள்ளிக்கு அடிக்கல் நாட்டியவர் ஜீவா என்பதால் அவரையும் விழாவுக்கு அழைத்துச் செல்வதுதான் சரியாக இருக்கும் என்று நினைத்து, காரை ஜீவாவின் வீட்டுக்கு விடச் சொன்னார்.

ஒழுகும் கூரை வீடு ஒன்றில் குடியிருந்தார் ஜீவா. திடீரென தன்னுடைய வீட்டுக்கு காமராஜர் வந்ததைக் கண்டு ஆச்சர்யப்பட்டு, "என்ன காமராஜ்... திடீரென வந்திருக்கே?" என்று கேட்டார் ஜீவா. காமராஜர் அவரது வீட்டைப் பார்த்துவிட்டு, "என்ன ஜீவா... நீ இந்த வீட்டுலேயா இருக்கே?" என்று ஆதங்கப்பட்டார். உடனே ஜீவா, "நான் மட்டுமா...? இங்கே இருக்கிற எல்லோரையும் போலத்தான் நானும் இங்கே இருக்கேன்" என்று சர்வ சாதாரணமாகச் சொன்னார்.

காமராஜரை உட்கார வைக்க நாற்காலிகூட இல்லாததால்,

இருவரும் நின்றுகொண்டே பேசினார்கள். "நீ அடிக்கல் நாட்டி கட்டி முடிக்கப்பட்ட பள்ளிக்கூடத்தை நீதான் திறக்கணும். அதான் உன்னையும் கூட்டிட்டுப் போக வந்தேன்... வா" என்றார் காமராஜர்.

அதற்கு ஜீவா, "காமராஜ்... நீ முதலமைச்சர், நீ திறந்தா போதும்" என்று மறுக்க, "அட... ஆரம்பிச்ச நீ இல்லாம, நான் எப்படிப் போக? கிளம்பு... போகலாம்" என்று பிடிவாதமாக அழைத்தார் காமராஜர். "அப்படின்னா நீ முன்னால போ. நான் பின்னால வந்துடுறேன்" என்று அனுப்பி வைத்தார். "கண்டிப்பாக வரணும்" என்றார் காமராஜர். விழாவுக்கு அரை மணி நேரத்துக்கு மேல் தாமதமாகவே வந்தார் ஜீவா. "என்ன ஜீவா, இப்படி லேட் பண்ணிட்டியே...?" என்று காமராஜர் உரிமையுடன் கேட்டார். உடனே ஜீவா, "நல்ல வேட்டி ஒண்ணுதாம்ப்பா இருக்கு. அதை உடனே துவைச்சு காய வைச்சுக் கட்டிட்டு வர்றேன். அதான் தாமதம். தப்பா நினைச்சுக்காதே..." என்றார். கண் கலங்கிவிட்டார் காமராஜர். விழா நல்லபடியாக முடிந்தது.

ஆனால், ஜீவாவின் வறுமை காமராஜரை மிகவும் வாட்டியது. அதனால் ஜீவாவுக்கு தெரியாமல், அவரது கம்யூனிஸ்ட் நண்பர்களை அழைத்துப் பேசினார். "ஜீவாவுக்கு வீடு கொடுத்தா போக மாட்டான். காரு கொடுத்தாலும் வாங்க மாட்டான். ஆனா, அவனைப் போல தியாகிகள் எல்லாம் இத்தனை கஷ்டப்படக்கூடாது. என்ன செய்யலாம்?" என்றார்.

கூட்டத்தில் இருந்த ஒருவர், "ஜீவாவின் மனைவி படித்தவர். அதனால், அவருக்கு ஏதாவது பள்ளியில் அரசு வேலை கொடுத்தா, அந்த குடும்பம் நிம்மதியாக இருக்கும்" என்றார். உடனே காமராஜர், "ரொம்ப நல்ல யோசனை. ஆனா, நான் கொடுத்தா அவன் வேலை செய்ய விடமாட்டான். அதனால நீங்களா

போய் ஜீவா மனைவியிடம் பேசி, 'வீட்டுக்குப் பக்கத்துல பள்ளிக்கூடத்துல ஒரு வேலை காலியாக இருக்கு'ன்னு சொல்லி மனு போடச் சொல்லுங்க. உடனே வேலை போட்டுத் தர்றேன். ஆனா, இந்த விஷயம் வேறு யாருக்கும் தெரியக்கூடாது. முரடன், உடனே வேலையை விட வைச்சுடுவான்" என்று சொல்லி அனுப்பி வைத்தார்.

அதன்படியே ஜீவாவுக்குத் தெரியாமல், அவருடைய மனைவிக்கு வேலை கொடுத்தார் காமராஜர். அதற்குப் பின்னரே ஜீவாவின் வாழ்க்கையில் வறுமை ஒழிந்தது. காமராஜர், ஜீவா இருவருடைய நட்பும் வார்த்தைகளால் வர்ணிக்க முடியாதது. நோய் வாய்ப்பட்டு சென்னை அரசு மருத்துவமனையில் சேர்க்கப்பட்டார் ஜீவா. தனக்கு முடிவு வந்துவிட்டதைத் தெரிந்துகொண்டவர், கடைசியாக உதிர்த்த வார்த்தைகள்: 'காமராஜருக்கு 'போன்' பண்ணுங்க...' என்பதுதான்! இனி எங்கே காண்பது இது போன்ற உன்னதமான தலைவர்களை?

() () ()

■ **யார் என்றே தெரியாத... நேரில் சந்திக்காத என்னைப் போன்ற வாசகர்களைப் பற்றி என்ன நினைக்கிறீர்கள்?**

● வளி (காற்று) மண்டலத்தில் உள்ள உயிர்க்காற்று (ஆக்ஸிஜன்) நமது பார்வைக்குப் புலப்படாது. ஆனால், அது இல்லாமல் சுவாசிக்க முடியாது. இதுவரையிலும் நான் கேள்விப்படாத ஒரு கிராமத்தில் இருக்கும் நீங்கள் எனக்கு உயிர்க்காற்று மாதிரி!

() () ()

■ **உங்களிடம் ஏதாவது கேள்வி கேட்க வேண்டும் போல் இருக்கிறது. ஆனால், என்ன கேள்வி கேட்பது என்று தெரியவில்லை. இதற்கு உங்கள் பதில் என்ன?**

- எனக்கும் ஏதாவது பதில் சொல்ல வேண்டும் போல் இருக்கிறது. ஆனால், என்ன பதில் சொல்வது என்றுதான் புரியவில்லை!

'துன்பங்களும் கஷ்ட நஷ்டங்களும் தொடர்ச்சியாக வருகிறதே... கடவுளை கும்பிட்டு என்ன பயன்?' என்று மனசுக்குள் ஒருவித சலிப்பு வருவதைத் தவிர்க்க முடியவில்லையே?

தவிர்க்க முடியாததுதான்! ஆனால், எதிர்பார்ப்பு குறைவாக இருந்தால் ஏமாற்றம் அதிகமாக இருக்காது. கடவுள் நம்பிக்கை என்பது ஒவ்வொருவரின் மனம் சம்பந்தப்பட்ட விஷயம்.

கோயிலுக்குச் சென்று கடவுளை வேண்டி வணங்கினால் துன்பங்களும், கஷ்ட நஷ்டங்களும் வராது என்று யார் சொன்னது? அப்படி கஷ்டங்கள் வராது என்கிற உத்தரவாதம் இருக்குமானால் மக்கள் நாளும், பொழுதும் கோயில்களுக்கு போய்க்கொண்டிருப்பார்களே! கோயில்கள் தாங்குமா... என்ன? நாம் கோயில்களுக்குச் செல்வது நம்முடைய மன திருப்திக்காகவும் மகிழ்ச்சிக்காகவும் மட்டுமே! தீதும் நன்றும் பிறர் தர வாரா.

'எண்ணம் போல் வாழ்வு' என்று சொல்வார்கள். நாம் எந்த ஒரு தொழிலைச் செய்தாலும் அதில் நேர்மை, வாய்மை... இந்த இரண்டும் இருந்துவிட்டால் போதும். சற்று தாமதமானாலும் வெற்றி நிச்சயம். துன்பங்கள் தற்காலிகமானவையே! நாம் ஒன்று நினைத்து அது நடக்கவில்லை என்றால் உடனே சோர்வடைந்து போய்விடக்கூடாது. அடிப்படை நியாயத்திலிருந்து ஒதுங்கிவிடவும் கூடாது. நமக்கு கிடைக்கும் தோல்விகள் எல்லாம் ஒரு வெற்றிக்கான பாலபாடங்கள். உண்மையான உழைப்பைக் கொட்டியவர்கள் எல்லோருமே உன்னதமான

நிலையைத் தொட்டிருக்கிறார்கள்.

உங்களுக்கு நேரம் இருக்கும்போது, 'என்னை நான் சந்தித்தேன்' என்ற எனது புத்தகத்தைப் படித்துப் பாருங்கள். வாழ்க்கையில் நான் அடைந்த தோல்விகள், அவமானங்கள், பொருளாதார கஷ்டங்களுக்கு நடுவே பட்ட அவஸ்தைகள் எவ்வளவு வலியோடு கூடியவை என்று உங்களுக்குப் புரியும். எல்லாம் இருந்தாலும் நிம்மதி இல்லாமல் இருப்பவர்கள்தான் இந்த உலகில் அதிகம் என்பதையும் ஞாபகத்தில் வைத்துக்கொள்ளுங்கள். எனவே... ஒரு 'ஸ்மைல் ப்ளீஸ்'!

() () ()

■ **சாக்கடையில்கூட போய் விழுகிறார்களே 'குடி'மகன்கள்?**

● அவர்களது வயிற்றுக்குள் போயிருப்பதும் சாக்கடை தானே!

() () ()

■ **'கொரோனா வைரஸ்' விஷயத்தில் பலர் சாதகமான விஷயங்களைச் சொல்லி வருகிறார்கள். நீங்கள் நினைக்கும் ஒரு சாதகமான விஷயம் எது?**

● நல்லவேளை.... அத்திவரதர் சென்ற வருடமே வெளியில் வந்துவிட்டு உள்ளே போய்விட்டார்!

() () ()

■ **உலக மக்களையெல்லாம் ஓர் ஒழுங்குமுறைக்கு உட்படுத்தவும், விண்வெளியைத் தூய்மைப்படுத்தவும், அதிகாரவர்க்க நாடுகளுக்கு பாடம் புகட்டவும் கடவுள் அனுப்பிய அற்புத விஷயம்தான் 'கொரோனா வைரஸ்' என்று நான் நினைக்கிறேன். நீங்கள் என்ன நினைக்கிறீர்கள்?**

- இருக்கலாம்! ஏனென்றால், 'கொரோனா வைரஸ்' நமது கண்களுக்குத் தெரிவதில்லை. கடவுளும் தெரிவதில்லை. 'கொரோனா' கண்ணுக்குத் தெரியாத காரணத்தால் கடவுள் இல்லையென சொல்வது போல் இதை இல்லையென்று சொல்லிவிட முடியாது!

() () ()

வாழ்க்கையில் ஒரு சிலர் மட்டும் அபாரமாக வெற்றி பெற என்ன காரணம்?

- சுமார் இருபது ஆண்டுகளுக்குமுன், டென்னிஸ் விளையாட்டில் செக்கோஸ்லோவாக்கியா நாட்டின் மார்ட்டினா நவ்ரத்திலோவா, நட்சத்திர அந்தஸ்து பெற்ற அருமையான வீராங்கனை. அவரிடம் பத்திரிக்கையாளர் ஒருவர் கேட்டார்.

"43 வயதில்கூட உங்கள் கவனம், உடலமைப்பு மற்றும் விளையாட்டு எல்லாம் அற்புதம்... இது எப்படி சாத்தியம்?" அதற்கு அவர்: "பந்துகளுக்கு என் வயது எத்தனை என்று தெரியவில்லை. அதனால்தான்!" என்றார்.

தொடர்ந்து அவர் சொன்ன விஷயங்கள் முக்கிய மானவை: "அதைத் தவிர, உங்களை நீங்களே கட்டுபடுத்துவதைத் தவிர்க்க வேண்டும். வாழ்க்கையின் ஒவ்வொரு ஆட்டமும் உண்மையில் 6 அங்குல இடத்தில்தான் விளையாடப்படுகிறது. - அது உங்கள் இரண்டு காதுகளுக்கு மத்தியில் உள்ள இடம். நாம் பெரிய வீடுகளில் அல்லது பங்களாக்கள், ஃப்ளாட்களில் வசிக்கவில்லை. உண்மையில், எல்லையே இல்லாத மனது என்ற வீட்டில்தான் வாழ்கிறோம். அங்கு விஷயங்கள் வரிசைப்படுத்தப்பட்டு, ஒழுங்காக இருந்தால் வாழ்க்கை சிறக்கிறது. அதனால், அந்த வீட்டின் மூலையில் வருத்தங்களைப் போட்டு குவிக்காதீர்கள்.

சமையலறையில் உங்கள் எதிர்பார்ப்புகளை கொதிக்கவிடாதீர்கள். தரை, கம்பளத்தின் கீழ் ரகசியங்களை உள்ளே தள்ளாதீர்கள். முக்கியமாக... எல்லா இடங்களிலும் சிதறிக் கிடக்கும் கவலைகள்தான், உண்மையான நல்ல வீட்டை அழிக்கின்றன. வாழ்க்கையில் ஒவ்வொரு தளத்திலும், சிறப்பாக செயல்படுவதற்கான முக்கியமான காரணி ஒன்று உண்டென்றால், அது 'உள்ளார்ந்த உரையாடல்'. அதன் தரம் மற்றும் அளவைப் பொறுத்ததுதான் உங்கள் திறன் மாறும்!"

() () ()

பெண்களுக்கு மட்டும் வெட்கத்தில் கன்னம் சிவப்பது ஏன்?

- ஹார்மோன்களின் கலாட்டாதான்! பெண்களுக்கு இயற்கையிலேயே மென்மையான சருமம். அதிலும் கன்னப் பகுதி அதிக மென்மை. கல்யாணம் பண்ணிக்கொள்ளப்போகிற பெண், மாப்பிள்ளையை முதல் முறையாகப் பார்க்கும்போது உடம்புக்குள் ஒரு திருவிழாவே நடக்கும். ரத்த ஓட்டம் அதிகமாகி, இருதயத் துடிப்பு எகிறும். நாளங்களில் ரத்தம் தறிகெட்டு பாயும். அப்போது, மென்மையான கன்னத்தில் ரத்த ஓட்டம் ஸ்பெஷலாக தெரிவதால்தான் அந்தச் சிவப்பு 'கோட்டிங்'. உங்கள் சந்தேகம் தீர்ந்ததா?

சரி, இப்போது... ஒரு முக்கியமான விஷயத்துக்கு வருவோம். பெண்களுக்கு வெட்கம் வந்துவிட்டால் கன்னம் சிவக்கும். கோபம் வந்துவிட்டால் முகமே சிவக்கும். கல்யாணத்துக்கு முன்பு அவர்கள் அதிகம் வெட்கப்படுவார்கள். கல்யாணத்துக்குப் பிறகு அதிகமாகக் கோபப்படுவார்கள்!

() () ()

◼ **நமது உடம்பில் சுயநலம் மிக்க உள்ளுறுப்பு எது?**

● மூளைதான்! ஏனென்றால், அதற்கு நிறைய ரத்தம் தேவை. உடம்பின் எந்த பாகத்துக்கு ரத்தம் போகாமல் இருந்தாலும் அது கவலைப்படாது. ஆனால், தனக்கு ரத்தம் வேண்டும் என்பதில் குறியாக இருக்கும். மூளைக்கு ரத்தம் செல்லாவிட்டால் உடனடியாக செய்யக்கூடிய காரியம் என்னவென்றால் நம்மை மயக்கம் அடைய வைத்து உடம்பைக் கீழே தள்ளிவிடும். அப்படி தள்ளினால்தான் ரத்தம் தனக்கு பாயும் என்பதை அது அறியும். மூளைக்கு வலி என்ற உணர்வே இல்லை என்பது ஒரு ப்ளஸ் பாயிண்ட். நாம் விழித்திருக்கும்போதே நமது மூளையில் அறுவைச் சிகிச்சை செய்ய முடியும். வலி வாங்கிகள் மூளையில் இல்லாததால் இது சாத்தியமாகிறது. மயக்க மருந்து (அனஸ்தீஸ்யா) கொடுத்து மூளையை மயக்க நிலையில் வைத்து, அறுவை செய்ய டாக்டர்கள் விரும்பமாட்டார்கள். ஏனென்றால், மூளையின் செயல்பாடுகளை உணர்வுடன் இருக்கும் போதுதான் அவர்களால் அறிய முடியும். அறுவைச் சிகிச்சையையும் சிறப்பாக செய்ய முடியும்!

() () ()

◼ **கேள்விக் கணைகளை எப்படித் தொடுத்தாலும் 'பவுண்டரி'களாகவும், 'சிக்ஸர்'களாகவும் அடித்து சிடுசிடுப்பு ஏதுமில்லாமல் எப்படி பதில் சொல்ல முடிகிறது?**

● வாசகர்கள் எல்லோருமே சரியாக பந்து வீசுகிறார்கள். எனவே, அடித்து விளையாட முடிகிறது. அது எந்தக் கேள்வியாக இருந்தாலும் சரி... என்னுடைய எந்தப் பதிலும் எதிரிகளின் மனதைக்கூட புண்படுத்திவிடக் கூடாது என்பதில் எச்சரிக்கையாக இருக்கிறேன்!

() () ()

◼ **எப்படி அனைத்து கேள்விகளுக்கும் தெளிவாக விடை அளிக்க முடிகிறது? விடை எங்கிருந்து கிடைக்கிறது?**

● முதலில், வாசகர்கள் கேட்கும் கேள்விகள் வித்தியாசமாக இருக்கின்றன. அதோடு, நான் பட்டதாரி விஞ்ஞான ஆசிரியராக இருந்த காரணத்தால் பல கேள்விகளுக்கு விடைகள் தெரியும். இருந்தாலும் நான் படித்தபோது இருந்த விஞ்ஞான உண்மைகளுக்கும், இப்போது இருக்கும் விஞ்ஞான உண்மைகளுக்கும் ஏதாவது வித்தியாசம் இருக்கிறதா... வளர்ச்சி அடைந்திருக்கிறதா என்பதைத் தெரிந்துகொள்வதற்காக கூகுளில் போய் முத்துக்குளியல் போட்டு கூடுதல் தகவல்களை சேகரிப்பேன்.

பிறகு அதிலும் ஏதாவது சந்தேகம் இருந்தால், அந்தந்தத் துறை சம்பந்தப்பட்ட வல்லுநர்களிடம் 'கிராஸ் செக்' செய்துகொள்வதும் உண்டு. இதெல்லாவற்றையும்விட அறிவியல் உண்மைகளை எளிமைப்படுத்தி படிப்பவர்கள் அனைவருக்கும் புரியும்படியாக எழுதுவதுதான் உலக மகா கடினம்.

() () ()

◼ **முகநூலில் பிசியாக வலம் வரும் சில நண்பர்கள் திடீரென்று மனவருத்தத்துடன் விலகிச் சென்று விடுகிறார்கள். ஏன்?**

● எதுவுமே அளவுக்கு மீறினால் சலிப்பு தட்டிவிடும். முகநூலில் நீண்ட நேரம் குடியிருக்கக் கூடாது.

பதிவிடுவதற்கு முன்பு நிறைய யோசிக்க வேண்டும். எந்த ஒரு பதிவும் யாரையும் காயப்படுத்தி விடக் கூடாது என்பதில் ஜாக்கிரதை காக்க வேண்டும்.

'லைக்'குகளின் எண்ணிக்கையை பொருட்படுத்தக்கூடாது. பின்னூட்டம் இடுபவர்கள் நல்ல கருத்தை சொன்னால் அதை ஏற்றுக் கொள்ள வேண்டும். வாதம் செய்யக்கூடாது.

இந்த மூன்று ஆக்ஸிஜன் சிலிண்டர்கள் இருந்தால் மட்டுமே முகநூலில் ஒருவர் நீண்ட காலம் உயிர் வாழ முடியும்.

என்னைப் பொறுத்தவரை முகநூல் என்பதை அகநூலாகவே பார்க்கிறேன்.

1990களில் என் வாசகர்களாக இருந்தவர்கள் இப்போது என்னுடைய நண்பர்கள். அவர்களுடைய மனங்களை இப்போது நான் படித்துக் கொண்டிருக்கிறேன்.

விஞ்ஞானம் தந்த வரம் இது. அதை வரமாக்கிக் கொள்வதும், சாபமாக்கிக் கொள்வதும் நம் கையில்தான் இருக்கிறது.

() () ()

■ **நேரத்தை வைரத்துடன் ஒப்பிடாமல், தங்கத்துடன் ஒப்பிட்டது ஏன்?**

● அதுவும் 24 இதுவும் 24.

() () ()

■ **டாக்டர்கள் பணத்தாசை (Money Minded) பிடித்தவர்கள் என்பது சரியா?**

● கோவையில் உள்ள பிரபல டாக்டர் .த.ரவிக்குமார் அவர்கள் எழுதிய 'உயிரோடு உறவாடு' புத்தகத்தில் அவர் எழுதிய இந்த உணர்வுபூர்வமான வரிகளைப் படித்து விட்டு நான் எழுதியிருக்கும் கடைசி வரிக்கு வாருங்கள்.

Doctors kill ill by Pill and kill the patients by Bill டாக்டர்ஸ் கில் இல் பை பில் அண்ட் கில்தே பேஷன்ட்ஸ் பை பில் என்பது கேட்பதற்கு வேண்டுமானால் சிரிப்பாக தெரியலாம். ஆனால் உடன் இருந்து பார்த்தால்தான் கஷ்டங்கள் புரியும். நெஞ்சு வலி பொறுக்காமல் தவிக்கும் நோயாளிக்கு தூங்க வைக்க மருந்து கொடுக்கும் டாக்டர் தூங்காமல் விழித்திருந்து

நோயாளியை கவனிக்கும் போது அப்போது பார்த்தால் அவருடைய காலில் விழத்தோன்றும்.

கண் சிமிட்டும் நேரம் அசந்தாலும் காலன் கைப்பற்றி விடுவான் உயிரை. நிமிட நேரம் கூட கண் துஞ்சாமல் சேவை செய்தாலும் அதற்குரிய பலன் கிடைப்பதில்லை. கட்டணம் கேட்டால் பணத்தாசை பிடித்தவர்கள் என்ற கெட்ட பெயர். அவர்களுக்கென்ன புதுப்புது கார்களில் பவனி வருகிறார்கள். கொடுத்து வைத்தவர்கள் என்றெல்லாம் எண்ணிக் கொள்பவர்கள் டாக்டரை எட்ட இருந்து பார்ப்பவர்கள்.

எட்டிப்பார்ப்பவர்களுக்குத்தான் தெரியும், வட்டிக்கு கடன் வாங்கி, அதில் கார் வாங்கி பெட்ரோல் போடவே விழி பிதுங்கி மெல்லவும் முடியாமல், விழுங்கவும் முடியாமல் அவர்கள் தவிக்கும் தவிப்பு.

கடவுளையும் மருத்துவரையும் கஷ்டம் வரும்போது மட்டும் நினைத்து, பின் காணிக்கை கேட்கும்போது கண்ணை மூடிக்கொண்டு, ஒதுங்கிப் போய்விடுபவர்கள் எத்தனை பேரென்று எத்தனை பேர்க்குத் தெரியும்.?

பணம் சம்பாதிப்பது என்பது வேறு. பணத்தாசை என்பது வேறு. முன்னது டாக்டர்களுக்கானது. பின்னது அரசியல்வாதிகளுக்கானது.

() () ()

■ **ஒரு தாய் தன் மகனைப் பாராட்டுவதற்கும், மனைவி தன் கணவனைப் பாராட்டுவதற்கும் என்ன வித்தியாசம்?**

● என் மகனோட அறிவுக்கும், புத்திசாலித்தனத்துக்கும் அவனுக்கு மனைவியா வரப் போறப் பொண்ணு கொடுத்து வெச்சிருக்கணும் - இது அம்மா.

எனக்குன்னு எங்கிருந்துதான் வந்து வாய்ச்சீங்களோ... நல்லா வளர்த்திருக்கா உங்க அம்மா - இது மனைவி.

() () ()

■ **கை விரல்களில் நகச்சுற்று வந்தால் சிலர் எலுமிச்சம் பழத்தை துளை போட்டு விரலைச் சொருகிக் கொள்கிறார்கள் மருத்துவ ரீதியாக இது சரியா?**

● நகங்களைச் சுத்தமாக வைத்துக் கொள்ளாவிட்டால் அதன் இடுக்குகளில் அழுக்கு சேர்ந்து அதில் ஒரு வகையான வைரஸ் உருவாகி நகச்சுற்று நோய் உண்டாகும்.

இது ஆங்கிலத்தில் விட்லௌ Whitlow, பேரோநிச்யா Paronychia என்று அழைக்கப்படுகிறது.

இந்த நகச்சுற்று நோய் வந்தால் நரக வேதனை தான். பொறுத்துக் கொள்ள முடியாத வலி உண்டாகும். இந்த நோய்க்கு காரணமான ஹெர்பெஸ் சிம்ப்ளக்ஸ் வைரஸ் Herpes simplex virus வேகமாக வளருவதால் தான் இந்த வலி.

இந்த வைரஸ்களின் வளர்ச்சியை கட்டுப்படுத்துவதற்காகத்தான் மிச்சம்பழத்தை சொருகிக்கொள்கிறார்கள். இதன் காரணம் அமிலத்தன்மை உள்ள பொருளில் இந்த வைரஸ்க ளர்வது இல்லை.

ஆனால் டாக்டர்கள் இந்த முறை ஆபத்து என்றும், எலுமிச்சம்பழம் கெட்டுப் போனதாக இருந்தால் நகச்சுற்று செப்டிக் ஆகி விரலை வெளியே எடுக்க வேண்டி வரலாம் என்றும் சொல்கிறார்கள்.

ஐந்து ரூபாய் வைத்தியம் பார்த்து ஐந்து விரல்களில் ஒன்றை இழந்து விடாதீர்கள்.

() () ()

■ **விவேக்... ரூபலா... விஷ்ணு... சிறு குறிப்பு வரைக**
● விவேக்...

ஆரம்பத்தில் சிஐடி ஆஃபிஸராக பணி புரிந்த விவேக் தன்னுடைய தனிப்பட்ட துப்பறியும் திறன்

காரணமாக, மத்திய அரசின் பரிந்துரையின் பேரில் , இப்போது சிபிஐ துறையில் SCD எனப்படும் ஸ்பெஷல் க்ரைம் டிவிஷன் அதிகாரியின் பணி. SCD என்பதின் விரிவாக்கம் Special Crime Division என்பதாகும்.

இந்தியா மற்றும் சர்வதேச அளவில் நடைபெறும் சீரியஸ் க்ரைம்ஸ் Serious Crimes எதுவாக இருந்தாலும் சரி, அதை இன்வெஸ்டிகேட் செய்து குற்றவாளிகளை கண்டுபிடிப்பதுதான் ஒரு எஸ்.சி.டி ஆபிஸரின் பணி. அதைத்தான் விவேக் இப்போது செய்து கொண்டிருக்கிறார்.

என்றுமே இளமையாய் இருப்பதால் விவேக்கின் பிறந்த தேதி, வருடம் பற்றி நீங்கள் யாரும் கேட்க அனுமதியில்லை.

ரூபலா...

ஹோம் சயின்ஸ் படித்த அதி அழகான ரூபலாவிற்கு காவல்துறையில் சேர்ந்து பணி புரிய வேண்டும் என்கிற ஆசை. ஆனால் பெற்றோர்களின் சம்மதம் கிடைக்காததால் அந்த ஆசை நிராசையாகிவிட விவேக்கின் திறமையை காதலித்து மிஸஸ் விவேக்காக மாறியவள். விவேக் துப்பறியும் மிகவும் சிக்கலான வழக்குகளை தானும் உள்வாங்கிக் கொண்டு அவ்வப்போது டிப்ஸ் கொடுத்து அணில் போல் உதவிக்கொண்டு இருப்பவள்.

விஷ்ணு...

விவேக்கிடம் பணிபுரியும் ஓர் உதவிஅதிகாரி . கிட்டத்தட்ட விவேக்கின் நிழல். பேசும் பேச்சில் கொஞ்சம் விளையாட்டுத்தனம் இருந்தாலும், அதில் விஷயம் இருக்கும். மூச்சுத் திணற வைக்கும் சிக்கலான நேரங்களில் ஆக்ஸிஜனாய் இருப்பவன்.

() () ()

■ பூமி சுழல்வதை நம்மால் உணர முடியவில்லையே ஏன்....?

● இரண்டு காரணங்கள்...

முதல் காரணம் பூமியின் புவியீர்ப்பு விசையோடு சேர்ந்து நாமும் ஒட்டிக்கொண்டு சுழல்கிறோம். பூமியின் எடையோடு நம் உடம்பின் எடையை ஒப்பிட்டால் நாம் ஒரு அணுவுக்கு கூட சமமில்லை. பூமியின் எடை 598,00,00,00,00,00,00,00,00 டன். அதாவது 598க்குப் பின்னால் 16 சைபர்கள் போடவேண்டும்.

இரண்டாவது காரணம் பூமியின் சுழலும் வேகம். அதாவது மணிக்கு 1000 மைல். கிலோ மீட்டர்களில் 1675.

587 மில்லியன் சதுர கிலோ மீட்டர் பரப்பளவு கொண்ட பூமியுடன் நாமும் சேர்ந்து சுழல்வதால் ப்ரேம்ஸ் ஆஃப் ரெஃபரென்ஸ் frames of reference என்னும் பௌதீக உண்மையின் (ரயில் எவ்வளவு வேகமாக சென்றாலும் பெட்டிகருள் உட்கார்ந்திருக்கும் நம்மால் அதை உணர முடியாது) காரணமாக நம்மால் அந்த சுழலும் வேகத்தை உணர முடிவதில்லை.

பின் பூமி சுழல்வதை எப்படி நம்புவது என்று கேட்கிறீர்களா ? காலையில் சூரியன் உதிப்பது போலவும் மாலையில் மறைவது போலவும் நாம் பார்க்கிற காட்சிகள் பூமி சுழல்வதால் ஏற்படும் மாயங்கள்.

டாஸ்மாக் பேர்வழிகளுக்கு இந்த அரிய விபரங்கள் தேவையில்லை.

() () ()

■ தந்தை,மகன் பாசம். தாத்தா, பேரன் பாசம்... எது டாப்?

- ரெண்டுமே 450 வோல்ட்ஸ்தான்.ஆனால்... பின்னதில் ஷாக் அடிக்காது.

() () ()

■ **எழுத்துலகில் பெயர் பெற நீங்கள் க்ரைமை தேர்ந்தெடுத்தது ஏன்?**

- நான் எழுதிய சமூக, குடும்ப நாவல்களை நீங்கள் படித்ததில்லையென்று நினைக்கிறேன்

 அப்புறம்... க்ரைம் என்றால் கொலைகளும், அவை சார்ந்த விஷயங்கள் மட்டுமல்ல. தன்னொழுக்கம் இல்லாததும் பொய் சொல்வதும், மற்றவர் மனம் புண்பட பேசுவதும், பெற்றோரைப் புறக்கணிப்பதும் க்ரைம் தான்.

() () ()

■ **நேர்மறை எண்ணங்கள் ஒரு நோயை குணப்படுத்தும் என்று சொல்லப்படுவது உண்மையா?**

- ஒரு மனோதத்துவ நிபுணர் எனக்கு அனுப்பி வைத்த இந்தப் பதிவை படித்துப் பாருங்கள்.

 அமெரிக்காவில் ஒரு கைதிக்கு மரண தண்டனை விதிக்கப்பட்ட போது, சில விஞ்ஞானிகள் அந்தக் கைதியை வைத்து சில பரிசோதனைகள் செய்ய வேண்டும் என்று நினைத்தார்கள். கைதிக்கு தூக்கிலிடப்படுவதற்குப் பதிலாக விஷபாம்பு மூலம் கடிக்க வைக்கப்பட்டு கொல்லப்படுவார் என்று முடிவு செய்யப்பட்டது.

 ஒரு பெரிய விஷப்பாம்பு அவருக்கு முன்னால் கொண்டு வரப்பட்டது, அவர்கள் கைதியின் கண்களை மூடி நாற்காலியில் கட்டினர். பாம்பு கடிக்கவில்லை. ஆனால் பாம்பு கடித்த மாதிரியான உணர்வை ,அந்த கைதி உணர வேண்டும் என்பதற்காக இரண்டு சிறிய

ஊசிகளால் குத்தப்பட்டார். கைதி அடுத்த இரண்டு நிமிடங்களில் இறந்தார்.

கைதியின் உடலில் பாம்பு விஷத்தை ஒத்த விஷம் இருப்பதாக பிரேத பரிசோதனை மூலம் தெரிய வந்தது.

இப்போது இந்த விஷம் எங்கிருந்து வந்தது, அல்லது கைதியின் மரணத்திற்கு என்ன காரணம்? காரணத்தை ஆராய்ந்த போது அந்த உண்மை வெளிப்பட்டது. அதாவது அந்த விஷம் மன அதிர்ச்சியால் அவரது சொந்த உடலால் தயாரிக்கப்பட்டிருக்கிறது என்பதுதான்.

நீங்கள் எடுக்கும் ஒவ்வொரு முடிவும் நேர்மறை அல்லது எதிர்மறை சக்தியை உருவாக்குகிறது, அதன்படி உங்கள் உடல் ஹார்மோன்களை உருவாக்குகிறது.

90% நோய்களுக்கான மூல காரணம் எதிர்மறை எண்ணங்களால் உருவாகும் ஆற்றல்.

இன்று மனிதன் தனது தவறான எண்ணங்களால் தன்னை எரித்துக் கொண்டு தன்னை அழித்துக் கொண்டிருக்கிறான்.

எப்போதும் உங்கள் எண்ணங்களை நேர்மறையாக வைத்திருங்கள்.

() () ()

நம் மீது வந்து உட்காரும் கொசுவை நாம் அதை அடிக்க கையை உயர்த்தும் போதே அது பறந்து விடுகிறது எப்படி ஸார்?

- கொசு நம் உடம்பில் வந்து உட்கார்ந்தும் நாம் அதைப் பார்த்த விநாடியே கையை உயர்த்தி அடித்து ரத்தச் சகதியாக்க, ஒரு விநாடியில் 0.65 வினாடி எடுத்துக் கொள்கிறோம். ஆனால் கொசுவோ நம்முடைய

கொலைவெறியை 0.35 விநாடிகளுக்குள் உணர்ந்து பறந்து விடுகிறது.

இதற்கு காரணம்... நம் உடம்பில் உண்டாகும் தசைகளின் மைக்ரோ அசைவுகள்தான். அவை மின்னல் வேகத்தில் காற்றில் பரவி கொசுக்களை உசுப்பி தப்பிக்க வைக்கின்றன. இந்த அசைவுகளை நம்மால் உணர முடியாது. ஆனால் கொசுக்களால் உணர முடியும்.

ஒரு முறை கடித்து ரத்தம் குடித்து வயிற்றை நிரப்பிக் கொண்ட கொசுக்களால் வேகமாக பறந்து தப்பிக்க முடியாது. அதுமாதிரியான நேரத்தில்தான் மனிதர்களின் கைத்தட்டல்களில் மாட்டிக் கொண்டு, கொசுக்கள் உயிரை விடுகின்றன.